AF762416

கடை

பொம்மைகள்

முதற்பதிப்பு: 2023

First Edition: 2023

Kadai Bommaigal

கடை பொம்மைகள்

Vaasanthi

வாஸந்தி

ISBN: 978-93-95598-40-8

காப்புரிமை @ ஆசிரியர்

இந்தப் புத்தகத்தின் எந்த ஒரு பகுதியையும் பதிப்பாளரின் எழுத்துபூர்வமான முன் அனுமதி பெறாமல் மறுபிரசுரம் செய்வதோ, அச்சு மற்றும் மின்னணு ஊடகங்களில் மறுபதிப்பு செய்வதோ காப்புரிமை சட்டப்படி தடை செய்யப்பட்டதாகும். புத்தக விமர்சனத்திற்கு மட்டுமே இந்தப் புத்தகத்திலிருந்து மேற்கோள் காட்ட அனுமதிக்கப்படுகிறது.

Pustaka
EBooks | Audiobooks | Paperback

Pustaka Digital Media Pvt. Ltd.
#7-002, Mantri Residency,
Bannerghatta Main Road, Bengaluru - 560 076
Karnataka, India
+91 7418555884

கடை பொம்மைகள்

வாஸந்தி

Pustaka
EBooks | Audiobooks | Paperback

முன்னுரை

சாதாரணமாக எந்த நாவலுக்கும் முன்னுரை எழுதி எனக்குப் பழக்கமில்லை. ஒரு நாவல் சொல்லக்கூடிய விஷயத்துக்கு மேல் முன்னுரையில் சொல்ல வேண்டிய விஷயம் ஒரு கதாசிரியருக்கு என்ன இருக்கும் என்று எனக்குத் தோன்றும். ‘கடை பொம்மைகள்’ என்ற இந்த நாவல் முதலில் வெளிவந்த போதுதான் முன்னுரை ஏதும் எழுதவில்லை. ஆனால் நான் பெரிதும் மதிக்கும் எழுத்தாளரான திருமதி. ராஜம் கிருஷ்ணன் அவர்கள் நாவலைப் படித்ததும் அதை வெகுவாகப் பாராட்டிய கையோடு, ‘இதற்கு நிச்சயமாக ஒரு முன்னுரை தேவை, அதை நீங்கள் எழுதாதது பெரிய குறை’ என்றார்.

‘கடை பொம்மைகள்’ நாவலின் கதைக் கரு அத்தகையது, தமிழகத்தில் பெண் சிசுக்கொலை என்பது ஒரு ஆர்வம்கொண்ட பத்திரிக்கை நிருபர் எதேச்சையாகக் கண்டறிந்த விஷயத்தை வெளியிட்ட பிறகே, பதினைந்து ஆண்டுகளுக்கு முன் பொதுமக்களின் கவனத்தைப் பெற்றது. இந்தியா டுடே ஆங்கில ஏடு புகைப்படங்களுடனும், பெண் சிசுவைக் கொன்றவர்களின் வாக்குமூலங்களுடனும் கட்டுரை வெளியிட்ட போது, பிரச்னை தேசிய அளவில் மட்டுமல்ல, சர்வதேச அளவில் கவனம் பெற்றது. ஆண் பெண் இருபாலரையும் துணுக்குறச் செய்தது. பெண்ணே தனது இனத்தை அழிப்பாளா? பெற்றவளே கொலை செய்யத் துணிவாளா என்கிற கேள்விகள் எழுந்தன. ஒன்பது மாதம் சுமந்த ஒரு சிசுவை பெண் என்கிற காரணத்தால் கொலை செய்கிறார்கள் என்றால், அதற்கு வலுவான காரணங்கள் இருக்க வேண்டும்.

வறுமையினாலா அல்லது ஒரு பிரத்யேக இனத்தின் மரபு சார்ந்த வழக்கத்தினாலா என்றும் கேள்விகள் எழுந்தன. உசிலம்பட்டி தாலுகாவிலும், அதை ஒட்டியும் இருக்கும் பகுதிகளில், கள்ளர் இனத்தில் பெண் சிசுக்கொலை சகஜமாக நடப்பதாகச் செய்திகள் தெரிவித்தன.

பெண் சார்ந்த பிரச்னைகளில் எப்பொழுதுமே அக்கறையும், ஈடுபாடும் கொண்டிருந்த நான் இதைப்பற்றி அப்பகுதிகளுக்கு நேரில் சென்று ஆய்வு செய்வது என்று முடிவு செய்தேன். அதன்படி தில்லியில் இருந்த CARITAS என்ற அமைப்பு எனக்கு ஓராண்டு ஆய்வு செய்ய நிதியுதவி அளித்தது. ஆய்வு பொருட்டு நான் தில்லியிலிருந்து உசிலம்பட்டிக்கு பயணம் மேற்கொள்வது வழக்கமாயிற்று. அந்த ஓராண்டு காலம் நான் சந்தித்த பெண்கள் அநேகம். மனத்தை உலுக்கும் கதைகள், கண்ணீரில் தோய்த்த துயரங்கள். வறுமை ஒருபுறம், மரபுச் சுமைகளின் அழுத்தம் மறுபுறம். அதைக் கேவலப்படுத்தும் வகையில் கிராம வாழ்க்கையை ஆக்ரமிக்கத் துவங்கிவிட்ட நுகர்வோர் கலாச்சாரமும், அது தூண்டிவிட்ட (ஆண்பிள்ளை) பெற்றவர்களின் பேராசையுமாக அந்த மக்களை ஆட்டிப் படைப்பதை என்னால் உணர முடிந்தது. வரட்டு கௌரவத்தால் செய்முறைகளை நிறுத்த முடியாமல் கடன்பட்டு அல்லல்படும் குடும்பங்களுக்கு, பெண் குழந்தை பாரமாகிப்போனதில் வியப்பில்லை.

படிப்பறிவு இல்லாத, வேலைவாய்ப்பு இல்லாத வறண்ட பிரதேசத்தில் பிள்ளையைப் பெற்ற தாய்மார்கள் மருமகள் கொண்டு வரப்போகும் வரதட்சணையை நம்பியே காத்திருக்கும் கொடுமையை தாய்மார்கள் கூச்சமில்லாமல் ஒருவிதப் பெருமையுடன் சொல்வதை நான் கண்டேன். 'நாலு பொண்ணைப் பெத்தேன். நாலையும் கொன்னேன் என்ன செய்ய?' என்று கண்களில் நீர் மல்கச் சொல்லும் பெண்கள், பெண் குழந்தையோடு வீட்டுக்கு வராதேங்கறான் புருஷன். அவன் விரட்டிட்டான்னா எங்கே போவேன்? அப்படிச் சொன்ன பெண்கள் வாழாவெட்டிகளாக அல்லல்படும் அவலங்கள். அவமானப்பட்டு தூக்கில் தொங்கிய துயரங்கள். 'இருக்கோ இல்லியோ பத்து சவரன் பெண்ணுக்குப் போடணும் கல்யாணம்னா' என்று அலுத்துக்கொள்ளும் காய்ந்த வயிறுகள். பெற்ற குழந்தைகளை இஷ்டப்பட்டு யாரும் கொல்ல முடியாது.

அவர்கள் நிர்ப்பந்தங்களின் அழுத்தத்தில் தவிப்பதும், யாராவது உதவ முன்வர மாட்டார்களா என்று ஏங்குவதும் யதார்த்தமான உண்மை. என்னை உலுக்கிய அனுபவங்கள் எல்லாமே. அவர்களுடன் நானும் கண்ணீர் வடித்தேன்.

அவர்களை இந்த நிலைக்கு ஆளாக்கியதற்கு தீர்க்கதரிசனமில்லாத அரசுகளே பொறுப்பு என்கிற கோபத்துக்கிடையில், கௌரவத்தைப் பற்றின போலி மதிப்பீடுகளும், பெண்ணை ஒரு பண்டமாகப் பாவிக்கும் சமூகத்தின் பார்வையும் என்னில் ஆறாத ரணத்தை ஏற்படுத்தின.

பெண் பிறப்பு விகிதம் வெகுவாகக் குறைந்து வரும் நிலை சமூகத்தைத் தடம் புரளச் செய்யும் என்கிற தொலைநோக்கு அங்கில்லை. பெண் ஒரு சுமை என்பதற்கு அவர்களிடம் ஆயிரம் விளக்கங்கள் இருந்தன. படித்த ஆண் பேராசிரியர்களே சிசுக்கொலையை ஆதரித்துப் பேசியதைக் கேட்டு நான் அதிர்ந்தேன். ஓராண்டு ஆய்வுக்குப் பிறகு CARITAS ஸ்தானபத்துக்கு ஆய்வறிக்கை சமர்ப்பித்ததோடு என்னால் நிம்மதியாக இருக்க முடியவில்லை. நான் சந்தித்த பெண்களின் கண்ணீர்க் கதைகள், அவர்கள் சுமந்த சோகங்கள் என்னை இரவு பகலாக வாட்டி எடுத்தன. எனக்குப் பழக்கப்பட்ட வடிகால் தேவைப்பட்டது. 'கடை பொம்மைகள்' என்ற நாவல் இனித்தது.

இந்த நாவலில் வரும் கதாநாயகி மஞ்சுவும், அவளுடைய வளர்ப்புத் தாயும், மற்ற கதாபாத்திரங்களும் கற்பனை என்றாலும், இதில் வரும் அநேகம் சம்பாஷணைகள் நான் நேரில் சந்தித்த மாந்தர்கள் பேசியவை. அவர்கள் பிரயோகித்த சொற்கள், வெளிப்படுத்திய கருத்துக்கள், கதை மாந்தர்கள் சொல்வதுபோல வருகின்றன. 'சாமிக் குத்தம்னு (சிசுக்கொலை செய்வது) பயமில்லையா?' என்ற கேள்வியையும், 'சாமியை யார் பார்த்தா?' என்ற கிழவியின் பதிலும், நான் கேட்ட கேள்வியும், கிடைத்த பதிலும். நாவலை மீண்டும் படிக்கும்போது இன்றும் பசுமையாக அந்தப் பெண்களின் நினைவு எனக்கு வருகிறது. அவர்களது

பிரச்னைகளுக்கு வேறு விதமான தீர்வு இன்று ஏற்பட்டிருப்பது கவலையளிக்கிறது.

மூலைக்கு மூலை ஸ்கானிங் சென்டர்கள் முளைத்திருப்பதில், கருவிலேயே பெண் சிசுவை இனங்கண்டு கருக்கலைப்பு நடப்பது இப்போது பரவலாகிப் போய்விட்டது. பெண் கல்வியும், பொருளாதார முன்னேற்றமும் போதாது. பெண்ணைப் பற்றின சமூக மதிப்பீடுகள் மாறினாலேயே பெண்ணிற்கு மதிப்பு என்கிற ஆதங்கம் என்னை ஆட்கொள்கிறது. இன்றைக்கும் பெண் சிசுக்கொலைகளைப் பற்றின செய்திகள் வரும் நிலையில், இந்த நாவல் மீண்டும் புதிய ரூபத்தில் வெளிவருவது பொருத்தமானது என்றே தோன்றுகிறது.

வாஸந்தி
சென்னை

***

1

அந்தப்பெண் மிரள மிரள விழித்தது. பெரிய வட்டக் கண்களில் தென்பட்ட கலவரத்தில் அடிபட்ட ரணமும் - துக்கமும் நிழலாடின. அவளை அழைத்து வந்திருந்த அவளுடைய பெற்றோர்கள், அவளுடைய அந்தக் கலவரத்துக்காகச் சங்கடப்படுவது நன்றாகத் தெரிந்தது.

“சட்டுனு பயந்துருவா... அழுதுருவா...” என்றார் அவளுடைய அப்பா, மன்னிப்புக் கேட்கும் குரலில்.

“அதனாலேயே வீட்டைவிட்டு இதுவரை எங்கேயும் அனுப்பினதில்லே” என்றாள் அவளுடைய அம்மா. பொதுவாக எல்லாரையும் பார்த்து, அதை நிரூபிப்பதுபோல் அந்தப் பெண் அம்மாவுடைய தோளைப் பற்றிக்கொண்டது. கண் இமைகள் படபடத்தன. நீரைக் கக்கத் தயாரானதுபோல் கீழ் உதடு துடிக்க, “வீட்டுக்குப் போகலாம்” என்றது.

“நீங்க பேசாம விட்டுட்டுப் போங்க. தன்னாலே சரியாயிடுவா” என்றார் அம்மா. பிறகு என்னைப் பார்த்து, “மஞ்சு, அந்தப் பெண்ணை உள்ளே அழைச்சிட்டுப் போ” என்றார்.

கிட்டத்தட்ட உறைந்த நிலையில் இருந்த நான், சுய நினைவு வந்து முன்னால் நகர்ந்து அந்தப் பெண்ணின் தோளைத் தொட்டேன். அது மூர்க்கத்துடன் நகர்ந்துகொண்டது.

தற்காப்புக்குத் தயாரானதுபோல கோபத்துடன் என்னைப் பார்த்தது. பெரியவர்களைப் பார்த்து, "வீட்டுக்குப் போகலாம்" என்றது. இப்பொழுது நாங்கள் என்ன செய்வது என்கிற பார்வையுடன் அவர்கள் நின்றார்கள். தோற்றுப்போய்ப் பெண்ணை அழைத்துக்கொண்டு போய்விடுவார்கள் போல் இருந்தது. அம்மாவின் பொறுமை அதிக நேரம் தாக்குப்பிடிக்காது என்று எனக்குத் தெரியும். அந்தப் பெண்ணுக்கு என்னைப் பிடிக்கவில்லை என்று என்னுள் எழுந்த எண்ணத்தை ஒதுக்கியபடி நான் மீண்டும் அவளருகில் சென்று சினேகிதமாகச் சிரித்தேன்.

"இவங்கள்ளாம் ரொம்ப நல்லவங்க, கப்பு!" என்றாள். அந்த அம்மாள் - எனக்கு உதவியாக. "இங்கே பாட்டு கத்துக்கொடுப்பாங்க. உனக்குப் பாட்டு பிடிக்குமே!"

"பிடிக்காது!" என்றாள் கப்பு ஆக்ரோஷத்துடன்.

அவளுடைய தெத்துப் பல்லை நான் அப்போதுதான் கவனித்தேன். கண்களைப் போல பல்லில்கூடக் கோபம் பளிச்சிடும் என்று நினைத்ததில்லை, பளிச்சிட்டது. லேசாகப் பயத்தை உண்டு பண்ணிற்று. இவளை எப்படி சமாளிக்கப்போகிறோம் என்று கவலை ஏற்பட்டது. இவள் இவர்களுடனேயே இருக்கட்டுமே என்று தோன்றிற்று. இவளை இவர்களிடமிருந்து பிரிப்பது பாவம், இவள் அநாதையில்லை. அவள் பயந்தால் பாதுகாக்க, கண்ணீர் விட்டால் கலங்க, கோபப்பட்டால் புரிந்துகொள்ள, ஆசைப்பட்டால் ஆர்வம் காட்டப் பெற்றவர்கள் இருக்கிறார்கள். இந்த இரண்டுங்கெட்டான் பெண்ணை இத்தனை காலம் பார்த்துக்கொண்டவர்களுக்கு இப்போது என்ன இயலாமை வந்தது?

'முடியாமத்தான் கொண்டு வந்து விடறோம்' என்று நேற்று இந்த அம்மாள் சொன்னபோது, கப்புவைப் பற்றி நான் வேறு விதமாகக் கற்பனை செய்திருந்தேன். வாயே திறக்காத சாதுப்பெண்ணாக, வற்றிப்போன உடம்பும், காய்ந்த மார்புமாக.

இந்தக் கப்பு சாதுப்பெண் இல்லை நிச்சயம். மனத்துக்குள் ஏக முடிச்சுகள் இருக்கும்போல் இருந்தது. ஆயுசு முழுவதும் முடிச்சுக்களை அவிழ்ப்பதிலும், மீண்டும் போடுவதுமாக நேரத்தைக் கடத்துபவள் இவள். அவற்றின் பாரத்தினாலேயே உடம்பும் கனமாகிப்போன மாதிரி 'கிண்'ணென்றிருந்தது. பந்து பந்தான மார்பின் மேல் கோவில் அம்மனுக்குச் சுற்றியதுபோல தலைப்பு கொசுவமாகப் படர்ந்திருந்தது.

“கப்பு, சமத்துப் பெண் இல்லே நீ...? இந்த அக்கா உன்னை நல்லா கவனிச்சுக்குவாங்க.”

இங்கு நான் எல்லோருக்கும் அக்கா. எத்தனையோ அபத்தங்களில் இது ஒரு வகை அபத்தம். தடித்துப்போன உடம்பும், எட்டிப் பார்க்கும் தலைநரையுமாய், தொலைந்து போனவளைப் போல் விழிக்கும் கப்பு சின்னப் பெண் இல்லை. என்னைவிட வயசில் நிச்சயம் பெரியவள். ஆனால் அவளருகில் சென்று 'வா' என்று அழைக்கும்போது, பல் நூறு வயசானதுபோல எனக்குள் மூப்பு ஏற்படுகிறது. அவளுடைய பிடிவாதக் கோபத்தைப் பார்க்கும்போது, நெடிய தூரம் நடந்துவிட்ட களைப்பு ஆட்கொள்கிறது. நான் கப்புவின் கோபத்தை லட்சியம் செய்யாமல் அவள் தோளை அணைத்துக்கொண்டு, “பயப்படாதே! நானும் உன்னைப் போலத்தான்!” என்றேன். அவள் என்னை ஒரு வினாடி வினோதமாகப் பார்த்தபோது, அவர்களைச் செல்லுமாறு சமிக்ஞை காண்பித்தேன். அவர்கள் தயக்கத்துடனேயே வேகமாக நகர்வதைக் கடைக்கண்ணால் உணர்ந்தபடி நான் கப்புவை என் பக்கம் திருப்பி, “உன்னைப் போல நிறையப் பெண்கள் இங்கே இருக்காங்க, கவலைப்படாதே!” என்றேன்.

அவள் சரேலென்று சந்தேகத்துடன் அரண்டு திரும்பிப் பார்த்து, “முடியாது... முடியாது... நா வீட்டுக்குப் போகணும்!” என்று கலவரத்துடன் நகர ஆரம்பித்தாள். “அம்மா, அம்மா!” அவளுடைய துயரமும், பதற்றமும் சத்தியமானவை. கர்ப்பத்திலிருந்து நிலத்தில் எதிர்பாராமல் விழுந்த சிசுவின் – பதற்றம் – பயம்!

“சும்மா அவளைக் கத்தவிடாதே, ஹாண்டில் ஹர் மஞ்சு!” என்றார், அம்மா அலுப்புடன். இந்த மாதிரி எத்தனையோ கத்தல்களைக் கேட்டு அம்மாவுக்கும் காது புளித்துப் போயிருக்கும். தவிர, அம்மாவுக்கு வயது வருகிறது. அம்மாவுக்கே இப்போது வீட்டின் ஞாபகம் வருவதுபோல் எனக்குத் தோன்றுகிறது. தன்னுள் ஆழ்ந்த யோசனையில் அவர் நழுவி அமர்ந்திருப்பதைப் பார்க்கும்போது...

“இதுவும் வீடுதான், கப்பு!” என்கிறேன் கப்புவின் தோளை மேலும் அணைத்து. கப்பு என்னைச் சரேலென்று நிமிர்ந்து பார்க்கிறாள். ‘என்ன இது உளறல்’ என்பதுபோல. ‘வீடுன்னு நினைச்சுக்கோ, நினைக்கப் பழகிக்கோ!’ என்று நான் எனக்குள் சொல்லிக்கொள்கிறேன். என்னிலிருந்து வெளிப்பட்டு மஞ்சு என்னை அதட்டுவது போலிருக்கிறது. ‘யாருக்கு வீடோ இல்லையோ, உனக்கு இது நிச்சயமா வீடு தானே?’ இந்த மஞ்சுவுடன் எனக்கு நித்தியப்போராட்டம் நடக்கும். சில சமயங்களில் அவள் ஜெயிப்பாள். அநேகமாய் நான்தான் ஜெயிப்பேன். அப்படிப்பட்ட தருணங்களில் அம்மாவுக்கு நான் கவலையளிப்பதை நான் உணருகிறேன்.

‘இதுவும் வீடுதான்’ என்கிறேன், மீண்டும் பலக்க. கப்புவைக் கட்டுப்படுத்தி உள்ளே அழைத்துச் செல்வதற்குள் போதும் என்றாகிவிட்டது. அம்மா தன்னுடைய காலை ரவுண்ட்ஸ்ஸுக்குப் போயிருந்தார்.

கப்புவை நடத்திச் செல்வது அத்தனை சுலபமாக இல்லை. தேரை இழுப்பது போல் இருந்தது. நிலத்தில் தடம் சிக்கிக்கொண்ட தேர். இதை வடம் போட்டு இழுக்க வேண்டும். அதற்குத் தேர்ச்சி பெற்ற ஆட்கள் இங்கு இருக்கிறார்கள். ஆறே மாதத்தில் இந்தக் கப்பு தானாகச் சொல்லுவாள்: ‘இதுவும் வீடுதான்.’

அங்கும் இங்கும் தென்படும் தலைகளைக் கண்டு, கப்பு அதிகமாக அரண்டு போனாள்.

“புது என்ட்ரியாக்கா?” என்றாள் சாரதா, பிரசன்னமாக.

“ஆமாம், கப்புன்னு கூப்பிடறாங்க. கற்பகம்னு பேரு. கொஞ்சும் கவனிச்சுக்கணும். ஃபிட்ஸ் வரும்போல, மெடிகல் செக்கப் செய்யணும். நிறைய அழுவாளாம். கண்டுக்காம இருந்தா தன்னாலே சரியாயிடுவாங்கறாங்க.”

யாரைப் பற்றியோ பேசப்படுவதுபோல் கப்பு, “வீட்டுக்குப் போகணும்” என்றாள். “ஏகப்பட்ட பாத்திரம் கிடக்கு வீட்டிலே, நாதான் விளக்கணும். அம்மா சீக்காளி, அப்பா சீக்காளி.”

ஏதோ ஹாஸ்யத்தைக் கேட்டதுபோல் சாரதா சிரித்தாள். “பாத்திரம்தானே? இங்கேயும் நீ விளக்கலாம். சீக்காளிங்கதான் எல்லாருமே, நா பார்த்துக்கறேங்க்கா இவளை. நீங்க போங்க.”

சாரதாவின் ஆச்சரியமான திறமை அது. எல்லாவற்றிலும் உற்சாகத்தைக் காணும் இயல்பா, சாகசமா என்று புரியாத ஒரு குணம். யாரைப் பார்த்தாலும் பளிச்சென்று புன்னகை, சாதாரணப் பேச்சுக்கெல்லாம் அதிரடிச் சிரிப்பு. ‘போக்கா... எனக்கு இன்னிக்கு மனசு சரியில்லே’ என்று ஒரு நாளாவது அவள் சொல்லமாட்டாளா என்று அடிக்கடி எனக்குக் குறுகுறுப்பு ஏற்படும். எல்லா வேலையும் கேளிக்கைபோல பாவனை. எப்பவும் பிக்னிக்கிற்குக் கிளம்பி வந்ததைப்போல உற்சாகம், சுறுசுறுப்பு, இவள் உடம்பில் ஓடுவது ரத்தமில்லை என்று தோன்றுகிறது. இவளுடைய இந்த சுபாவத்தைக் கண்டு எனக்குப் பிரமிப்பு மட்டும் இல்லை; பொறாமையும்கூட. “உனக்கு என்ன ஆயிட்டது இப்ப? சாரதாவைப் பாரு, எப்பவும் சிரித்த முகமா இல்லே?” என்று மஞ்சு என்னைக் கண்டித்துக் கண்டித்து ஏற்பட்டு வரும் தாழ்வுமனப்பான்மை, ‘உனக்கென்னடி குறைச்சல்?’ என்று மஞ்சு அதட்டுகிறாள். அவளுக்குத் தெரியாது. அல்லது தெரிந்துகொள்ள விரும்பவில்லை. என் குறைகள் ஜனனத்திலிருந்து தொடர்பவை நான் அழுமூஞ்சி இல்லைதான். ஆனால் வாய்விட்டுக் கலகலவென்று காரணமில்லாததற்கெல்லாம் சிரிக்க முடியாது. சாரதாவைப் போல்.

நாளை என்பது இங்கு யாருக்கும் வானவில்லாகத் தோற்றமளிக்காது. அதைப் பற்றி நினைத்துப் பார்க்காத

ஜடத்தனம்தான் அநேகமாய் எல்லோருக்கும். ஆனால் சாராதாவுக்கு நாளை என்பது நம்பிக்கையூட்டும் கனவாக இருக்கும் என்று நான் நினைக்கிறேன். அந்தப் பிரசன்னத்துக்குக் கண்டிப்பாய் ஒரு ராஜகுமாரன் ஒருநாள் தன் வசமிழப்பான். எனக்கும் கனவுகள் உண்டு. அதில் ராஜகுமாரர்கள் வருவார்கள். ஆனால் அவர்களை மஞ்சு உடனடியாக விரட்டிவிடுவாள். அவள் விரட்டுவதற்குள் ஒரு நாளாவது நான் ராஜகுமாரனோடு குதிரையில் ஏறி அமர வேண்டும்; அவளுக்கு டிமிக்கி கொடுக்க வேண்டும். ஆனால் அது சாத்தியமில்லை என்று எனக்குத் தெரியும். பொய்மை என்பதை அவளால் கற்பனையில் கூடத் தாங்கிக்கொள்ள முடியாது.

கூடத்துக் கடிகாரம் பெரிய ஓசையுடன் அடிக்க ஆரம்பித்ததும் நான் பதைப்புடன் அறைக்குள் விரைந்தேன். என்னைத் துரத்துவதுபோல் மணியோசை எட்டுமுறை தொடர்ந்தது. குளித்துத் தயாராகி காலை ஆகாரத்தை முடித்து பஸ்ஸில் ஏறிக் காலேஜுக்குச் செல்ல வேண்டும். முதல் பீரியட்டே இன்று நான் வகுப்பு எடுக்க வேண்டியிருந்தது. அவசரமாகக் குளிக்கச் சென்றேன். சோப்பை அழுத்தி அழுத்தித் தேய்க்கும்போது, மஞ்சு பரிகசித்தாள்: 'ஏன் இப்படித் தேய்க்கிறே? கருப்பு ஒண்ணும் உதிரப் போறதில்லே.' நான் அதைச் சட்டை செய்யாமல் இந்த மேனி யாருக்கோ சொந்தம்போல் தேய்த்தேன். 'பரவாயில்லே, நிஜமான கோவில் சிலைன்னு சொல்லலாம்.' நான் என்னை அம்மனாகப் பாவித்து அபயஹஸ்த முத்திரையும், அருள் சுரக்கும் கண்ணுமாய் ஒரு விநாடி நின்று, மஞ்சுவின் சிரிப்புடன் கலந்து பரபரவென்று உடம்பைத் துடைத்து, உடைகளை அணிந்துகொண்டேன். "உங்களுக்கு நிறம் ஒண்ணுதான்க்கா கம்மி!" என்கிறார்கள் இங்கிருக்கும் பெண்கள். "இல்லேன்னா சினிமா ஸ்டார் ஆயிடலாம்." சினிமா ஸ்டார் என்றால் ரோஜா நிறமாக இருக்க வேண்டும் என்கிற நினைப்பு அவர்களுக்கு. 'ப்ளாக் அண்ட் ஒயிட் சினிமாவிலே நா வெளுப்பா தெரிவேன்டி!' என்று சிரித்தால், 'அது சரி, இப்ப பிளாக் அண்ட் ஒயிட் சினிமாவை

யார் ரசிப்பாங்க?' என்கிறார்கள். ஆக, ரசனைக்கூட கூட்டு ரசனைதான். மற்றவர்கள் ரசிப்பதைத்தான் ரசிக்கத் தோன்றுகிறது. பெண் என்பவளின் முகம் ரோஜாவாக, தாமரையாக, அல்லி மலராக இருப்பதுதான் அழகு என்று நினைக்கும் மரபுவழி ரசனையின் இலக்கணம் அது. 'உங்களை மாதிரி மூக்கும் முழியும் திருத்தமாக இல்லைன்னாலும், சாரதா பளீர்ன்னு தெரியறா, நிறத்தினாலே!' என்று எனக்கு விளக்குகிறார்கள். நான் ஏதோ விளக்கம் கேட்டது போல!

நான் சலவை செய்து முடமுடத்த நூல் சேலையைக் கட்டி, முகத்தில் லேசாகப் பவுடரைத் தேய்த்து, குங்கும ஸ்டிக்கரை வைத்துக்கொண்டேன். மற்றவர்களுக்கு எப்படியானாலும், எனக்கு நான் அழகி. மூக்கும், கண்ணும், புருவமும், முகவாயும் மிகக் கவனமாய் சாவகாசமாய்த் தீட்டப்பட்டவை. அதனால்தான் நிறத்தைத் தீட்ட நேரமில்லாமல் போய்விட்டது ஆண்டவனுக்கு. தலைமயிர்கூட சுருளாக, அடர்த்தியாக அதிசய நீளம் கொண்டது. பின்னலை அவிழ்த்துவிட்டால் முதுகு முழுவதும் நிறையும்; இடுப்புக்குக் கீழ்த் தொங்கும். 'இருட்டிலே மட்டும் தலையை விரிச்சுக்கிட்டு வந்துடாதே. பயந்து செத்துருவோம்!' என்பார்கள், பொறாமை பிடித்த தோழிகள்.

'நான் யாருக்காகவும் அழகாக இருக்க வேண்டியதில்லை' என்கிற கர்வம் எனக்கு உண்டு. எனக்காகவேதான் நான்! வெள்ளையனின் நிறத்தைக் கண்டு வாயைப் பிளந்து காலில் விழுந்தவர்களின் சந்ததியர்கள் இவர்கள். அவனை விட அதிக நிறவெறி பிடித்தவர்கள். இந்தக் கும்பலில் எனக்கென்று ஒரு ராஜகுமாரன் நிற்கப்போவதில்லை. முன்பெல்லாம் இந்த விசாரம் என்னை ரொம்பவும் துன்புறுத்தும். ஆங்கில நர்ஸரியில் படித்த அக்லி டக்லிங் கதையில் வருகிற மாதிரி ஒரு இனிய காலைப்பொழுதில் நான் நிறம் மாறிச் சௌந்தர்யவதியாக மறுபிறவி எடுப்பதைப்போலப் பகல் கனவு தோன்றும். பிறகு அது கனவாக மட்டுமே இருக்கக்கூடிய விஷயம் என்று புரிந்ததும் எல்லாமே வெறுத்துப்போயிற்று. கிறுஸ்துவ மதத்தில்

சேர்ந்து கன்னிமாடத்தில் நுழைந்துவிட்டால் என்ன என்று தீவிர யோசனை தோன்றிற்று. இதை நான் அம்மாவிடம் சொன்னபோது அம்மா சிரித்தார்.

“கிறுஸ்துவ மதத்திலே என்ன திடீர்னு ஆசை?” என்றார்.

அம்மாவிடமிருந்து எதையுமே மறைக்க முடியாது. பேச்சில் ஊரெல்லாம் சுற்றி வந்து கடைசியில் கண்களில் நீர் மல்க விஷயத்தைக் கக்கினேன்.

அம்மாவின் முகத்தில் அதிர்ச்சி தெரிந்தது.

“நீ இத்தனை முட்டாள் பெண்ணுனு எனக்குத் தெரியாது!” என்றார். “இதுதான் எனக்கு அதிக அதிர்ச்சியைத் தருகிறது. ஃபர்கெட் அபௌட் யுவர் டாம் ஸ்கின்! மனசு வெளுப்பா இருக்கா, அதுதான் முக்கியம். உலகத்திலே எத்தனையோ கஷ்டங்கள் இருக்கு. உனக்குக் கையும் காலும் திடமா இருக்கு. நல்ல ஆரோக்கியமும், இளமையும் இருக்கு. இன்னும் என்ன வேணும் உனக்கு? முட்டாள் பெண்ணே!”

மஞ்சு அடிக்கடி இந்தச் சம்பவத்தை நினைவுபடுத்தி நையாண்டி செய்கிறாள். பிறகு நான் என் நிறத்தைப் பற்றியும் பேசுவதில்லை. கன்னிமாடத்தைப் பற்றியும் நினைப்பதில்லை. உண்மையிலேயே எத்தனை முட்டாளாக இருந்தேன் என்று வெட்கமேற்படுகிறது.

நான் அவசரமாகச் சாப்பாட்டு அறைக்குச் சென்று இரண்டே இரண்டு இட்லிகளைச் சாப்பிட்டு எழுந்தேன்.

“அம்மா உங்களைப் பார்க்கணுங்கறாங்கக்கா” என்றாள் அக்கௌன்டெண்ட் கல்யாணி. காலேஜுக்கு நாழியாகிவிடுமே என்கிற தடுமாற்றத்துடன் விரைந்தேன்.

அம்மா ஏதோ ஒரு ஃபைலில் தீவிரமாக ஆழ்ந்திருந்தார். வெள்ளை வெளேரென்ற முகத்தில் புதிய சுருக்கங்கள் தெரிந்தன. முன்பு எப்பவும் முகத்தில் சிரிப்பு இருக்கும். இப்பொழுது சிரிக்க மறந்துபோனது போல அபூர்வமாக வெளிப்படுகிறது. என்னைக்

கண்டதும், "வா, காலேஜுக்குக் கிளம்பியாச்சா?" என்றுவிட்டு, பதிலை எதிர்பார்க்காமல், "யார் அது நடராஜன்?" என்றார்.

"நடராஜனா?" என்றேன், யோசனையுடன். "யார் அது?"

"அதைத்தான் உன்னைக் கேட்கிறேன். லெட்டர் வந்திருக்கு, அவனிடமிருந்து."

எனக்கு பஸ்ஸுக்கு லேட்டாகிக் கொண்டிருந்தது.

"அம்மா, தினமும் நூறு லெட்டர் வருது. எனக்கெப்படி தெரியும், யாருன்னு?"

"நடராஜன் என்கிற பெயரே உனக்குப் பரிச்சயமில்லை என்கிறாயா?" என்றார் அம்மா சந்தேகத்துடன்.

"எனக்கு ஞாபகம் வரல்லே, அம்மா. சாயங்காலம் வந்து விசாரிக்கிறேன். இப்ப எனக்கு நேரமாச்சு!" என்று விருக்கென்று கிளம்பினேன்.

பஸ்ஸில் செல்லும்போது முக்கிய காரணம் இல்லாமல் நான் கிளம்பும் சமயத்தில் அம்மா கூப்பிட்டிருக்க மாட்டார் என்று மனத்தில் பட்டது.

***

2

சற்று நேரத்துக்கு முணுமுணு என்று ஒரு குற்ற உணர்வு அடிமனத்தில் அரித்தது. எனக்கு பஸ்ஸுக்கு நேரமாகிவிட்டது என்று அம்மாவுக்குத் தெரியாமல் இல்லை. நான் கல்லூரிக்குச் செல்லும் முன் எனக்குத் தெரிவிக்க வேண்டும் என்பது அம்மாவின் எண்ணமாக இருக்க வேண்டும். பதினைந்து நிமிஷங்களுக்கு முன் தெரிவித்திருக்கலாமே என்று எனக்குள் ஏற்படும் எரிச்சலை நான் சமாதானப்படுத்தினேன். சற்று முன்தான் அந்தக் கடிதத்தை அம்மா பார்த்திருக்க வேண்டும்.

கடிதத்தில் அப்படி அவசரப்படும்படியாக தலைபோகிற சமாச்சாரம் எதுவும் இருக்கப் போவதில்லை என்று எனக்குத் தெரியும். அந்த நடராஜன் யார் என்று எனக்குத் தெரியாது. அல்லது ஞாபகத்தில் இல்லாதவன். எனக்கு இது ஒரு பெரிய பலவீனம். என்னை அடிக்கடி சங்கடத்தில் ஆழ்த்துவது.

பெயர்கள் நினைவில் நிற்பதில்லை. முகங்கள்கூட நாளாவட்டத்தில் புகைபடிந்து நினைவிலிருந்து நழுவிக் கொள்கின்றன. அதனால்தான் இந்த நடராஜனைத் தெரியாது என்று திட்டவட்டமாகச் சொல்ல முடியவில்லை. ஆனால் அம்மாவைச் சஞ்சலப்படும்படியாக எழுதியிருப்பான் என்றால், என்னைப் பற்றி ஓரளவாவது அவனுக்குத் தெரிந்திருக்க வேண்டும்.

அம்மாவின் சஞ்சலங்களே அவருக்கு வயசாகி வருவதன் அடையாளங்கள். நிதானமான மனநிலையில், அம்மாவின் இந்தப் போக்கு எனக்கு விசனத்தைத் தரும். இப்போது சோர்வு ஏற்பட்டது. இரண்டு வருஷங்களாகத்தான் அம்மா இப்படியிருக்கிறார் - அப்பா இறந்ததிலிருந்து. அப்பாவின் மறைவு அம்மாவிடம் இப்படிப்பட்ட தாக்கத்தை ஏற்படுத்தும் என்று எல்லாரும் எதிர்பார்த்தது தான். இருந்தும் என்மேல் பிரத்தியேகமாக அதன் சுமை அழுந்துவது எனக்கு மட்டுமே புலப்படும் விஷயம். இதுதான் என்னைப் பலவீனப்படுத்துகிறது.

“உங்க மேலதான்க்கா அம்மாவுக்கு நம்பிக்கை!” என்கிறார்கள் சாரதாவும், மற்றவர்களும். “நீங்கதான் அம்மாவுக்குச் சரியான வாரிசு!” இந்த வார்த்தைகள் என்னைக் கலவரப்படுத்துகின்றன. அந்தக் கலவரமே என்னைச் சிறைப்படுத்துவதுபோலப் பிரமை ஏற்படுகிறது. என்னையறியாமல் நான் அம்மாவிடமிருந்து விலகிக்கொள்ள முயற்சிக்கிறேன்.

இது ஒரு நித்தியப் போராட்டமாகப் போய்விட்டது. சுயநலத்தால் விளைந்ததா அல்லது சுதந்திர உணர்வால் வருவதா இது என்று புரியாத நிலையில் அடிக்கடி சுய விமரிசனத்தில் என்னையே நான் நிந்தித்துக் கொள்கிறேன்.

என்னுள் நடக்கும் போராட்டத்தைப் பற்றி அம்மா ஓரளவுக்கு அறிவார் என்று தோன்றுகிறது. இது அதிகமான குற்ற உணர்வை ஏற்படுத்துகிறது. முந்தாநாள் மாலை என்னைக் கூப்பிட்டனுப்பினார். ‘முக்கியமான வேலை ஒன்று இருந்தது. அதை முடித்துவிட்டு வருகிறேன்’ என்றேன். வேலை முடிந்ததும் அம்மா கூப்பிட்டதே மறந்துவிட்டது. இரவு எட்டு மணிக்குச் சமையல் வேலை பார்க்கும் பவானி அறைக்குள் வந்து குற்றம்சாட்டும் குரலில் கேட்டாள்:

“அம்மா கூப்பிட்டாங்களே, நீங்க போகலியா, அக்கா?”

“ஓ! மறந்துட்டேன்...” என்று நாக்கைத் துருத்திச் சிரித்து அம்மாவின் அறைக்கு விரைந்தேன்.

அறைக் கதவைத் தட்டிவிட்டு நான் உள்ளே நுழைந்தபோது, அம்மா ஜன்னலைப் பார்த்த நாற்காலியில் அமர்ந்து சிகரெட் புகைத்துக் கொண்டிருந்தார். மனசு சஞ்சலப்படும் நேரங்களில்தான் அவர் புகைபிடிப்பார்.

“அம்மா, ஸாரி...” என்றேன் மன்னிப்புக் கேட்கும் குரலில், “வேலை ஏதோ இருந்ததிலே நீங்க கூப்பிட்டதை மறந்துட்டேன்.”

அம்மா நீண்ட நேரம் புகையை இழுத்து, பிறகு அதைச் சுருள் சுருளாக விட்டு, அதையே பார்த்தபடி சொன்னார்: “அதனாலே என்ன? முக்கியமான வேலையைக் கவனிக்க வேண்டியதுதான்.”

கிண்டல் செய்கிறார் என்று தோன்றிற்று. “என்ன விஷயம்?” என்றேன் நான், மெல்ல.

“ஓ... ஒண்ணும் முக்கியமானதில்லே. எதுக்குக் கூப்பிட்டேன்னு மறந்துபோச்சு.”

“அம்மா, ஐ ஆம் ஸாரி!”

“சரிதான் கிடக்கு போ...” என்கிற பாவனையில் அவர் கையால் மட்டும் செய்கை காண்பித்தார். அதில், மிதமிஞ்சிய விரக்தி தெரிந்தது. அம்மா இனிமேல் வாயைத் திறந்து எதும் பேசமாட்டார் என்று எனக்குத் தெரியும். நான் மௌனமாக அவருடைய கால் அடியில் சென்று அமர்ந்தேன். அவரை எப்படிச் சமாதானப்படுத்துவது என்று எனக்குத் தெரியும். அவருடைய முழங்காலை அணைத்துத் தொடையில் முகத்தை அழுத்தி அமர்ந்தேன். அம்மா சிறிது நேரம் அசைவற்று அமர்ந்திருந்தார். பிறகு மெல்ல அவருடைய வலது கை கீழிறங்கி என்னுடைய தலையை வருடிற்று. தலைச் சுருளில் விரல்களை நுழைத்து விளையாடிற்று.

“நீ ரொம்ப சுதந்திர மனுஷியாயிட்டே, மஞ்சு!” என்றார், மெல்லிய குரலில்.

“எனக்குத் தெரியலே!” என்றேன் நான். இயல்பாக, “தப்பா அது?” என்று சீண்டினேன்.

"இல்லே, சுதந்திரமா இருக்கலாம்; தனி ஆளா இருக்கக்கூடாது! தன் உலகம் இல்லே உன்னுடையது. அதிலே மத்தவங்களுக்கும் இடமிருக்கணும்."

நான் தலை நிமிர்ந்து அந்த வெளுத்த முகத்தைப் பார்த்துச் சிரித்தேன். "இருக்கே? உங்களுக்குத்தான் பிரதான இடம் அங்கே!"

அம்மா ஜன்னல் பக்கம் பார்வையைத் திருப்பிக்கொண்டார். கை விரல்களில் லேசாக நடுக்கம் தெரிந்தது. அவருடைய கையை நான் பற்றினேன். இரண்டு நிறத்துக்கும் இருந்த வித்தியாசம் பளீரென்று தெரிந்தது. அம்மாவின் கண்களில் நீர் நிரம்பியிருப்பது கண்டு நான் பதட்டத்துடன்,

"என்னம்மா, என்ன வருத்தம் உங்களுக்கு?" என்றேன்.

அம்மா சட்டென்று கைக்குட்டையால் கண்ணைத் துடைத்துக்கொண்டார். பிறகு என்னைப் பார்த்துச் சிரித்தார்.

"எனக்கு இப்பல்லாம் நான் அநாதை மாதிரி இருக்கு."

நான் எழுந்து நின்று அவரை அணைத்துக் கொண்டேன்.

"இப்பல்லாம் புதுசா ஒரு அசட்டுத்தனம் உங்களுக்குள்ளே முளைச்சிருக்கு. அதான் அந்த நினைப்புக்குக் காரணம்" என்றேன் நான், தீவிரமாக. "நான்கூட உங்களுக்கு அந்நியமாய்ப் போயிட்டேனா?"

அம்மா சற்றுநேரம் பேசாமல் ஜன்னல் வழியே தெரிந்த நீலத் திட்டுகளைப் பார்த்தார். தனக்குள் பேசிக்கொள்பவர் போலச் சொன்னார்:

"எனக்கு வரவர ஒண்ணும் புரியலே, மஞ்சு. ஒரொரு சமயம் எல்லாரும் எனக்குச் சொந்தம்போல இருக்கு. ஒரொரு சமயம் எல்லாமே பைத்தியக்காரப் பிரமைன்னு தோணுது. யாரும் யாருக்கும் சொந்தமில்லை. நாம வந்த காரியம் முடிஞ்சதும் தனியா கிளம்ப வேண்டியவங்க."

அம்மாவின் வார்த்தைகளில் மிதமிஞ்சிய சோகம் தொனித்தது. நான் நெகிழ்ந்த நிலையில் அவருடைய தோளை வருடினேன். துக்கம் தொண்டையை அடைக்க, குரல் தழுதழுத்தது.

"அம்மா, நீங்க இப்படி பேசறது என்னைத் தண்டிக்கிற மாதிரி இருக்கு. அப்பா இறந்ததிலிருந்து உங்க போக்கே மாறிட்டது. உங்க குழந்தைகளையே நீங்க நம்ப மாட்டேங்கறீங்க."

அம்மா மீண்டும் உணர்ச்சிவசப்பட்டார். கண்ணில் பொங்கிய நீரை அழுந்தத் துடைத்து என்னைப் பார்த்துச் சிரித்தார்.

"நீ சொல்றது சரிதான். உங்கப்பாவை நா அதிகமாகவே மிஸ் பண்ணறேன்னு நினைக்கிறேன். சில நாளைக்கு ரொம்பத் தனிமையா இருக்கு. அப்பத்தான் உன்னோடு பேசணும்போல இருக்கு."

"இனிமே நீங்க என்னைக் கூப்பிடும்படியா இருக்காது. நீங்க விரட்டற வரை உங்ககூட இருப்பேன். உங்ககிட்டப் பேச இனிமே விஷயமே இல்லே என்கிறவரை பேசலாம்."

அவர் சிரித்தபோது நீலக் கண்களில் கருமை படர்ந்தது.

"என்னுடைய ஆதாரமே நீதான், மஞ்சு!" என்று என்னுடைய கைகளை முத்தமிட்டார். சூடான அவரது அதரங்களின் ஸ்பரிசத்தில் எனது அடிவயிறு துவண்டது. ஜனனத்திலிருந்து எனது நினைவில் இருக்கும் ஒரே ஸ்பரிச உணர்வு இது. தொப்புள்கொடியின் பந்தத்தை விட என்னைப் பொறுத்தவரை வலுவானது, என்னை ஆயுசுக்கும் கடனாளியாக்கியிருப்பது. இந்தக் கடன்சுமை என்னைச் சில சமயங்களில் அழுத்தும் அழுத்தலில் என் மூச்சு முட்டிப்போவதை அம்மாவிடம் சொல்ல முடியாது. திரும்பத் திரும்ப, 'நான் இருக்கிறேன். கவலை வேண்டாம்' என்கிற அபய ஹஸ்தத்தைக் காட்டிக்கொண்டு நிற்பது எனக்குச் செயற்கையாகப்படுகிறது. என்னிடம் இருந்து அம்மா அதிகமாகக் கேட்கிறார் என்கிற நமைச்சல் கொஞ்ச நாளாக என்னை அச்சுறுத்துகிறது.

3

சத்தியத்திற்குக் கட்டுப்பட்டவன் போல் நான் கிளாஸ் முடிந்து திரும்பும்போது எனக்காகக் காத்திருந்தான் நடராஜன். என்னைக் கண்டதும் தினம் தினம் எனக்காக அப்படிக் காத்திருப்பவன் போல, 'வந்தாச்சா?' என்கிற முக பாவனையோடு எழுந்து, "இப்ப கிளாஸ் இல்லையே!" என்றான்.

"அடுத்த பீரியட் வரை ஃப்ரீ..." என்றேன் - யார் இவன் என்று மூளையைக் குடைந்தபடி!

"வெரிகுட்! வாங்க காண்டீனுக்குப் போய் காப்பி சாப்பிட்டுவிட்டு வரலாம்" என்ற அவனை நான் வியப்புடன் பார்த்தேன்.

"காப்பியை இங்கேயே வேணும்னா வரவழைக்கலாம்" என்றேன் நான் தயக்கத்துடன்.

"வேணும்னாதானே? வேண்டாம்; வாங்க. காலார நடந்தாப்போச்சு. அப்படி ஒண்ணும் இன்னிக்கு வெயிலா இல்லே."

இவன் பேசும் விதம் வேடிக்கையாக இருந்தது. வாதப் பிரதிவாதங்களை முன்னெச்சரிக்கையுடன் இவனாகவே வைத்து விடுவான் போல் இருந்தது. இத்தனை நெருக்கமானவன் போல் பேசும் இவனை எந்த டிபார்ட்மெண்ட், என்ன ஸப்ஜெக்ட் என்று கேட்கக் கூச்சமாக இருந்தது. யூனிவர்ஸிடிக்குச் சமீபத்தில் வந்தவனாக இருக்க வேண்டும். ஆனால் முகம் பரிச்சயமாக

இருந்தது. நனவோடையில் முன்னெப்போதோ பார்த்த முகம் மாதிரி.

“உங்களுக்கு கிளாஸ் இல்லையா?” என்றேன், பொதுவாக.

“இல்லை... இன்னிக்கு லீவு போட்டிருக்கேன். சொல்லுங்க, எப்படியிருக்கீங்க? பார்த்தா அப்படியேதான் இருக்கீங்க. அப்படி ஒண்ணும் மாறலே, இரண்டு வருஷத்திலே.”

நான் அதிகக் குழப்பத்துடன் அவனைத் தொடர்ந்தேன். “நீங்க எங்க இருக்கீங்க இப்ப?” என்றேன், ஜாக்கிரதையாக.

“அங்கேயேதான் இருக்கேன். நீங்கதான் இப்ப முதியோர் கல்வி விஷயமே வேண்டாம்னு வெச்சிட்டீங்க.”

ஓ! புரிந்தது. இவன் காந்திகிராமத்தில் முதியோர் கல்வித் திட்டத்தில் வேலை பார்ப்பவன். இரண்டு வருஷங்களுக்கு முன் அவர்களுடன் வாலண்டியராக வேலை பார்த்தேன். அப்போது இவனை நிறையச் சந்தித்திருக்கிறேன். நல்ல உழைப்பாளி. எப்படி இவனை அடியோடு மறந்தேன் என்று வெட்கமேற்பட்டது.

“அப்புறம்தான் இங்கே வேலை கெடைச்சுட்டது. பாக்கி எதுக்கும் இப்ப நேரம் கிடைக்கிறதில்லே.”

“அது சரி. எல்லாத் தொண்டும் சிறப்பானதுதான்!” என்றான் அவன், தாராளமாக. “உங்கம்மாவுடைய வேலையிலும் உதவறீங்க...”

“முடிஞ்சவரை...”

திடீரென்று நினைவு வந்தவனாய்,

“அம்மாவுக்கு லெட்டர் போட்டிருந்தீங்களா என்ன?” என்றேன்.

அவன் சந்தோஷமாக, “ஒண்ணில்லே, ரெண்டு...” என்றான்.

“ஒரு லெட்டரைப் பத்திதான் சொன்னாங்க.”

“என்ன சொன்னாங்க?” என்றான் ஆர்வத்துடன்.

"காலேஜுக்குக் கிளம்பற சமயத்திலே கூப்பிட்டு நடராஜன் யாருன்னு கேட்டாங்க. எனக்கு நினைவு வரலே, சாயங்காலம் பேசலாம்னு வந்துட்டேன்."

"அவங்க வேற ஒண்ணும் சொல்லலியா?"

"இல்லை. என்ன எழுதியிருந்தீங்க?"

அவன் உடனடியாகப் பதில் சொல்லாமல், "நிழல்லே இருக்கிற இந்த சேர்லே உக்காருங்க. நான் போய் காப்பி வாங்கிட்டு வர்றேன்" என்றான்.

இவனது பேச்சும், செய்கையும் வினோதமாக இருந்தது. நிர்வாகியாக இருந்துதான் எனக்குப் பழக்கம். இப்போது இவன் என்னை நிர்வகிக்கிற மாதிரியான எண்ணம் ஏற்பட்டது.

"காப்பி அத்தனை சூடா இல்லை!" என்றான் - தானே போட்டுக்கொண்டு வந்த காப்பிக்கு மன்னிப்புக் கேட்பது போல்.

"இட் இஸ் ஓகே..." என்றேன். ஏழெட்டு மாணவ மாணவிகள் அங்கங்கே அமர்ந்து டிபனோ, காப்பியோ சாப்பிட்டுக் கொண்டிருந்தார்கள்.

"என்ன எழுதியிருக்கீங்க?"

அவன் சிரித்தான்.

"பொறுமையா இருங்க. சாயங்காலம் தன்னால் தெரியப்போகுது. உண்மையிலே உங்களுக்கு விஷயம் தெரிஞ்சிருக்கும்னு நினைச்சுதான் உங்களைப் பார்க்க வந்தேன்."

"என்ன விஷயம்?"

"திடும்னு சொல்லும்படியானது இல்லே. நிதானமா கடிதத்தைப் படிங்க, உங்க எண்ணத்தை நிதானமாச் சொன்னா போதும். இப்ப அதைப் பத்திப் பேச வேண்டாம்."

"ஐ கிவ் அப்" என்றேன் புன்னகையுடன், "நீங்க பிடிகொடுத்தே பேசலேன்னா நான் என்ன செய்ய முடியும்?"

நான் பேசியது காதில் விழாதவனாய் அவன் தீவிரமாய் காப்பி அருந்தினான்.

"அதெப்படி புசுக்குனு வேலைக்குச் சேர்ந்துட்டீங்க? உங்கம்மாவுடைய வேலையைத்தான் நீங்க கவனிப்பீங்கன்னு நினைச்சேன்."

"அதைக் கவனிக்க நிறையப் பேர் இருக்காங்க. என்னை விடக் கெட்டிக்காரங்க."

"கெட்டிக்காரத்தனம் மட்டும் போதாது. அது ஒரு வேள்வி, நம்பிக்கையோடு செய்யணும்."

நான் பதில் சொல்லாமல் சுற்றுப்புறத்தைப் பார்த்தேன். இத்தகைய பேச்சு எனக்கு எப்பவும் அலுப்பைத் தருவது. அதுவும் இதைப் பற்றிப் பேச இவன் என்ன அண்ணாவி என்று எரிச்சல் வந்தது. நான் நம்பிக்கையோடு செய்வேன் என்று எப்படி நினைக்கிறான்?

இங்கிலீஷ் டிபார்ட்மெண்ட் ஹெட் சிவராமன் என்னைப் பார்த்து, 'ஹலோ' என்று புன்னகைத்தபடி சற்று தொலைவில் இருந்த நாற்காலியில் அமர்ந்தார். எனக்கு முதுகைக் காட்டியபடி, அவர் அருகில் உட்கார்ந்தவள் இகானமிக்ஸ் டிபார்ட்மெண்டில் புதிதாகச் சேர்ந்திருக்கும் ராதா என்று நான் உணர்ந்து கொண்டேன். இவர்கள் இருவரும் இப்போது ஜோடியாகத் தென்படுவதாக மீனாட்சி கிசுகிசுத்திருந்தாள். சிவராமன் திருமணமானவர். இரண்டு குழந்தைகள்கூட உண்டு.

சமீபகாலமாக யூனிவர்ஸிடியில் நிறைய மாறுதல்கள் வந்து விட்டிருப்பதை நான் கவனிக்கிறேன். முன்பு ஆண்கள் பெண்கள் ஒரே டிபார்ட்மெண்டில் இருந்தாலும், ஒதுங்கியே இருப்பார்கள்.

இப்போது வேறு வேறு டிபார்ட்மெண்டில் இருப்பவர்களிடையேயும் நெருக்கம் ஏற்படுகிறது. ரிஸர்ச் மாணவிகளுக்கும், அவர்களுடைய கைடுகளுக்கும் அநேகமாக நெருக்கமான தொடர்பு இருப்பது எனக்குத் தெரியும்.

மாணவிகளின் நிலை பரிதாபமானது. கைடுகளின் ஆதரவு இல்லாமல் பட்டம் வாங்க முடியாது. இருவருக்குமிடையே இயல்பான ஆகர்ஷணம் ஏற்படுவது உண்டு என்றாலும், அநேக சமயங்களில் நிர்பந்தத்திற்குள்ளாவது பொதுவாக அங்கீகரிக்கப்பட்ட நடைமுறை வழக்கு.

ஆய்வு முடிந்த பிறகு சமர்த்துப்பெண்கள் ஊர் திரும்பி, பெற்றோர்கள் பார்த்து வைக்கும் பையனைக் கல்யாணம் செய்துகொள்வார்கள். எல்லா உறவுகளுமே எதேச்சையானவை. அந்தத் தருணத்து நிஜத்தை ஊர்ஜிதப்படுத்துபவை.

"இன்னொரு கப் காப்பி சூடா கொண்டு வரவா?" என்றான் நடராஜன்.

"வேண்டாம்" என்றேன் அவசரமாக. அடுத்த கிளாஸுக்குத் தயாராகணும். இங்கிருந்து நடக்கவே பதினைஞ்சு நிமிடமாகும்.

"திடீர்னு என் நினைவு உங்களுக்கு எப்படி வந்தது?"

"திடீர்னா?" என்றான் அவன், ஆவேசத்துடன் "நல்ல கூத்து போங்க... சொன்னா நீங்க நம்பமாட்டீங்க. அடிக்கடி உங்களை நினைச்சிருக்கிறேன்."

"எதுக்கு?" என்று நான் வியப்பைக் காட்டிச் சிரித்தேன்.

"நா செய்யற வேலைக்கு உங்களைப்போல ஒருத்தர் கூட்டாளியா இருந்தா எத்தனை சிறப்பா இருக்கும்னு யோசனை செய்யறேன்."

"என்னைப்போல எத்தனையோ பெண்கள் வேலையில்லாம திண்டாடறவங்க இருக்காங்க. யாரையாவது ஸஜஸ்ட் செய்யறேன். நாதான் இங்க வேலை பார்க்கறேனில்லே? எனக்குப் பிடிச்ச வேலை அது; சமூக சேவைதான் என் உயிர் மூச்சுன்னெல்லாம் சொல்லிக்க நா ஆசைப்படலே!" என்று சிரித்தேன்.

அவன் ஆச்சரியத்துடன் என்னைப் பார்த்தான்.

"உங்கம்மா வளர்த்த பெண்ணா நீங்க இல்லே..."

நான் பதில் சொல்லாமல் நடந்தேன்.

“எனக்கு கிளாசுக்குப் போகணும் நடராஜன்.”

“சரி, நா கிளம்பறேன், மறுபடி சந்திக்கலாம்.”

நான் சரி என்கிற பாவனையில், ஏன் தலையசைக்கிறேன் என்று புரியாமல் அசைந்து வகுப்புக்கு நடந்தேன்.

‘நா செய்யற வேலைக்கு உங்களைப்போல ஒருத்தர்...’

இவன் என்ன வேலை செய்கிறான் என்று கேட்காதது முட்டாள்தனம். முதியோர் கல்விப் பணியைத் தவிர வேறு என்ன செய்கிறான் என்று அவன் சொல்லவில்லை. கடிதத்தில் எழுதியிருக்கும் விவரத்தைப் பற்றி இந்த முட்டாள் ஏன் என்னிடம் சொல்லவில்லை என்பது விசித்திரமாக இருந்தது. வகுப்புக்குச் சென்ற கையுடன் அவனை மறந்தும் போனேன்.

வீட்டிற்குத் திரும்பும் நேரத்தில் மீண்டும் அவனுடைய நினைவு வந்தது. அம்மாவிடம், அவனுடைய கடிதத்தைப் பற்றி முதல் காரியமாகக் கேட்க வேண்டும் என்று நினைத்துக்கொண்டேன். வெயிலில் வந்த களைப்புத் தீர முகம் கழுவி, சமையலறைக்குச் சென்று, “பவானி, காப்பி கிடைக்குமா?” என்றேன்.

“காப்பியோட பணியாரமும் கிடைக்கும், ஸ்வீட்டும் கிடைக்கும்.”

“ஸ்வீட்டா, என்ன விசேஷம்?”

“விசேஷம்தான். சாரதாவைப் போய்க் கேளுங்க.”

அவள் கொடுத்த பலகாரத்தை சுவைத்தபடி, “உனக்குப் பிறந்தநாளா?” என்றேன், கிண்டலாக. இது பரஸ்பரம் நாங்கள் பரிமாறிக்கொள்ளும் ஹாஸ்யம்.

“ஆமாம், பிறந்தநாளைக் கண்டாங்க!”

“பின்னே சாரதாவுக்குக் கல்யாணமா?”

“கல்யாணமும் கார்த்திகையும் வந்தா இந்த ஸ்வீட்டோடு நிறுத்துவேனாக்கா?”

"என்ன செய்வே?"

"ஜமாய்ச்சுட மாட்டேனா? உங்களுக்குக் கல்யாணம்னு சேதி வரட்டும், என்ன செய்யறேன் பாருங்க!"

"வேண்டாம் பவானி, எனக்குப் பயமாயிருக்கு."

"ஏன்க்கா?"

"எனக்குக் கல்யாணம் ஆனாத்தானே?"

"ஏன்க்கா, உங்களுக்குன்னு ஒருத்தன் பிறக்காமயா இருப்பான்?"

அந்தக் கேள்வியே பலவீனமாய் ஒலிப்பதை நான் கவனிக்காதவள்போல் சாரதாவைத் தேடிக்கொண்டு சென்றேன்.

"வந்துட்டீங்களாக்கா?" என்றாள் சாரதா, வழக்கமான உற்சாகத்துடன்.

"என்ன விசேஷம் இன்னிக்கு சாரதா? பவானி ஸ்வீட் செய்திருக்கா?"

"அம்மா செய்யச் சொன்னாங்க" என்று சாரதா புன்னகைத்தாள்.

"என்ன விஷயம்?" என்று நான் பரபரத்தேன்.

"இன்னிக்கு ஒரு கொலையைத் தடுத்திருக்கோம்."

குப்பென்று என் காது மடல்கள் சூடேறின. உணர்ச்சிவசப்பட்டு மார்பு வேகமாக அடித்துக்கொண்டது.

"குழந்தை இங்க இருக்கா?" என்றேன் ரகசியம் பேசுவதுபோல.

"ஆமாம்" என்று சாரதா மண்டையை ஆட்டினாள். "அம்மா தன்னுடைய ரூமிலேயே வெச்சுக்கிட்டிருக்காங்க."

நான் விரைந்தேன். தொட்டில் அருகில் குனிந்தபடி நின்றிருந்த அம்மா அரவம் கேட்டு நிமிர்ந்தார். என்னைக் கண்டதும் மென்மையாகப் புன்னகைத்தார்.

"பார், எத்தனை அழகாயிருக்கிறாள்!" என்றார், தொட்டிலைப் பார்த்து.

புதிய ஈரமண் நிறத்தில் சின்னஞ் சிறு சிசு. அன்றுதான் பிறந்திருக்க வேண்டும். பலவித உணர்வுகள் எனது நாபியிலிருந்து எழுந்து நெஞ்சை அடைத்தன. பல ஜென்மத்து ஞாபகங்கள் சிந்தனையைத் தாக்கிச் செயலிழக்க வைப்பதை என்னால் உணர முடிந்தது.

“எப்படி வந்தது இது?”

“இன்னிக்குக் காலையிலே கருமாத்தூர் ஆஸ்பத்திரியிலே பிரசவமாயிருக்கு. ஏற்கெனவே இரண்டு பெண் குழந்தைங்க. அம்மாக்காரி அழுதிருக்கா. இதையும் தூக்கிக்கிட்டுப் போனா புருஷன் உள்ளே சேர்க்கமாட்டான்னு, அவ அம்மா குழந்தையைத் தீர்த்துப்பிடணும்னாளாம். பெத்தவளுக்கு மனசாகாம டாக்டர்கிட்டக் கொடுத்து எங்கேயாவது இதை அனுப்பி வையிங்கன்னாளாம். டாக்டர் இங்க அனுப்பிச்சார். இல்லேன்னா இது இன்னிக்கோ, நாளைக்கோ செத்திருக்கும்.”

ஏதுமறியா அப்பாவியாய்ப் படுத்திருக்கும் அந்த ஈர மண்ணைப் பார்த்தபடி நின்றேன். கண் திறக்காமலே எருக்கம் பாலைக் குடித்துக் கதையை முடித்துக் கொண்டிருக்க வேண்டிய இது - ஏதோ குருட்டு அதிர்ஷ்டத்தில் இங்கு வந்து சேர்ந்திருக்கும் விந்தையை நினைத்து என்னுள் பிரவாகமாய்ச் சொல்லத் தெரியாத, ஏதோ உணர்வு நெஞ்சை அடைத்தது. இல்லாவிட்டால் பத்து நாட்கள் பாலும் நீரும் கிடைக்காமல் வற்ற வற்றக் காய்ந்திருக்கும். கருப்புப் பல்லியாய் அது சாவதற்கு முன் பெற்றவளின் உணர்வுகள் செத்திருக்கும், சத்தியமாய்.

குழந்தை கண்ணை விழித்தது. பளபளவென்று கரு மணிகள் ஒரு இலக்கில்லாமல் கொட்டக்கொட்ட விழித்தன.

“அழகாயில்லை?” என்றார் அம்மா.

“நல்ல கருப்பு!” என்றேன்.

“கருப்புதான் அழகு, முட்டாள் பெண்ணே!” என்றார் அம்மா. “இது உன் மண்டையிலே எப்ப ஏறும்?”

நான் சிரித்தேன். "ஏறியிருக்கே" என்றேன். "என் மண்டை முழுக்க அந்த எண்ணம்தான்... எனக்கு ரொம்ப அகம்பாவம்னு எல்லாரும் சொல்ற அளவுக்கு!"

அம்மா என்னை யோசனையுடன் சிறிது நேரம் பார்த்தார்.

பிறகு குழந்தையைச் சோகமாகப் பார்த்தார்.

"குழந்தையை மீட்க முடிஞ்சது உங்களுக்குச் சந்தோசம் தானே, அம்மா?"

"உம்..." என்றார் அம்மா, யோசனையுடன். பிறகு மெல்ல நடந்து ஜன்னலைப் பார்த்த நாற்காலியில் அமர்ந்து ஒரு சிகரெட்டைப் பற்ற வைத்துக் கொண்டார். புகை வளையத்தை மேலே ஊதியபடி.

"எனக்குச் சந்தோஷமாயில்லே, மஞ்சு..." என்றார். "நான் இதை அழைத்து வந்ததாலே உலகம் மாறிடப்போவதில்லே. இந்தக் குழந்தைக்குக்கூட நாளைக்கு உசிரோட மதிப்புத் தெரியாம போகும். என்னை ஏன் பிழைக்க வைச்சீங்கன்னு கேட்கும். நா செய்யற வேலையெல்லாம் சரிதானான்னு எனக்குச் சந்தேகம் வருது மஞ்சு."

அம்மாவின் தனிமை என்னை உலுக்கிற்று. மீண்டும் குற்ற உணர்வு என்னை ஆட்கொண்டது.

***

4

மஞ்சுவுக்குச் சில ஹைதர் காலத்து ஞாபகங்கள் எல்லாம் உண்டு. பிந்தைய ஜென்மத்து நினைவுகள் தனக்கு இருப்பதாக அவளுக்கு நினைப்பு. கர்ப்ப வாசத்தைக்கூடக் கதைபோலச் சொல்லுவாள்.

“எனக்கு எல்லாம் தெரியறது - கண்ணுக்கு முன்னாலே சுருள்படம் போல!” என்பாள். அதில் நிஜம் பாதிக்கும் குறைவு. அதுவும் மற்றவர் சொல்லக் கேட்ட விஷயம். முக்காலும் அவளது கற்பனை என்று என்னுடைய எண்ணம்.

அந்தச் ‘சுருள் படத்தைத் திருப்பித் திருப்பி ரீவைண்ட் செய்தும், ஃபாஸ்ட் ஃபார்வர்ட் செய்தும் பார்ப்பது அவளுக்கு ஒரு விளையாட்டு. “சஞ்சயன் உட்கார்ந்த இடத்திலேர்ந்து மகாபாரத யுத்தத்தைப் பார்த்தான் என்கிறதை நான் நம்பறேன்” என்பாள் ஆவேசத்துடன். ‘இவ ஒரு கிறுக்கு!’ என்கிற பார்வைகளை லட்சியம் செய்யாமல், “ஏன்னா, இது சாத்தியம். எனக்கே சாத்தியம்னா...”

“நீ காணறது கனா, சஞ்சயன் கண்டது சத்தியம்!” என்று நான் சிரித்தால், “கனவுக்கும் நனவுக்கும் ஒரு எழுத்துதான் வித்தியாசம்” என்று பதிலுக்குச் சிரிப்பாள்.

நான் அம்மாவின் காலடியில் அமர்ந்து, அம்மாவை எப்படிச் சமாதானப்படுத்துவது அல்லது தேற்றுவது என்று

தீவிர யோசனையில் இருக்கும்போது மஞ்சு கிளம்பிவிட்டாள், சுருள்படம் பார்க்க.

பவுன்தாயியின் கர்ப்பத்தில் இருக்கும் மஞ்சுவுக்கு வெளியில் நடப்பது எல்லாம் தெரிகிறது. பவுன்தாயியின் கண்களிலிருந்து நீர் வழிவது அடுப்புப் புகையினால் மட்டும் இல்லை. சற்று எட்ட அமர்ந்து புகையிலையைக் குதப்பிக் கொண்டிருக்கிறான் சின்னப்பன்.

“இதப் பாரு புள்ளே, மறுபடி தெளிவாச் சொல்றேன்... நாளைக்குக் கருக்கல்லே உன் ஆத்தா வீட்டுக்குக் கொண்டு விடுவேன் பிரசவத்துக்கு, மறுபடி ஒரு பொட்டைப் புள்ளையோட வந்து நின்னே... உனக்கு இந்த வீட்டிலே இடம் கிடையாது! ஆத்தா வீட்டிலேயே இருந்துக்கிட வேண்டியது தான்!”

பவுன்தாயியின் கண்களில் நீர் வழிகிறது. “எங்கையிலேயா இருக்கு - பொட்டைப்புள்ளை பிறக்கறதும், ஆம்பளைப்புள்ளை பிறக்கறதும்?”

“கையிலே இருக்கோ, கால்லே இருக்கோ... பொட்டைப்புள்ளையோடு இங்க நுழையப்படாது. ஆம்பிள்ளையைப் பெத்துக்க! அதிர்ஷ்டம் இல்லேன்னாலும் யோசனை வேணும். சமத்து வேணும்... முதல் ரெண்டும் பொட்டைப் புள்ளைங்க, வெட்கமில்லாம சுமந்துக்கிட்டு வந்தே. அதுங்களுக்கு செய்முறை செஞ்சு அடுத்த ஜென்மத்துக்கும் கடனாளியா நிக்கப்போறோம். பவுன்தாயியின்னு பேருதான் உனக்கு. கணிசமா பத்துப் பவுன் தேறாது உம் உடம்பிலே. உன் அப்பனை நா எதுவும் கேட்கலே, நமக்கு வரப்போற மருமவன் கேக்காம இருப்பானா? பத்துப் பவுன் கேட்பான். எங்கே போக?”

பவுன்தாயி பதில் சொல்லாமல் அமர்ந்திருக்கிறாள்.

“பெண்ணைப் பெத்ததும் ஊரிலே எல்லாரும் என்ன செய்யறாகளோ அதை நீயும் செய்யி. இங்கே மட்டும் கொண்டுட்டு வராதே.”

பவுன்தாயி மௌனத்தில் ஆழ்ந்துபோகிறாள். ஏதும் விளங்காத அந்தகாரத்தில் மஞ்சு வளைய வளைய வருகிறாள். ஆத்தா வீட்டில் பிரசவத்திற்கு வந்து காத்து நிற்கும் நாட்களில் ஆண் பிள்ளை பிறக்கட்டும் என்று பவுன்தாயியிக்கு வயதான பெண்களின் ஆசிகள் நிறைய! அதைத் தவிர, அல்லும் பகலும் அனவரதமும் பவுன்தாயியின் வேண்டுதல். “ஆத்தா, ஆண் கொழந்தை பிறக்கணும்!” மஞ்சுவுக்குத் தினத்துக்குத் தினம் வெளியே வரவேண்டும் என்று உயிர் துடிப்பாய்த் துடிக்கிறது.

கடைசியில் ஒரு நாள் பொறுமையில்லாமல் விடிவதற்கு முன் கர்ப்ப வாசலைப் பிளந்துகொண்டு, ‘ங்கா’ என்று அலறியபடி வெளியேறி விழுந்தபோது யாரும் ஆனந்தக் கூத்தாடவில்லை.

“அடீயே துப்புக்கெட்டவளே, பொட்டப்புள்ளை தாண்டி!” என்று ஆத்தா புலம்புகிறாள்.

பவுன்தாயி உடைந்துபோனவளாய்த் தேம்பித் தேம்பி அழுகிறாள் - வாழ்வே இருண்டு போனதுபோல!

“அழாதேடி... பச்சை உடம்பு. நீ அதிர்ஷ்டம் கெட்டவ. என்ன செய்ய முடியும்? எங்கிட்ட விடு. நான் பார்த்துக்கறேன்.”

ஆத்தா சுறுசுறுப்பாய்க் கொல்லைப் பக்கத்திற்குச் சென்று எருக்கம்பாலைச் சங்கில் எடுத்து வருகிறாள். க்ஷீணித்துப்போய்ப் படுத்துக்கிடக்கும் பவுன்தாயி விருக்கென்று எழுந்திருக்கிறாள். மஞ்சுவைக் கைக்குள் வைத்து அணைத்து, “வேண்டாம், முடியாது! வேணாம்... ஆத்தா வேணாம்” என்று அலறுகிறாள்.

“சும்மா கிடடி! ஊரைக் கூட்டாத!” என்று ஆத்தா அதட்டுகிறாள். “இதைத் தூக்கிக்கிட்டு உம் புருஷன்கிட்ட தைரியமா போயிருவியா? படியேற விடமாட்டாண்டி. அப்புறம் இங்க திரும்பி வந்தேன்னா எந்த அண்ணன் உன்னை வெச்சுக் காப்பாத்தப் போறான்? நானே நாதியத்தவ, என்ன செய்வேன்?”

“என்ன வேணும்னாலும் ஆகட்டும், கொன்னுடாதே ஆத்தா!”

ஆத்தா சங்கை எரிந்துவிட்டு அவளுடன் சேர்ந்து அழுகிறாள். "அடி புத்தி கெட்டவளே... உன்னை என்னடி செய்வேன்...?" மஞ்சுவுக்கும் அழுகை பொத்துக்கொள்கிறது. கையையும், காலையும் உதைத்து அழுகிறாள்.

"இப்படி ஒரு கரிவிஷ்டை எப்படிப் பொறந்தது?" என்று ஆத்தாளுக்கு அதிக ஆத்திரம் வருகிறது. ஆத்தாளுடைய பிரார்த்தனை வீண்போகவில்லை. பவுன்தாயிக்குக் காய்ச்சலான காய்ச்சல். பால் வற்றிப்போகிறது.

மஞ்சு பசியில் கத்தும்போதெல்லாம், "இது பொட்டையாவும் பொறந்து, உன்னையும் பலிவாங்கிடும் போலிருக்கு. வயிறு காஞ்சே சாகட்டும்!" என்று ஆத்தா திட்டிக்கொண்டேயிருக்கிறாள். மஞ்சு பாலுக்குக் கத்திக் கத்தித் துவண்டுபோகிறாள். சுகாதார இலாகாவிலிருந்து வெள்ளைச் சேலையணிந்த வெளுத்த அம்மாள் ஒருத்தி பவுன்தாயியைப் பார்க்க வருகிறாள். ஆத்தா வயற்காட்டுக்கு அந்தச்சமயம் போயிருந்தது, மஞ்சு செய்த அதிர்ஷ்டம். பசி மயக்கத்தில் துவண்டிருக்கும் அந்தச் சிறிய ஜந்துவை அந்த வெள்ளைப் புடவை கருணையுடன் தூக்கிக்கொள்கிறது. சர்க்கரை கலந்த நீரைச் சொட்டுச் சொட்டாக வாயில் விடுகிறது. பவுன்தாயி பித்துப்பிடித்தது போல அதனுடைய கால்களைப் பற்றிக்கொள்கிறாள்.

"அம்மா, உங்களுக்குப் புண்ணியமாப் போகும், அம்மா! இந்தக் கொளந்தையை நீங்க தூக்கிட்டுப் போங்க. எங்கேயாவது அது பொளச்சுக்கட்டும். எங்க ஆத்தா கொன்னுடுவாம்மா!"

அம்மாவின் நீலக் கண்களில் நீர் நிரம்புகிறது. கறுப்புப் பல்லியைப்போல நெளியும் மஞ்சுவைத் தலைப்பில் சுற்றிக்கொண்டு வாசலில் நின்றிருக்கும் வண்டியில் ஏறியதும், வண்டி ஒரு ஆக்ரோஷத்துடன் புழுதியைக் கிளப்பி அதில் மறைந்து போகிறது.

'இத்தனை எதிர்ப்பையும் மீறி, உசிர் பிழைக்கணும்னு வீம்பு பிடிச்சேனே, அதுக்கு என்ன சொல்றே?' என்று மஞ்சு அடிக்கடி பெருமைப்பட்டுக் கொள்கிறாள்.

‘இது என்ன, அப்படிப் பெருமைப்பட்டுக்கொள்ள வேண்டிய விஷயமா?’ என்று எனக்குப் புரியவில்லை. நிராகரிப்பு என்பது மிக விபரீதமான விஷயம். பிறந்து கண் திறப்பதற்கு முன்பே வெறுக்கப்படுவது ஆன்மாவில் விழும் செமையான அடி. அது ஏற்படுத்தும் மனம் நிரந்தரமானது! அந்த தானம் உள்ளவரை அதரங்களில் சட்டென்று சிரிப்பு வெடிக்காது. பாட்டுப் பிறக்காது. ‘சட்டுனு சிரிக்க மாட்டா இவ. ரொம்ப அழுத்தம்!’ என்பார்கள் தோழிகள்.

நிராகரிக்கப்பட்ட ஒரு பிறவியின் அழுத்தங்கள் எப்படிப்பட்டவை என்று அவர்களுக்குத் தெரியாது. அம்மாவுக்குக் கூடத் தெரியாது என்று என் எண்ணம். இந்த உயிர் யாரோ இட்ட பிச்சை என்கிற நினைப்பு பல ஜென்மங்களுக்கு உள்ளத்தில் கூனல் விழச் செய்யும் என்று புரியாது.

‘யாராலையும் யாரும் பிழைச்சிட முடியாது’ என்பார் அம்மா அடக்கத்துடன். “நீ பிழைக்கணும்னு விதிச்சிருந்தா நீ எப்படியும் பிழைப்பே. ஒண்ணு தெரிஞ்சுக்க. உனக்காக நீ பிழைக்கலே. யாருக்கோ உன் உதவி தேவை. அதனாலேதான் பிழைச்சிருக்கே.”

இந்தப் பேச்செல்லாம் எனக்கு அலுப்பு தட்டுகிறது. நீ ஒரு சேவகியாக இருக்கவே உயிருடன் இருக்கிறாய் என்கிற லேபிள் ஒட்ட வைத்த மாதிரி. நான் அந்த மாதிரித் தியாகமெல்லாம் செய்யத் தயாராயில்லை. தெய்வாதீனமாகப் பிழைத்தேனா? அது நான் வாழ்வதற்காக... வாழ்வின் ரசங்களை அனுபவிக்க... சட்டென்று சிரிப்பில் வெடிக்காமல், வாய் விட்டுக் கூச்சமில்லாமல் பாடத் தைரியமில்லாமல், துள்ளிக் குதிக்கும் பருவத்தில் பாரம் தூக்கியைப்போல ஒதுங்கி நின்றிருந்தாலும், எனக்கு ஆசைகள் உண்டு. அவற்றுக்கு இறக்கை முளைக்கும். கற்பனையில் மிதந்து அண்டம் அதிரச் சிரிக்கும். அதன் சங்கீதத்தில் சராசரங்கள் சிலிர்த்து நிற்கும்; உலகம் முழுவதும் மனோரதத்தில் சுற்றிக்கொண்டிருக்கும். சேவை என்கிற பெயரில் நிச்சயம் இந்த ஊரில் கட்டுப்பட்டு என்னால் இருக்க முடியாது.

திடீரென்று நடராஜனின் வார்த்தைகள் நினைவுக்கு வந்தன.

'உங்க அம்மா வளர்த்த பெண்ணா இல்லே...'

நான் எதுக்கு அம்மா மாதிரி இருக்கணும்? இந்தப் போக்கு நடராஜனுக்கு ஏமாற்றமளித்த மாதிரியே அம்மாவுக்கும் ஏற்படலாம். 'நீங்கதான் அம்மாவுக்குச் சரியான வாரிசு' என்று என் உடன்பிறவா தங்கைமார்கள் சொல்வதே அம்மாவின் எண்ணமாகவும் இருந்தால்...

அம்மாவிற்கு என்னைப் பற்றின எதிர்பார்ப்புகள் என்ன என்று எனக்குத் தெரியாது. தெரிந்துகொள்ளும் விருப்பம் எனக்கு இல்லை. என் ஆசைகளின் எல்லைகளுக்கு அவை புறம்பானவையாக இருக்கும் என்பதில் எனக்குச் சந்தேகமில்லை. அந்த சக்ர வியூகத்தில் மாட்டிக்கொண்டேனானால் நானும் ஒரு நாள் இப்படிப் புகை வளையங்களைப் பார்த்துச் சொல்வேன்! 'நான் செய்யற வேலையெல்லாம் சரிதானான்னு எனக்குச் சந்தேகம் வருது.'

நான் அம்மாவைச் சமாதானப்படுத்தும் எண்ணத்தில் அவரது தொடையில் முகத்தைப் புதைத்துக்கொண்டேன். 'அவங்களுக்கு என்ன தலையிலெழுத்து சொல்லு?' என்ற மீனாட்சியின் கேள்வி எனக்குள்ளும் அடிக்கடி எழுந்தாலும், நான் மெல்லச் சொன்னேன்.

"நீங்க எந்த வேலை செஞ்சாலும் அது சரியாத்தான் இருக்கும். நல்ல நோக்கத்துக்கு நல்ல விளைவுகள் இருக்கும்னு நீங்களேதான் சொல்லுவீங்க."

"ஐ ஆம் நாட் ஸோ ஷ்யூர்."

அம்மாவின் குரலிலிருந்த விரக்தியைக் கண்டு திகைப்பாக இருந்தது.

"ஏம்மா, உங்களுக்கு என்ன ஆச்சு இன்னிக்கு?"

"என்னவோ... எனக்குச் சொல்லத் தெரியலே..." என்றார் அம்மா விரக்தியுடன். "இந்தக் குழந்தையைப் பார்த்ததிலேர்ந்து

மனசு ரொம்ப சங்கடப்படுகிறது. எதிலேயோ நான் தோற்றுப்போன மாதிரி இருக்கு. இருபத்தி அஞ்சு வருஷம் முந்தி இப்படிப்பட்ட ஒரு குழந்தையை மீட்டப்போ ரொம்பப் பெரிய சாதனைபோல சந்தோஷமா இருந்தது. இந்த இடைக்காலத்திலே எத்தனையோ மாறுதல் வந்திருக்கணும். வரல்லே. ஏன்? நிலைமை இன்னும் மோசமாயிருக்குன்னு பராபரியா காதிலே விழற சேதிகள்லேருந்து தெரியாது. என்னால் ஒரு சின்ன தொகுதியைக்கூட மாற்ற முடியலே."

"மாறுதல் எல்லாம் நிதானமாத்தான் வரும்" என்றேன், ஒரு சமாதானத்திற்கு. "தனி ஆளா நீங்க எத்தனை செய்ய முடியும்?"

"அதைத்தான் எழுதியிருக்கான், அந்த நடராஜன்."

நான் உலுக்கப்பட்டவள் போல நிமிர்ந்து உட்கார்ந்தேன்.

"ஆ... சொல்லுங்க, என்ன எழுதியிருக்கான்?" என்றேன் ஆவலுடன். "அவனைப் பத்தி மறந்தே போயிருந்தேன். அவனோடு நான் முன்னே முதியோர் கல்வித் திட்டத்திலே வேலை பார்த்திருக்கேன். இன்னிக்கு என்னைப் பார்க்க யூனிவர்ஸிட்டிக்கே வந்திருந்தான்."

"என்ன சொன்னான்?"

"அவன் ஒரு சரியான கிறுக்கன் போல் இருக்கு" என்று நான் சிரித்தேன். "என்ன எழுதியிருக்கான்னு கடைசி வரைக்கும் சொல்லலே. நிதானமா யோசிக்க வேண்டிய விஷயம், போய் லெட்டரைப் பத்தி உங்கம்மாவையே கேளுங்கறான். சரிதான் போயான்னு விட்டுட்டேன்."

"உனக்கு அவனைப் பழக்கமில்லையா?"

"இரண்டு மூணு வருஷத்துக்கு முந்தி பழக்கம். நெருக்கமான பழக்கம் இல்லே. என்ன எழுதியிருக்கான்?"

"உன்னைக் கல்யாணம் செய்துக்க ஆசைப்படறானாம்."

எனக்குத் தூக்கிவாரிப் போட்டது. அந்தச் செய்தியின் அபத்தத்தை நினைத்துக் கடகடவென்று சிரிப்பு வந்தது.

“அவனா?” என்று மறுபடி சிரித்தேன். “அப்ப நான் நினைச்சது சரிதான். சுத்தக் கிறுக்கன்.”

எனக்கு நினைத்து நினைத்துச் சிரிப்பு வந்தது.

“இதுக்கு என்ன சிரிப்பு?” என்றார் அம்மா, என்னை வினோதமாகப் பார்த்து. “ஒருத்தன் உன்னைக் கல்யாணம் செய்துக்க ஆசைப்படக் கூடாதா?”

“ஓ... படலாமே!” என்று நான் புன்னகைத்தேன். “ஆசைப்படறவன் மாதிரி எனக்குத் தெரியலே, அவனைப் பார்த்தா. திடீர்னு தோணின பிஸினஸ் டீல் மாதிரி இருக்கு, எங்கிட்ட எதேச்சையா சொல்றவன் போல ‘என்னுடைய வேலைக்கு உன்னைப்போல ஒரு கூட்டாளி இருந்தா நல்லா இருக்கும்’னான்.”

நான் அதை நினைத்து மீண்டும் பகபகவென்று சிரித்தேன்.

“நான் அவனுக்கு மேல கிறுக்கு. நிறையப் பெண்கள் வேலையில்லாம திண்டாடறாங்க. சமூக சேவை செய்ய வருவாங்க, சம்பளம் கிடைச்சான்னேன்.”

அம்மாவின் அதரங்களில் புன்னகை நெளிந்தது.

“லெட்டரும் பிசினஸ் டீல் போலத்தான் இருக்கு. அவனுக்கு நல்ல நிர்வாகத் திறமை இருக்காம். உங்களுக்கப்புறம் உங்க ‘ஹோமை’க் கவனிக்க மஞ்சுவுக்குப் பக்க பலமா இருப்பேன்னு எழுதியிருக்கான்.”

எனக்குச் சடக்கென்று மகா ஆத்திரம் வந்தது.

“அடி சக்கை! அத்தனை தூரத்துக்குப் போயாச்சா?” என்று படபடத்தேன். அவனுடன் எனக்குச் சினேகிதம் இருக்கலாம் என்கிற சந்தேகம் அம்மாவுக்கு ஏற்படாமல் இருந்திருக்காது. அவனுடைய இந்த வாக்கியம் அம்மாவுக்கு என்னைப் பற்றி

மகாக் கேவலமான எண்ணத்தை உண்டாக்கி இருக்கும் என்று எனக்குக் கூசிற்று. அம்மாவின் வாரிசு நான்தான் என்ற நினைப்பினால்தான் என்னைக் கல்யாணம் செய்துகொள்ள வேண்டும் என்ற எண்ணம் அவனுக்கு உதித்திருக்க வேண்டும்.

“ராஸ்கல்! ரோக்!” என்று நான் பல்லைக் கடித்தேன்.

“உனக்கு ஏன் இப்படிக் கோபம் வருது?” என்றார், அம்மா லேசான எரிச்சலுடன். “ஏற்கெனவே சமூக சேவையிலே நாட்டமுள்ளவன், தன்னாலே நமக்கு உதவ முடியும் என்கிறதைத் தெரிவிச்சிருக்கான்.”

“என்னைக் கல்யாணம் செய்துப்பானேன், அதுக்கு? ஒரு காரணமாகத்தானே அந்த யோசனை?” என்று நான் படபடத்தேன்.

“அதனால் என்ன தப்பு? தனக்கு ஏத்த ஜோடி நீன்னு அவனுடைய எண்ணமா இருக்கும்.”

“நான் நம்பலே அதை!” என்றேன் நான், தீவிரமாக. “அவன் எதிர்பார்க்கிற ஜோடியா நான் இருக்கமாட்டேன்.”

“எனக்குப் புரியலே...” என்றார் அம்மா, என்னைக் கூர்மையாகப் பார்த்து.

“சமூக சேவகி என்கிற பட்டத்திலே எனக்கு ஆசையில்லைன்னு அவங்கிட்டயே சொன்னேன்.”

அம்மா நிமிர்ந்து உட்கார்ந்தார். என்னைச் சில விநாடிகள் யோசனையுடன் பார்த்தார். நான் அதைக் கவனிக்காமல் தொடர்ந்தேன்:

“உங்கம்மா வளர்த்த பொண்ணாட்டம் பேசலே என்றான். சமூக சேவகியா ஆக்கணும் என்கிற எண்ணத்தோட அம்மா என்னை வளர்க்கலேன்னேன்.”

அம்மா பதில் ஏதும் சொல்லவில்லை. என்னைப் பார்க்க விரும்பாதவர் போல் ஜன்னல் பக்கம் பார்வையைத் திருப்பி சிகரெட்டை மறுபடியும் ஒரு இழுப்பு இழுத்துப் புகை

வளையங்களாகச் சாவகாசமாக ஊதினார். பிறகு மெல்லிய குரலில் சொன்னார்: "அவன் ஒரு வேடிக்கையான ஆள்தான். உன்னைக் காதலிக்கறதா அவன் குறிப்பிடவே, உன்னைக் கல்யாணம் செய்ய நினைச்சதுகூட ஒரு சமூகசேவை என்கிற மாதிரி எழுதியிருக்கான். அவளுடைய பின்னணியைப் பற்றி எனக்குக் கவலையில்லை. அவ கறுப்பா இருக்கிறதையும் பொருட்படுத்தலேங்கறான்..."

என்னுள் ஒரு ஜுவாலை மூண்டது.

"அவன் என்ன நிறமாம்? ராஜீவ் காந்தி மாதிரி இருக்கானாமா?" என்றேன், கோபத்துடன். "நான் ஒண்ணும் கல்யாணத்துக்காக ஏங்கலேன்னு அவங்கிட்ட சொல்லுங்க!"

அம்மாவின் முகத்தில் இளக்கம் தெரிந்தது. ஒரு மலர்ச்சிகூட லேசாகப் படர்ந்தது, வெகுநாள் கழித்து!

***

5

உலுக்கப்பட்டாற்போல் காலையில் விழிப்பு ஏற்பட்டது. விருக்கென்று எழுந்திருக்கப் போனவன், ‘ஓ! இன்னிக்கு ஞாயிற்றுக்கிழமை’ என்கிற ஞாபகம் வந்து மீண்டும் தலையணையில் தலையைச் சாய்த்துக் கண்களை மூடினேன். ஆனால் தூக்கம் வராது என்று எனக்குத் தெரியும். ஒருமுறை கலைந்தால் கலைந்ததுதான். இயந்திரமாக ஆகிப்போன பழக்கங்கள் இவை. என் விருப்பத்துக்கு அடங்காதவை. இதிலும் எனக்கும், இங்கிருக்கும் மற்றப் பெண்களுக்கும் நிறைய வேறுபாடு உண்டு. அவர்களுக்கு நினைத்த மாத்திரத்தில் தூக்கம் வரும். லீவு நாள் அன்று சொல்லி வைத்த மாதிரி எட்டு மணிக்கு மேல்தான் அரை மனதோடு விழிப்பு வரும்.

படுக்கையில் இருப்புக்கொள்ளாமல், இனிமேல் எழுந்திருக்க வேண்டியதுதான் என்று நான் கண்களைத் திறந்தேன். ஜன்னலுக்கு வெளியே மாமரத்துக் கிளைகளில் இலைகள் மறைத்தபடி இருந்த வெளிர் மஞ்சள் பூக்கள், சாம்பல் நிறக் காலையில் கம் என்று மணத்தன. நூறாயிரம் பட்சிகள் மரக் கிளைகளில் பதுங்கிக்கொண்டு ஓசை எழுப்பின. நான் எழுந்து குளியலறைக்குச் சென்று பல் விளக்கி, முகம் கழுவி ஈர முகத்தைத் துடைக்காமலே தோட்டத்துக்கு வந்தேன். மாம்பூவின் மணம் நாசியையும், மனத்தையும் நிறைத்தது. கலகலவென்று பேசித்

தள்ளும் பறவைகளை மரத்தின் அடியில் நின்று தேடினேன். ஒன்றுகூடக் கண்ணில் படவில்லை. ஆனால், அவற்றின் சத்தம் காதைத் துளைத்தது. காற்றில் கலந்திருந்த சுகந்தத்தை நாபியிலிருந்து ஆழமாக இழுத்து அண்ணாந்து பார்த்தபடியே நடந்து, யார் மீதோ முட்டிக்கொண்டேன். மண்டை 'ணங்'கென்று இடித்துச் சுரீரென்று வலித்தது. திடுக்கிட்டுத் திரும்பிப் பார்த்தபோது மண்டையைத் தடவியபடி கப்பு நின்றிருந்தாள்.

"நான் கவனிக்கவேயில்லே கப்பு, ஸாரி!" என்று பதட்டத்துடன் சொன்னேன். "அடிபட்டுதா?"

"ஆமாம்" என்றாள் மெல்லிய எரிச்சலுடன், "பார்த்து வரக் கூடாதா?"

"அதான் சொன்னேனே - கவனிக்கலேன்னு. நான் தலையைத் தேய்ச்சு விடட்டுமா?"

"வேண்டாம்!"

அதைக் காதில் வாங்கிக்கொள்ளாமல் அவள் நெற்றியை அழுத்தத் தேய்த்தேன். சின்னக் குழந்தையைப் போல் தலையைக் காட்டி என்மேல் சாய்ந்துகொண்டு நின்றாள். அவளது தலையோ, உடையோ சிக்கு நாற்றம் அடித்தது.

மாமரத்தடியில் இருந்த பெஞ்சின் மேல் கையால் தூசு தட்டி, "இங்கே உக்காரலாம், வா..." என்றேன்.

அவள் என்னைச் சந்தேகப் பார்வை பார்த்தபடி அமர்ந்தாள்.

"சீக்கிரம் எழுந்திடுவியா, தெனமும்?" என்றேன், சினேகிதமாக.

"ஆமாம்" என்றாள் அவள், மிகவும் பொறுப்பான முக பாவத்தோடு, "வீட்டிலே நிறைய வேலை இருக்கே!"

"என்ன வேலை அப்படி?"

"வாசல் தெளிக்கணும். கோலம் போடணும். பாத்திரம் தேய்க்கணும்."

"வேற யாரும் இல்லையா வீட்டிலே?"

"இருக்காங்களே... அண்ணி இருக்கா, அவ ஒண்ணும் செய்யமாட்டா. அண்ணன் அவளை ஒண்ணும் செய்ய விடமாட்டான். தண்டச்சோறு சாப்பிடறவ ஒருத்தி வீட்டிலே இருக்கும்போது அண்ணி எதுக்குச் செய்யறா?"

இந்த அளவுக்குக் கப்புவுக்குப் பேச வருமா என்று எனக்கு ஆச்சரியமாக இருந்தது. அவளது முகத்திலும், வார்த்தையிலும் தெரிந்த வெறுப்பு ஆழமானதாக இருந்தது.

"வீட்டிலே உன்னைப் படிக்க வைக்கலியா?" என்றேன், மிருதுவாக.

"ஊஹூம்!" என்றாள் முகத்தைத் தொங்கப்போட்டு. "கொஞ்ச நாள் பள்ளிக்கூடம் அனுப்பினாங்க, இரண்டு தடவை ஃபிட்ஸ் வந்து ஸ்கூல்லே விழுந்தேன். அதுக்குப் பிறகு நிறுத்திட்டாங்க. பாட்டுப் பிடிக்கும் எனக்கு. பாட்டுக் கிளாசு அடுத்த தெருவிலே இருக்கு. அதுக்குக்கூட அனுப்பறதில்லே. அண்ணி எதுக்கு இவளுக்குப் பாட்டுங்கறா! நானே நோட்டு புக்கை வெச்சுக்கிட்டு சாயங்காலம் சாமிக்கு விளக்கேத்தி வெச்சுப் பாடிக்குவேன் - டி.வி. புரோக்ராம் ஆரம்பிக்கிற வரைக்கும், அதுகூட அண்ணிக்குப் பொறுக்காது. இந்த சோதனையை நிறுத்துன்னு கத்துவா. உனக்குப் பாட்டு வேற குறைச்சல்னு சிரிப்பா!"

கப்புவின் முகம் பயங்கரமாக மாறிற்று. கை விரல்கள் புடைத்து விரைப்புடன் அகன்று எழுந்தன.

"ஒரு நாளைக்கு அவ மென்னியைக் கண்டிப்பாகத் திருகிடுவேன் - இப்படி..." என்றாள், துணி பிழிவதுபோல் பாவனை காட்டி... முகத்தில் ஒரு எக்களிப்பு தெரிந்தது. ஏற்கெனவே காரியம் முடிந்துபோன கற்பனையில்.

நான் மெல்லிய அதிர்ச்சியுடன் வேறு பக்கம் பார்வையைத் திருப்பினேன். இந்தக் காரணத்துக்காகத்தான் இவளுடைய பெற்றோர்கள் இவளை இங்கு கொண்டு விட்டிருக்க வேண்டும்.

இயலாமத்தான் கொண்டு வந்துவிடறோம். பலவிதமான இயலாமைகள். இளமையும், ஆரோக்கியமும், பொருளாதாரமும் இல்லாத நிலையில் மகனை அண்டி இருப்பவர்கள், கப்பு எனும் பாரத்தைச் சுமக்கும் சக்தி அற்றவர்கள். கப்பு சுமக்கும் பாரத்தின் காரணத்தை ஆராயும் தெம்பிருக்காது அவர்களுக்கு. அதைவிடச் சுமைதாங்கிகளைத் தேடிப்போவது எளிமையான காரியம்.

இன்னும் பத்து ஆண்டுகளுக்குப் பிறகு கப்பு எப்படி இருப்பாள் என்ற கற்பனை எனக்கு அதிக உற்சாகம் தரவில்லை. அண்ணியின் மென்னியைத் திருக முடியாமற்போன ஏமாற்றத்தின் படிமானம் வேறு ரூபங்கள் எடுக்கும். ஆனால் இவள் இப்படிப் பாம்பாய் அடங்கிப்போனாலும் போவாள். 'பல்லைப் பிடுங்கி கஷ்கத்தில் வைத்துக்கொள்ளும் சாமர்த்தியம் இந்த இடத்துக்கு உண்டு. இதைப்பற்றி அம்மாவுக்கும் தெரிந்திருக்கும். அதனால்தான் அடிக்கடி சந்தேகப்படுகிறார்.'

'நா செய்யற வேலையெல்லாம் சரிதானான்னு எனக்குச் சந்தேகம் வருது மஞ்சு.'

புதிதாக ஜனித்த கருணையுடன் நான் கப்புவைப் பார்த்தேன்.

"பாடுவியா நீ? ஒரு பாட்டுப் பாடேன்."

கப்புவின் முகத்தில் மின்னல் கீற்றாய் ஒரு பிரகாசம் தென்பட்டது. அடுத்த நிமிஷம் முகம் இருண்டது.

"நோட்டு இல்லையே!" என்று கையை விரித்தாள்.

"நோட்டு இல்லேன்னா பாட வராதா?" என்று நான் பரிகசித்தேன். "ஒரு சின்னப் பாட்டு கூடவா ஞாபகம் இருக்காது?"

கப்பு தீவிரமான யோசனையில் ஆழ்ந்தாள். அவளைப் பார்த்தால் முப்பத்தி ஐந்து வயது இருக்கும் என்று தோன்றிற்று. பத்து வயதுச் சிறுமியின் வியப்பும், சந்தோஷமும், பயமும் இருந்தன. ஆனால் நூற்றுக்கிழவியின் அலுப்பும், சலிப்பும்கூட இருந்தன. நோய் என்ற காரணத்தை வைத்து எல்லாச்

சாளரங்களையும் அடைத்துவிட்டால் விளைவு இதுதான் என்கிற ஆராய்ச்சியில் நான் ஈடுபட்டிருக்கையில் கப்பு பெரிய குரலில்,

"வர வீணாம்ருது பாணி, வனருக லோசன ராணி..."

என்று அடித்துத் தாளம் போட்டபடி பாட ஆரம்பித்தாள். இவளுடைய அண்ணி இவள் பாட்டை நிறுத்தியதன் காரணம் புரிந்து எனக்குச் சிரிப்பு வந்தது. ஆரம்பித்த மாதிரியே கப்பு டக்கென்று பாட்டை நிறுத்தினாள்.

"ஏன் கப்பு, பாட்டு மறந்துபோச்சா?" என்று நான் சிரித்தேன், நிம்மதியுடன். 'இல்லே' என்று தலையை மட்டும் அவள் அசைத்தாள். அவள் பார்வை சென்ற திசையை நான் பார்க்கத் திரும்பியபோது, அம்மா தொலைவில் வருவது தெரிந்தது.

"அம்மாதானே வராங்க, நீ பாட்டுக்குப் பாடேன்!" என்று நான் கப்புவைச் சீண்டினேன். அம்மாவின் ரசனையைச் சோதித்தால் என்ன என்று தோன்றிற்று.

"ஐயோ, நான் மாட்டேன்" என்றாள் கப்பு அரண்டு, "எனக்கு அந்த அம்மாளைக் கண்டா பயம்."

"ஏன் பயப்படணும்? அம்மா ரொம்ப நல்லவங்க."

அதை ஒப்புக்கொள்ளாத பார்வையுடன் கப்பு நின்றாள். அம்மா பக்கத்தில் வந்து விட்டார்.

"குட் மார்னிங்!" என்று எங்கள் இருவரையும் பார்த்துச் சிரித்தார்.

நான், "குட் மார்னிங்!" என்று விட்டு கப்புவைப் பார்த்தேன். கப்பு திருதிருவென்று விழித்தபடி நின்றிருந்தாள்.

"குட் மார்னிங் சொல்லு, கப்பு" என்றேன், மெல்ல.

கப்பு பதிலே சொல்லாமல் விறைத்து நின்றாள்.

"எப்படி இருக்கா?" என்றார் அம்மா, ஆங்கிலத்தில்.

"ஃபைன்!" என்றேன், உற்சாகத்துடன். "இப்ப பாட்டு கூடப் பாடினா."

"குட்!" என்று அம்மா அவளை அளவெடுப்பதுபோல் பார்த்தார். "பாட்டிலே இன்ட்ரெஸ்ட் இருந்தா பாட்டு டீச்சர்கிட்ட அனுப்பு. பிரார்த்தனை க்ரூப்லே சேர்த்துவிடு..."

நான் கப்புவைப் பார்த்துச் சிரித்தபடி, "சேர்த்துரலாம்" என்றேன்.

"ஆ, வந்த விஷயத்தை மறந்து போனேனே..." என்றார் அம்மா. "நேத்து ராத்திரி டில்லியிலேருந்து போன் வந்தது. இரண்டு ஜெர்மன்காரங்க இன்னிக்கு வர்றாங்க. ஒரு வாரம் தங்குவாங்க. அவங்களுக்கு கெஸ்ட் ரூமைத் தயார்ப் பண்ணி வை."

"சரி, சாப்பாடு எப்படி?"

"இந்தியச் சாப்பாடு, காரமில்லாம. வெஜிடேரியன்."

"ஓ.கே."

அம்மா கப்புவின் பக்கமே திரும்பாமல், தன்னுள் மூழ்கிய யோசனையுடன் வீட்டை நோக்கி நடந்தார்.

அம்மா செல்வதையே பார்த்துக்கொண்டிருந்த கப்பு, "உங்கம்மாதானா அது?" என்றாள்.

"ஆமாம், ஏன் கேக்கறே?"

"இத்தனை வெளுப்பானவங்களா?"

"ஏன், இருக்கக் கூடாதா?" என்றேன் நமுட்டுச் சிரிப்புடன். கப்பு என்னைத் தீர்க்கமாகப் பார்த்தாள்.

"அத்தனை வெளுப்பானவங்களுக்கு இத்தனை கறுப்பா ஒரு மக இருக்கமாட்டா."

"இருக்கேனே!" என்று நான் சிரித்தேன். "நானும் பிறக்கும்போது வெளுப்பாகத்தான் இருந்தேன். இப்பவும் வெளுப்புதான். பார்க்கிறவங்களுக்குதான் கறுப்பாத் தெரியறேன்."

“எப்படி?” என்றாள் கப்பு, குழப்பத்துடன்.

“அப்படித்தான் ஜோசியர் சொல்றார். கப்பு, பல் விளக்கிட்டு காப்பி சாப்பிடப் போ. இதைப் பத்தியெல்லாம் கவலைப்படாதே. என்னைக் கண்டா பயமாயிருந்தா சொல்லு, ஒதுங்கிக்கிறேன்.”

“உன்னைப் பார்த்தா பயமாயில்லே, உங்க அம்மாவைப் பார்த்தாதான் பயமாயிருக்கு.”

“பயப்படாதே, அவங்க என்னைவிட நல்லவங்க.”

நான் கப்புவை உள்ளே அனுப்பிவிட்டு சமையலறையை நோக்கி நடந்தேன். அதிகம் யோசனைத் திறன் இல்லாத கப்புவைக்கூட நிறம் என்பது யோசிக்க வைப்பது விசித்திரமாக இருந்தது.

“உன்னைப் பார்த்தா பயமாயில்லே!” பிழைத்தேன் என்று எனக்குள் சிரித்துக் கொண்டேன். மனித வர்க்க சாஸ்திரப்படி கறுப்பு நிறம் சாமான்யத்தைக் குறிக்கிறது. மானுட அந்தஸ்தில் கடைசி இடம் வகிப்பது சுலபத்தில் துச்சமாக நினைக்க வைப்பது. வெள்ளை நிறம் பிரமிப்பூட்டும். பிரமிப்பே அதைப் பீடத்தில் நிறுத்தி வைக்கும். சாஷ்டாங்கமாக நமஸ்கரிக்க வைக்கும். முதலில் திகைப்பு, பயம், பிறகு பக்தி. கொஞ்ச நாள் போனால் இந்தக் கப்பு அம்மாவைப் பூஜிக்க ஆரம்பிப்பாள். இதென்ன வேடிக்கை என்று மஞ்சு அடிக்கடி அதிசயிப்பாள். கோவில் விக்ரகங்கள் கறுப்பு, அம்பாள் கறுப்பு. கிருஷ்ணர், ராமர் எல்லோரும் ஆதியும் அந்தமுமில்லாத கருமேகத்தின் நிறம். கிருஷ்ணரும், அம்பாளும் நேரில் வந்தால் யாரும் பூஜிக்க மாட்டார்கள். கண்டுகொள்ள மாட்டார்கள் என்று மஞ்சுவுக்குத் தோன்றும்.

நிறத்தைப் பற்றிய பிரக்ஞை மஞ்சுவுக்குச் சற்று அதீதமாக இருப்பதாக நான் நினைக்கிறேன். பெயரில் ஒன்றும் இல்லாததுபோல், நிறத்திலும் ஒன்றுமில்லை. ரோஜாவின் இயல்பு மாறாது என்று நான் பலமுறை சொல்லியாகி விட்டது. உன்னுடைய முணுமுணுப்பு எனக்கு அலுத்துவிட்டது என்று கோபித்தாயிற்று.

அப்படியும் மஞ்சுவின் அடி மனத்து ஆழத்தில் அந்த நினைப்பு பதுங்கியிருக்கிறது. கறுப்புப் பல்லியின் நினைப்பு.

திடீரென்று நேற்று வந்து சேர்ந்த குழந்தையின் ஞாபகம் வந்தது. இரவு தூங்கிற்றோ, அம்மாவுடைய தூக்கத்தைக் கெடுத்ததோ என்ற யோசனையுடன் நான் சமையலறைக்குச் சென்றேன். பவானி சுறுசுறுப்பாகக் காப்பி கலந்து கொண்டிருந்தாள்.

"குழந்தை நல்லாயிருக்காக்கா?" என்றாள், காப்பியை நீட்டிக்கொண்டே என் பதிலை எதிர்பார்க்காமல், "கொட்ட கொட்ட நல்லா முழிக்குது - நான் ஏமாறமாட்டேன்கிற மாதிரி."

நான் சிரித்தேன்... பவுன்தாயி காலைப் பிடிக்கிறாள். எடுத்திட்டுப் போங்க... எடுத்திட்டுப் போங்க... இல்லேன்னா கொன்னுடுவாங்க...

"அதுக்கு உசிரு கெட்டி. இல்லேன்னா அதுவும்தான் ஏமாந்திருக்கும்!" என்று வேதாந்தம் பேசினாள் பவானி. "சமூகம் மொத்தமே உன்னை ஒழிச்சுக்கட்டத் தயாரா இருந்தா, உன் பிடிவாதம் எந்த மூலை? மயிரிழையிலே தப்பிச்சுக்கிட்டே. இப்பக் கொட்டக்கொட்ட முழிக்கிறே!"

நான் வாய்விட்டுச் சிரித்தேன்.

"என்னக்கா சிரிக்கிறீங்க?"

"நீயே கேள்வி கேட்டுக்கறே. நீயே பதிலும் சொல்றே. குழந்தையை யார் கவனிச்சுக்கறாங்க? அம்மாவுக்கு நேரம் கிடையாது, பவானி."

"கலாவதி கவனிக்கிறா. நேத்து ராத்திரியே தன் படுக்கைக்கிட்ட தொட்டிலைப் போட்டுட்டா, அவ தாலாட்டுப் பாடறது இங்க வரைக்கும் கேக்குது."

"பாட்டு டீச்சர், அடக்கியா பாடுவா?" என்று நான் மீண்டும் சிரித்தேன். பாட்டு என்றதும் கப்புவின் நினைவு வந்தது. அதோடு சற்றுமுன் அம்மாவைச் சந்தித்தது ஞாபகத்திற்கு வந்தது.

“பவானி, சொல்ல மறந்துட்டேன். இன்னிக்கு ரெண்டு வெளிநாட்டுக்காரங்க வராங்க, ஒரு வாரம் இருப்பாங்களாம். காரம் இல்லாத சைவச் சாப்பாடுன்னு அம்மா சொன்னாங்க.”

“இரண்டு பேர்தானே... ஒரு கஷ்டமுமில்லே! இங்கிலீஷ்காரங்களா?”

“இல்லே, ஜெர்மன்காரங்க.”

“அவங்களுக்கு இங்கிலீஷ் தெரியல்லேன்னா பெரிய பேஜாரு. ஞாபகமிருக்காக்கா, போன வருஷம் ஒரு ஃப்ரெஞ்சுக்காரி வந்தாளே. முட்டைங்கறதுக்குக் கூடவா இங்கிலீஷ் வராது? நாஷ்டாவுக்கு இதென்னடா இது கோழி கேக்கறாளேன்னு சிக்கன் சூப் கொண்டு போனா நோட்டு புக்கிலே நிதானமா வரைஞ்சு காமிக்கிறா ‘முட்டை’ன்னு, தலையிலே வேறு அடிச்சுக்கறா, தம் மேல தப்புன்னு தெரிஞ்சுக்காம.”

நூறாயிரம் முறை கேட்டு அலுத்துப்போன பவானியின் ஜோக்கைக் கேட்கப் பொறுமையில்லாமல் நான் கெஸ்ட் ரூமைத் தயாரிக்கச் சென்றேன். தோட்டத்தைப் பார்த்த, நல்ல காற்றோட்டமான விசாலமான அறை. இங்கு அவ்வப்போது வந்து தங்கும் வெளிநாட்டுக்காரர்களுக்கென்று வைக்கப்பட்டிருக்கும் அறை. வெள்ளை நிற லேஸ் பின்னல் போட்ட சல்லாத்துணி. ஜன்னலின் அரைப்பாகத்தை மறைக்க வெயிலுக்கு இதமான முழுத் திரைச் சீலைகள் பகல் வேளையில் ஜன்னலைப் போர்த்தின. இரண்டு கட்டில்கள், எழுதும் மேஜை, நாற்காலி, மேஜை விளக்கு, குப்பைக்கூடை, மர வார்ட்ரோப் எல்லாம் கச்சிதமாக நவீன தோற்றத்துடன் இருந்தன. குளியலறையில் புதிய சோப்புக் கட்டியையும், டர்க்கி டவலையும் வைத்தேன்.

கட்டில் மேல் சலவை செய்து வந்த புதிய விரிப்பை விரித்து, ஜாடியில் பூ வைக்கத் தோட்டத்துக்குச் சென்றேன். தோட்டத்தில் மல்லிப் பூக்கள்தான் இருந்தன. அவற்றைத் தண்டுடன் கொத்தாகப் பறித்து வந்து பூச்சாடியில் அதை ஒவ்வொன்றாக வைத்தேன். பச்சை இலைகளுடன் கூடி வெளேரென்ற மலர்கள்

கண்ணுக்குக் குளிர்ச்சியாக இருந்தன. அவற்றின் அழகில் மயங்கி, குனிந்து மலர்களின் வாசனையைக் கண்ணை மூடிக்கொண்டு நுகர்ந்தேன். அங்கிருந்த நிசப்தமும், அதன் மணமும் வேறு உலகத்துக்கு அழைத்துச் சென்றது போலிருந்தது. கண் மூடிய நிலையில் நாசியைத் துளைத்த சுகந்தத்துக்கே ஒரு சௌந்தர்யம் இருந்ததுபோல இருந்தது. மல்லியின் வெண்மை கண் இமைகளுக்குள் பூராவும் வியாபித்தது. மல்லிகை கறுப்பாக இருந்தால் எப்படியிருக்கும் என்ற கேள்வி எழுந்த கையுடனேயே என்னுடைய வக்கரித்துப்போன மனசைப் பிடித்து நிறுத்தி வாசனையை நாசி நுனியிலிருந்து நாபி வரை இழுத்தேன். ஆளரவம் கேட்டுக் கண்களைத் திறந்து திடுக்கிட்டேன். அந்த ஜெர்மனியர்கள் நின்றிருந்தார்கள், நிலைப்படியில் அம்மாவுடன். நான் பரபரப்புடன் நிமிர்ந்து நின்று அவர்களைப் பார்த்து, "ஹலோ" என்று புன்னகைத்தேன்.

அவர்களில் உயரமாக இருந்தவனின் கண்களில் சிரிப்பு தெரிந்தது. எனக்குப் பதில் சொல்வதுபோல் 'ஹாய்' என்றான்.

அம்மா என்னை அவர்களுக்கு அறிமுகப்படுத்தினார், உயரமானவன் - பீட்டர். இன்னொருத்தன் பெயர் விளங்கவில்லை. பீட்டர் என் கையைக் குலுக்கும்போது, புன்னகையுடன், "நீ ரொம்பவும் அழகாயிருக்கிறாய்!" என்றான் ஆங்கிலத்தில்.

***

6

ஒரு வினாடி இவன் யாரைச் சொல்கிறான் என்று எனக்குப் புரியவில்லை. எனக்குப் பின்னால் யாராவது நிற்கிறார்களா என்று பார்த்தேன். பிறகு மீண்டும் அந்த பீட்டரைப் பார்த்தேன். அவன் இன்னும் என் கரத்தைப் பற்றியபடி நின்றிருந்தான். நீலக் கண்களில் மின்னிய சிரிப்பில் பரிகாசமா இல்லை பரவசமா, அபிமானமா அல்லது ஆர்வமா என்று விளங்காத பாவனை இருந்தது. பயணக் களைப்பு சிவந்த முகத்துக்கு ஒரு மென்மையைக் கொடுத்தது. தேவதூதன் என்பவன் இப்படித்தான் இருக்க வேண்டும் என்கிற நினைப்பு மானசீகமாக அவனது தோள்களில் இரண்டு இறக்கைகளை வரைந்தது.

“ஸாரி” என்றது வாய் - அவன் சொன்னது விளங்காததுபோல, எனக்கு மஞ்சுவின் மேல் கோபம் வந்தது. கொழுப்பு... அந்த வார்த்தைகளை மீண்டும் கேட்க வேண்டும் என்கிற வெட்கம்கெட்ட ஆசை அவளுக்கு.

“நீ ரொம்ப அழகாயிருக்கிறாய்” என்றான் அவன் சளைக்காமல், “உனக்கு ஆங்கிலம் வருமா?”

இப்போது மஞ்சு தனக்கு இறக்கை முளைத்தாற்போல் உள்ளுக்குள் ஆர்ப்பரித்தாள், ஜிவ்வென்று பறக்க. அவளை இழுத்துப் பிடித்து நான் இதுவரை உணர்ந்திராத கூச்சத்துடன்,

“தாங்க்யூ!” என்று புன்னகைத்தேன். அம்மாவையும் சட்டென்று நிமிர்ந்து பார்த்துச் சிரித்தேன் - இந்த ஹாஸ்யத்தைக் கேட்டீர்களா என்கிற அர்த்தத்தில்.

அம்மா புன்னகையுடன் பீட்டரிடம் என்னவோ ஜெர்மன் மொழியில் சொன்னார். அவன் வியப்புடன் அதற்குப் புருவத்தை உயர்த்தி என்னை மீண்டும் பார்த்துச் சிரித்தான். அவனுடைய தோழனும் என்னைப் பார்த்துச் சிரித்தான்.

“நீ ரொம்ப அழகு என்று நாங்கள் நினைக்கிறோம். லைக் எ காடெஸ் (அம்பாள் மாதிரி)...”

நான் ஒரு பொருளாகிப் போனாற்போல் அவர்களது பார்வை என்னைக் கூச்சப்படுத்திற்று. பீட்டர் என் கையை விடுவித்ததும், நான் “தாங்க்யூ” என்று விட்டு, “இங்கே உங்களுக்குச் சௌகரியமாக இருக்கும் என்று நினைக்கிறேன். ஏதாவது தேவையென்றால் சொல்லுங்கள்” என்றேன்.

“ஓ... தாங்க்யூ... தாங்க்யூ...!” என்று இருவரும் மேலும் கீழுமாகத் தலையை ஆட்டினார்கள். அம்மாவின் பார்வை என்மேல் பதிந்திருந்ததை உணர்ந்து, “நான் போய் காப்பி அனுப்பறேன்மா!” என்றேன்.

அம்மா ஏதோ யோசனையுடனேயே ‘சரி’ என்று தலையசைத்தார். நான் அறையைத் தாண்டுகையில் மீண்டும் அந்த பீட்டரை என்னையறியாமல் பார்த்தபோது, அவன் என்னையே புன்னகையுடன் பார்த்துக் கொண்டிருந்தான்.

நான் சமையல்கட்டை நோக்கிச் செல்கையில் புதிதாக நடைபயிலுவது போல் கால்கள் பின்னிக்கொண்டன. தரையில் கால் பாவாமல்போவது என்பது இதுவாகத்தான் இருக்க வேண்டும். எனக்கு இது வினோதமாக இருந்தது. இப்படிப்பட்ட அனுபவம் இதுவரை ஏற்பட்டதில்லை. பளீரென்று அவனுடைய முகம் என்னைத் தொடர்ந்து, என்னருகில், என்னைச் சுற்றி வருவதுபோல இருந்தது. கூடவே, ‘நீ ரொம்ப அழகாயிருக்கிறாய்!’

என்ற புஷ்பமாரி - சினிமாவில் பொழிவது போல. அவன் கிறுக்கனாக இருக்க வேண்டும். அல்லது ஜகப்புளுகனாக - போக்கிரியாக இருக்க வேண்டும். அவனுடைய தோழனும் சளைத்தவனல்ல.

'நீ ரொம்ப அழகு என்று நாங்கள் நினைக்கிறோம்!' என்று அந்த நாங்களில் அழுத்தம் கொடுக்கிறான், ஏதோ ஓர் இனத்தின் அபிப்பிராயம் அது என்பது போல... ஆ... அதுதான் காரணம். 'கருப்புதான் அழகு முட்டாள் பெண்ணே!' என்று அம்மா கோபிப்பதன் பின்னணியும் இதுதான். இவர்கள் என்னை இன்று பாராட்டிவிட்டுப் போவதால் என் நிலை மாறிவிடப் போவதில்லை.

ஆனால் முட்டாள் மஞ்சு ஒரு மெதப்பில் இருந்தாள். சிறகு முளைத்த பாவனையில் வெட்டவெளியில் மிதந்து சமையல்கட்டிற்குச் சென்றாள். சினிமாக் கதாநாயகியின் பாணியில் பாட்டைக்கூட முணுமுணுத்தாள், புஷ்பமாரியில் நனைந்தபடி.

"பவானி, அந்த வெள்ளைக்காரங்க வந்துட்டாங்க. காப்பி கொடுக்கறியா?" என்றேன்.

"என்னக்கா, ஓடியா வந்தீங்க?" என்றாள் பவானி - வினோதமாக. "மூச்சு வாங்குது!"

நான் பானையிலிருந்து நீரை மொண்டு உதட்டுக்கு நேர் மேலாகத் தம்ளரைப் பிடித்துக் கடகடவென்று குடித்தேன்.

"காப்பியைக் கலந்துடாதே. எல்லாத்தையும் தனித்தனியா வை..." என்று நான் அலமாரியைத் திறந்து விருந்தாளிகளுக்கென்று பிரத்தியேகமாக வைத்திருக்கும் பீங்கான் பாத்திரங்களை எடுத்தேன். டிரேயில் கவனமாகக் கப்புகளை வைக்கும்போது, 'அவங்க என்னைப் பார்த்து என்ன சொன்னாங்க தெரியுமோ?' என்று பவானியிடம் சொல்லத் துடித்த நாக்கை மடக்கி உள்ளே இழுத்தேன்.

"அவங்களுக்கு இங்கிலீஷ் வருதா?" என்றாள் பவானி.

"வரும்போலத்தான் இருக்கு. முக்கியமான வார்த்தைகள்ளாம் சொல்லத் தெரியுது."

"அதுபோதும் நமக்கு..." என்றாள் பவானி. "அவங்களோடு நாம என்ன சர்ச்சைக்கா உட்காரப் போறோம்?"

"சர்ச்சைக்காரங்களாத் தெரியலே அவங்களைப் பார்த்தா. சாகசக்காரங்களாத் தெரியறாங்க..." என்று நான் சிரித்து 'டிரே'யை எடுத்துக்கொண்டேன்.

"அப்படின்னா?" என்று பவானி நிமிர்ந்து என் உதட்டுப் பிதுக்களைப் பார்த்து, "உங்களுக்குன்னு ஏதாவது கண்ணுலே படும்கா!" என்று சிரித்தாள். "நான் தூக்கிட்டு வரவா?" என்றாள் திடீர் சிரத்தையுடன்.

"வேண்டாம்" என்றபடி நடந்தேன். "பலகாரம் சாப்பிட டைனிங் ஹாலுக்கு வருவாங்களா, ரூமுக்குக் கொண்டு கொடுக்கணுமான்னு கேளுங்க" என்று பின்னாலிருந்து பவானி குரல் கொடுத்தாள்.

நான் பேசாமல் நடந்தேன். ரூமுக்கு ஏன் கொண்டு கொடுக்கணும் என்று மஞ்சு சீண்டினாள். இந்தக் காப்பியோடு சரி என்று அவளுக்கு நான் உறுதி அளித்தேன்.

ஒரு அற்பப் பாராட்டுக்கு எத்தனை சக்தி என்று எனக்கு வியப்பாக இருந்தது. அது உண்மையான பாராட்டாகக்கூட இருக்காது. சாகச வார்த்தைகளாகவே இருக்கலாம்.

நான் உள்ளே நுழைந்தபோது, அம்மாவும் அவர்களும் ஏதோ தீவிரமாகப் பேசிக் கொண்டிருந்தார்கள். அம்மாவின் முகத்தில் புதிதாக ஒரு உற்சாகம் தெரிந்தது. அவர் ஏதோ ஹாஸ்யமாகச் சொல்கிறார் என்பது அவர்களது சிரிப்பில் தெரிந்தது. அந்தச் சிரிப்பில் அம்மாவின் வயதில் பத்து ஆண்டுகள் நழுவிப்போயின.

என்னைக் கண்டதும் பீட்டர் சட்டென்று எழுந்து வந்து, 'டிரே'யை வாங்கிக் கொண்டான். வாங்கிக்கொள்ளும் தருணத்தில் பழையபடி நெருக்கமாகச் சிரித்து, "தாங்க்யூ" என்றான்.

"நீ உன் வேலையைப் போய்ப் பார், மஞ்சு" என்றார் அம்மா. இவர்கள் பார்வையில் மயங்கி நான் நின்றுவிடுவேன் என்று

நினைத்தாற்போல், "குழந்தை எப்படியிருக்குன்னு பாரு. கலாவதி வாங்கிட்டுப் போனா."

"சரி" என்று நான் தயக்கத்துடன் நின்று, "பலகாரம் சாப்பிட இவங்க டைனிங் ஹாலுக்கு வருவாங்களா?" என்றேன் - அவர்கள் பக்கமே திரும்பாமல். "ஆமாம்" என்றார் அம்மா கண் சொடுக்காமல். நான் சட்டென்று வெளியேறினேன். இவர்களுடன் அமர்ந்திருந்த நிலையில் அம்மா எந்த வகையிலோ அந்நியப்பட்டுப் போனாற்போல் அடிவயிறு துவண்டது. அவளுடைய தனிமையுணர்வை இவர்களது வருகை போக்கும் ஓரளவுக்கு. இங்கு படர்ந்திருக்கும் அறுபத்து எட்டு ஊன்றுகோல்களும் போக்கமுடியாத தனிமை உணர்வு.

நான் கலாவதியைத் தேடிக்கொண்டு சென்றேன். கலாவதி ஒருக்களித்துப் படுத்து அயர்ந்து தூங்கிக்கொண்டிருந்தாள். குழந்தை தொட்டிலில் கொட்டக்கொட்ட முழித்துக்கொண்டு படுத்திருந்தது வேடிக்கையாக இருந்தது. இரண்டு நாள் குழந்தை இப்படி முழிக்குமா? பவானி சொன்னது சரிதான், என்னை ஏமாற்ற முடியாது என்கிற பார்வை இது. யாரை யார் ஏமாற்றுவது என்று இது மெல்ல மெல்லப் புரிந்துகொள்ளும். ஒட்டுமொத்தமாக நிராகரிக்கப்பட்ட தன் காழ்ப்பை நெஞ்சில் நெருப்பாய்ச் சுமக்கும். அதில் பொசுங்காமல் இருந்தால் உண்மையிலேயே இது கெட்டி.

திடீரென்று நினைவு வந்ததுபோல் அது உடம்பை ஒரு திருகுத் திருகி அழ ஆரம்பித்தது. கலாவதி விருக்கென்று எழுந்து உட்கார்ந்தாள். என்னைக் கண்டு, "நீங்க இருக்கீங்களாக்கா?" என்று மறுபடி படுத்தாள். "ராத்திரி முழுக்க தூங்கலேக்கா இது. இன்னமும் முழிச்சுக்கிட்டு கிடக்கே?" என்றாள், அலுப்புடன்.

"பசிக்குதோ என்னவோ" என்றேன் நான், குழந்தையை ஜாக்கிரதையாகத் தூக்கியபடி, உதடு பதற அது அழுவதைப் பார்க்கப் பயமாக இருந்தது. "பாலைக் கரைச்சுக் கொண்டா கலா, சீக்கிரம்..."

"இது ஏதோ அசுர ஜென்மம்போல இருக்குக்கா. அதென்ன பசிங்கறீங்க" என்று கலா எழுந்தாள். ஃப்ளாஸ்க்கில் தயாராக இருந்த நீரை விட்டு அவள் பாலைக் கரைப்பதற்குள், குழந்தை அலறித் தீர்த்தது. கலாவதி நிதானமாகக் கரைத்த பாலை பாட்டிலில் ஊற்றிக்கொண்டு வந்தாள்.

குழந்தையின் அழுகையில் கோபம் கொப்புளித்தது. பாட்டிலின் முனை வாய்க்குள் நிலைக்காமல் வழுக்கிற்று. நான் கதிகலங்கிப் போய்க் கலாவைப் பார்த்தேன், "இதென்ன இப்படி அழுது?"

"அழட்டும். ஆத்தாக்காரி அழறாளோ இல்லையோ, இது அழட்டும், பொண்ணாப் பொறந்தமேன்னு."

கலாவதியின் குரலில் இருந்த அலுப்பைக் கண்டு எனக்குக் கவலையேற்பட்டது.

"பொண்ணாவது ஆணாவது... நீ இப்படிப் பேசறதைக் கேட்டா அம்மா இங்கிருந்து உன்னை அனுப்பிடுவாங்க - நீ லாயக்கில்லாதவள்னு."

கலாவதி லாவகமாகக் குழந்தையை வாங்கித் தன் மடியில் வைத்துக் குழந்தையின் தலைப்பக்கம் உயர்த்திப் பிடித்து, ஒருவழியாக முனையைக் கவ்வி பெரிய ஓசையுடன் அது உறிஞ்ச ஆரம்பித்ததும் என்னைப் பார்த்து லேசாகச் சிரித்தாள்.

"ஆமாம், அம்மா சொல்லுவாங்க, நாம் பேசினதாலே சமூகம் மாறிடுதா? நம்மைத்தான் பலிவாங்குது."

நான் யோசனையுடன் கலாவதியைப் பார்த்தேன். பங்கரையில்லாத அமைதியான முகம். இருபது வயதுக்குள்தான் இருக்கும். இவளைப் பற்றி எனக்கு அதிகம் தெரியாது. கல்யாணமாகாதவள் என்று மட்டும் தெரியும். இல்லத்தில் இருக்கும் பெண்களுக்குப் பாட்டு சொல்லிக்கொடுக்க என்று அம்மாவால் இரண்டு வருஷங்களுக்குமுன் நியமிக்கப்பட்டவள். சில சமயங்களில் தானாகத் தோட்டத்தில் அமர்ந்தபடி பாடிக்

கொண்டிருப்பாள். வெள்ளிக்கிழமை மாலை வேளையில் பிரார்த்தனைக் கூட்டத்தில் இவள்தான் பஜனைக்கு லீட் கொடுப்பவள். மற்றப்படி தான் உண்டு தன் வேலை உண்டு என்று இருப்பவள்.

மடியிலிருக்கும் குழந்தையையே பார்த்துக்கொண்டிருந்த கலாவதி தனக்குத்தானே பேசிக்கொள்வது போல் மெல்லச் சொன்னாள்:

“பொண்ணா மட்டும் பிறக்கக்கூடாது. நாய் ஜென்மத்தைவிடக் கேவலமான ஜென்மம் இது. என்னைக் கேட்டா அப்படி வாழறதைவிட, என்ன ஏதுன்னு விவரம் தெரியறதுக்கு முந்தி சாவறது மேல்தான்.”

“அடச்சீ! இந்தக் கூரைக்கடியிலே உட்கார்ந்து நீ இப்படிப் பேசறது நல்லாயில்லே, கலாவதி” என்றேன் நான், ரோசத்துடன்.

“இங்கே எத்தனை பேர் ஒதுங்க முடியும், சொல்லுங்க?”

“ஒதுங்கினவங்கள்ளாம் மத்தவங்களுக்கு வழி காண்பிச்சா போதும், கலா.”

“வழியா...?” கலாவதி ஏளனத்துடன் என்னை நிமிர்ந்து பார்த்தபோது நான் தலையைக் குனிந்துகொண்டேன். “உங்களுக்குத் தெரியுதா வழி? எனக்குத் தெரியலே!” திடீரென்று கலாவதி அழ ஆரம்பித்தாள். எங்கே பதுக்கி வைத்திருந்தாள் இதை என்கிற பிரமிப்பை ஏற்படுத்தும் அளவுக்குச் சரம் சரமாய் நீர் வழிந்து கன்னத்தில் உருண்டோடி மார்புச் சீலையை நனைத்தது.

“என்ன இது கலா, ஏன் அழறே?” என்றேன் பதைப்புடன்.

அவள் சற்று நேரத்துக்கு மௌனமாக அழுதாள். பிறகு புடவைத் தலைப்பால் முகத்தை அழுந்தத் துடைத்துக்கொண்டாள்.

நான் தயக்கத்துடன் அவளை மெல்லக் கேட்டேன்:

“உங்க வீட்டிலே இப்படி ஏதாவது நடந்திருக்கா?”

"இல்லே!" என்றாள் தரையைப் பார்த்து. "அப்படி நடந்திருந்தா ஒரேயடியா பிரச்சினை தீர்ந்திருக்கும். நாலு அக்கா தங்கச்சிங்க நாங்க, ஆண் பிள்ளை இல்லாத குடும்பம்னு ஊர் ஜனம் எளப்பமா பேசும். அப்பா சம்பாதிக்கிற காசு அவங்க குடிக்கே காணாது. மூத்தவளுக்குக் கல்யாணத்துக்கு வாங்கின கடன்சுமை தாங்காம அப்பா வீட்டை விட்டே ஓடிட்டாரு. நாங்க எல்லாரும் கூலி வேலை செஞ்சு இரண்டாவது அக்காளுக்குக் கல்யாணம் கட்டிக்கொடுக்கும் போது, பெரிய அக்கா ரெண்டு பெண்ணுக்குப் பிறகு ஆணைப் பெக்கல்லேன்னு புருஷன் திருப்பி அனுப்பிட்டான். இரண்டாவதக்கா கொண்டு வந்த வரதட்சிணை பத்தாதுன்னு அவ புருஷன்கிட்டேருந்து அவளுக்குத் தினம் அடி உதை. மூணாவது அக்காவுக்கு வந்த வரனெல்லாம் பணத் தகராறிலே தட்டிப்போச்சு. ஒருநாள் தூக்குப் போட்டுகிட்டா. என் முறை வரும்போது கல்யாணமே எனக்கு வேண்டாம்னு சொல்லிட்டேன். அப்படி கல்யாணம் ஆச்சுன்னு வெச்சுக்குங்க, பிறக்கிற பெண் குழந்தையையெல்லாம் இந்தக் கையாலேயே கொன்னுடுவேன். பிழைச்சு என்ன லாபம், இப்படி லோல்படவா? ஒரு நாளைக்குத் தூக்கு மரத்திலே தொங்கவா?" வார்த்தைகள் தெளிவாக வராமல் தொண்டைக்குழியில் சிக்கிக் கரைந்தன.

அவளுடைய குரலும், கண்ணீரும் என்னை உலுக்கி என் கண்களில் நீரை வரவழைத்தன. இத்தனை துயரத்தை அவள் தனது பாடும் கண்டத்துக்குள் அடக்கி வைத்திருப்பாள் என்று நான் நினைத்திருக்கவில்லை.

"வழி எங்கே இருக்குக்கா, வழி?" என்றாள் அவள் மீண்டும் ஆவேசத்துடன். "கடன் உடன் பட்டு செலவழிச்சு கட்டிவெச்ச ரெண்டு கல்யாணத்துக்கும் அர்த்தமில்லாம போச்சு. கடன் இன்னும் தீரல்லே. இரண்டு பொண்ணுங்க வீட்டுக்குத் திரும்பி வந்தாச்சு. எல்லாரும் களத்திலே இறங்கி வேல செஞ்சாத்தான் அன்றாடம் கஞ்சிக்கு வழி. இதுக்கு எதுக்கு வளர்க்கணும்? எதுக்குக் கட்டிக்கொடுக்கணும்? கட்டிக்கொடுக்கலைன்னா ஊர் வாய்க்குப் பயப்படணும்?"

நான் திகைப்புடன் கலாவதியைப் பார்த்தேன். அவள் என்னைப் பார்த்தபடி பேசவில்லை. அரைக்கண் மூடியபடி, பாலை உறிஞ்சிக்கொண்டிருந்த குழந்தையைப் பார்த்துப் பேசினாள். என்னைவிட அவருடைய எண்ணங்களை அது நன்றாகக் கிரகித்துக்கொள்ளும் என்று அவள் நினைத்திருக்கலாம்.

“எங்கே இருக்காங்க உங்கம்மா, அக்கா எல்லாம்?” என்றேன் பலவீனமாகிப்போன குரலில்.

“இங்கதான் நக்கலப்பட்டியிலே இருக்காங்க. இரண்டு வருஷத்திலே நாலு தடவைதான் போயிருக்கேன். போயி என்ன செய்ய? அக்காமார் அழுவறதைப் பாக்கவா, ஆத்தாக்காரி புலம்பறதைக் கேக்கவா? உனக்குக் கல்யாணம் செய்து வைக்கலேன்னு ஊர்க்காரங்க ஏசுறாங்கடீங்கறா, ஏசட்டுமே... கட்டின புருஷங்க பிறந்த வீட்டுக்கு இரண்டு மவளை அனுப்பிச்சுட்டாங்க. அவன்களை ஏசட்டுமே. ஊர் அவங்களுக்குத் தண்டனை கொடுக்கட்டுமே, பஞ்சாயத்து! ஆம்பளைங்க நடத்தற பஞ்சாயத்திலே பொண்ணுக்கு நாயம் சொல்ல யார் இருக்கா?”

“சாப்பாட்டுக்கு என்ன செய்யறாங்க?”

“கூலி வேலைதான். மழை பெஞ்சா காட்டிலே வேலை, இல்லேன்னா கல்லொடைக்கிற வேலை, பொறந்த பொட்டைகள் நாலையும் கொன்னுருந்தா இந்த நாய் படற பாடு இருந்திருக்காதில்ல?”

“என்ன கலாவதி, திருப்பித் திருப்பி இப்படியே பேசற?” என்று நான் கடிந்து கொண்டேன். “கொல்றதுதான் எல்லாப் பிரச்சினைக்கும் தீர்வுன்னா இந்த உலகத்திலே யார் மிஞ்சுவாங்க? நீ ரொம்ப தைரியமான முடிவெடுத்திருக்கேன்னு நா சந்தோஷப்படறேன். நீ இப்படிப் பேசறது தோத்துப்போனவ பேசற பேச்சு.”

“தோத்துதான் போனேன்கா, வேற என்ன?”

"ஏன் இப்ப உனக்கு என்ன குறைச்சல்? சுதந்திரமா உன் கால்ல நிக்கறே, ஆண் துணையே வேண்டாமின்னு..."

கலாவதி சடக்கென்று என்னை நிமிர்ந்து பார்த்தாள்.

"வேற வழியில்லாமதானே இப்படி இருக்கேன்?"

நான் அவளுக்குப் பதில் சொல்ல யத்தனிக்கும்போது அறைவாசலில் நிழல் கண்டது. பீட்டர் சிரிக்கும் விழிகளுடன் நின்றிருந்தான். குளித்து மாற்றுடை அணிந்திருந்தான். அரை டிராயரும், கைவைத்த தொளதொள பனியனுமாய் டிராயருக்குக் கீழ் படர்ந்த அவனது சிவந்த நீண்ட கால்கள் என்னை ஒரு கணம் தடுமாற வைத்தன.

"எனக்கும், என் நண்பனுக்கும் காலை ஆகாரம் வேண்டும். அதற்குப் பிறகு எங்களுடன் நீ வெளியில் வரவேண்டும்" என்றான்.

***

7

“உனக்கு இன்று விடுமுறைதானே?” என்றான், பீட்டர் என் தயக்கத்தைக் கண்டு.

“நான் பர்மிஷன் வாங்கிவிட்டேன். உன்னுடைய அம்மாவிடமிருந்து” என்றான் தொடர்ந்து.

இங்கிருக்கும் விதிமுறைகளை இவன் அறிந்திருக்கிறான் என்கிற வியப்புடன் நான், “லீவுதான், வருகிறேன்” என்றேன்.

அவர்களை ஒரு விதத் திகைப்புடன் பார்த்துக்கொண்டிருந்த கலாவதியைப் பார்த்து, அவனுடைய நண்பன் மெல்லிய புன்னகையுடன், குழந்தையைச் சுட்டிக்காட்டி, “உன் குழந்தையா?” என்றான். ஆங்கிலம் புரியாமல் கலாவதி விழித்தாள்.

“இல்லை” என்றேன் நான். “இது ஒரு அனாதைக் குழந்தை. அப்பா, அம்மா இரண்டுபேரும் உயிரோடு இருக்கிற அநாதைக் குழந்தை.”

பீட்டர் புரிந்துகொண்ட பாவனையில் தலையசைத்தான்.

“கல்யாணமாகாமல் பிறந்த குழந்தையாக இருக்கும்” என்றான் நண்பனைப் பார்த்து.

“அதெல்லாம் இல்லே” என்றேன் நான், சோர்வுடன். “கல்யாணமானவங்களுக்குப் பிறந்த குழந்தைதான். ஆனா,

இது செஞ்ச தப்பு பெண்ணாய்ப் பிறந்தது. இங்கே தப்பிச்சு வரல்லேன்னா, செத்திருக்கும்."

"எப்படி?"

"கொல்லப்பட்டிருக்கும்" என்று சொல்ல வந்தவள், சட்டென்று சுய நினைவுக்கு வந்தவளாய் மழுப்பலாகச் சிரித்து, "நிராகரிக்கப்படற குழந்தைங்க, கவனிப்பாரில்லாம செத்துரும்!" என்றேன். "நீங்க பத்திரிகைக்காரங்களா?"

"இல்லை, நீ பயப்பட வேண்டியதில்லை!" என்றான், பீட்டர் மென்மையாக.

இவன் பத்திரிகைக்காரனா இல்லாவிட்டாலும், நம்ம அவலத்தை இந்த வெள்ளைக்காரனுக்கு ஏன் சொல்லணும் என்று மஞ்சு என்னை எச்சரித்தாள். இவனுடைய மிருதுவான பேச்சையும், நீலக் கண்ணையும் பார்த்து 'உளறி வைக்காதே!' என்றாள். நான் சொல்லாவிட்டாலும் அம்மா இவனிடம் சொல்லலாம். அம்மாவே சொல்லிக்கொள்ளட்டும் என்று நான் நினைத்துக் கொண்டேன். நான் என் நிற பேதத்தை மறந்து இவனிடம் எதற்காக விஷயத்தைக் கக்க வேண்டும்? இவன் அதற்குக் காண்பிக்கக்கூடிய அதிர்வும், அனுதாபமும் என்னில் ஏற்படுத்தும் அவமானத்தை என்னால் ஜீரணிக்க முடியாது.

நான் புன்னகையுடன், "இந்த வட்டாரத்துப் பெண்களுக்குச் சாவைக் கண்டுகூடப் பயமில்லே, பத்திரிகைக்காரங்களைக் கண்டாத்தான் பயம். ஒதுங்கிவிடுவோம்!" என்றேன்.

"ஏன்?" என்றான் பீட்டர் பலமாகச் சிரித்து.

"அவங்க ஒரு அவசரக் கும்பல். படிக்கிறவங்களுக்கு அதிர்ச்சி குடுக்கணும் என்கிற வியாபார அவசரம். நிலைமையை முழுசாப் புரிஞ்சுக்க அவங்களுக்கு நேரம் இல்லே, அதனாலே அனுதாபம் இல்லே."

"நாங்க பத்திரிகைக்காரங்க இல்லே. எங்களுக்கு நிறைய நேரம் இருக்கு" என்றான் பீட்டரின் நண்பன். "அனுதாபமும் இருக்கு, இந்தியாவை நாங்கள் நேசிக்கிறோம்."

எனக்குச் சிரிப்பு வந்தது. இங்கு வரும் வெள்ளைக்காரர்கள் எல்லாம் இப்படிப் பேசுவதை நான் கேட்டிருக்கிறேன். 'நேசம்' என்கிற வார்த்தையின் பரிணாமம் என்ன என்ற ஆராய்ச்சியில் ஈடுபட்டிருக்கிறேன். வந்த இரண்டே நாட்களில் இந்த வெயிலும், கொசுக்கடியும், நீரினால் ஏற்படும் வயிற்றுப்போக்கும் அவர்களை வெறுப்புக்குள்ளாக்குவதைக் கண்டிருக்கிறேன். 'நீ ரொம்ப அழகாயிருக்கிறாய்!' என்கிற வார்த்தைகளைப் போலத்தான் இதுவும்.

பீட்டர் எதுவும் சொல்லாமல் என்னையே ஆர்வத்துடன் பார்த்துக் கொண்டிருந்தது என்னைக் கூச்சப்படுத்தியது. குழந்தை தூங்கிவிட்டிருந்தது. நான் தொட்டிலில் ரப்பர் ஷீட்டும், துணியும் விரித்து, குழந்தையைக் கலாவதியின் மடியிலிருந்து மெல்லத் தூக்கித் தொட்டிலில் கிடத்தினேன்.

"யாருக்கா இவங்க?" என்றாள் கலாவதி, மெல்லிய குரலில்.

"அம்மாவுக்குத் தெரிஞ்சவங்க. வெளிநாட்டிலேருந்து வந்திருக்காங்க. நம்ம ஊருன்னா ரொம்ப இஷ்டமாம்."

"இஷ்டப்பட்டு வந்தவங்க இங்கு இருக்கிற கஷ்டத்தைப் பார்த்து என்ன செய்வாங்க?"

"நிச்சயம் இங்கே டேரா போட மாட்டாங்க" என்று நான் சிரித்தபடி கிசுகிசுத்தேன். "குழந்தைக்கு என்னென்ன தேவையோ லிஸ்டு போட்டுக்கொடு கலாவதி. பால் பவுடர் பாட்டில் எல்லாம் இருக்கா?"

"இப்போதைக்கு இருக்கு, நாளைக்கு வாங்கிக்கலாம். லிஸ்ட் தர்றேன். நீங்க இவங்களைக் கவனியுங்கக்கா."

நான் பீட்டரைப் பார்த்துப் புன்னகைத்து, "வாங்க, டைனிங் ஹாலுக்குப் போகலாம்" என்றேன். நான் முன்னால் நடந்து

சாப்பாட்டு மேஜைக்கு மேல் இருந்த மின்விசிறியைச் சுழலவிட்டு சமையலறைக்குச் சென்று பவானியிடம் சொல்லிவிட்டு வந்தேன். சுற்றுப்புறம் எல்லாவற்றையும் ஏதோ நூதனம்போல் பார்வையிட்டபடி அமர்ந்திருக்கும் அவர்களைப் பார்க்க வேடிக்கையாக இருந்தது. வெயிலுக்காக இருவருமே அரை டிராயரும், தொளதொள டீசர்ட்டும் அணிந்திருந்தார்கள். இரண்டு ப்ளேட்டும், நீரும் வைத்தபோது, "நீ சாப்பிடவில்லையா?" என்றான் பீட்டர்.

"நான் சாப்பிட்டாச்சு" என்று புளுகினேன்.

பவானி இட்லி சாம்பாரைக் கொண்டு வந்தாள். அவர்களைப் பார்த்துக் கூச்சத்துடன் சிரித்து, 'குட் மார்னிங்' சொன்னாள்.

பீட்டர் சந்தோஷத்துடன், 'குட் மார்னிங்' என்றான். நான் அறிமுகப்படுத்துவதற்கு முன், "நான் பீட்டர் ஷல்க், இவன் அடால்பர்ட்" என்றான். எனக்கு மறந்துபோயிருந்த இவனுடைய நண்பனின் பெயரையும் ஞாபகப்படுத்துவது போல.

"இவதான் பவானி, எங்க சமையல் எக்ஸ்பர்ட்" என்ற என்னைப் பார்த்து, "அவங்களுக்குக் காரமாயிருக்கான்னு கேளுங்கக்கா" என்றாள் பவானி, மீண்டும் கூச்சப் புன்னகையுடன்.

இந்திய விருந்தாளிகளிடம் காண்பிக்காத ஒரு ஆர்வம் இவள் காண்பிப்பது போல் தோன்றிய எண்ணத்தை ஒதுக்கி, "காரமாயிருக்கா?" என்றேன் பீட்டரைப் பார்த்து.

"அவ்வளவாக இல்லை. ரொம்ப நன்றாக இருக்கிறது!" என்று கண்களில் துளிர்த்திருந்த நீரை இமைகளைக் கொட்டி உள்ளே அவன் இழுப்பதைப் பார்த்து, "இன்னும் குறைச்சுடு" என்றேன் பவானியிடம்.

பீட்டரைவிட அடால்பர்ட் அதிகச் சிரமப்படுவது போல் இருந்தது. நான் சமையலறைக்குச் சென்று தயிரில் சர்க்கரை கலந்து எடுத்து வருகையில், "மிளகாய் பக்கமே போகாதே, இவங்களுக்குச் செய்யும்போது" என்றேன் பவானியிடம்.

“இவங்க சாப்பாடு எப்படித்தான் இருக்கும்னு புரியல்லேக்கா” என்றாள் அவள் சோர்வுடன். “அவங்க ஊருக்கெல்லாம் நாம போனா நாமும் இப்படித்தானே தவிப்போம்?”

“அதைப்பத்தி உனக்கும் எனக்கும் கவலையில்லே, நம்மை அங்கெல்லாம் அனுப்ப யாராவது காத்திருக்காங்களா?”

நான் கொண்டு வந்த தயிரை அவர்கள் நன்றியுடன் சாப்பிடுவதைப் பார்க்கப் பாவமாக இருந்தது. ‘இரண்டே நாட்களில் அவர்கள் மூட்டை கட்டிக்கொண்டு கிளம்பி விடுவார்கள்’ என்று நான் நினைத்துக்கொண்டேன்.

“எங்கே போகணும் உங்களுக்கு? கோவிலுக்கா?” என்றேன்.

“இல்லை, கோவிலுக்கெல்லாம் நாங்களே போய்விடுவோம். கிராமங்கள் பக்கம் போகணும். அங்கேயிருக்கிற ஜனங்களோட பேசணும்” என்றான்.

“முக்கியமாகப் பெண்களோட” என்றான் அடால் பர்ட்.

எனக்கு சிரிப்பு வந்தது.

“எங்க ஊர்ப் பெண்கள் சுவாரஸ்யமாகத் தெரியறாங்களா?”

“ஆமாம்” என்று பீட்டர் கண் சிமிட்டிச் சிரித்தான். “மற்றவர்களும் உன்னைப்போல அழகிகளா இருப்பார்களான்னு பார்க்கணும்!”

“உங்களுக்குக் கண் கோளாறு!” என்று நான் சிரித்தேன் என் கூச்சத்தை மறைக்க.

ஆனால் மீண்டும் குப்பென்று ஒரு சந்தோஷம் நெஞ்சை நிறைத்தது. “அடியே, இவனை நம்பாதே!” என்று மஞ்சு அதை அமுக்கினாள்.

நான் சரேலென்று எழுந்தேன்.

“நீங்க நிதானமாகச் சாப்பிடுங்க. நான் தயாராகி வர்றேன்” என்று கிளம்பும்போது, “மஞ்சு!” என்றான் பீட்டர். “நாங்கள்

பேசும் விதத்தை நீ தப்பாக எடுத்துக்கொள்ள மாட்டாய் என்று நினைக்கிறேன்."

அவன் உண்மையாகக் கவலைப்படுபவன் போல் தோன்றினான். பேசிய விதத்தில் ஒரு நெருக்கம் தெரிந்தது.

"இல்லையே!" என்றேன் சமாளித்துக்கொண்டு.

"ஆனா விசித்திரமாயிருக்கும். இங்கே ஆண்கள் வாய்விட்டுப் பாராட்ட மாட்டார்கள் போலிருக்கிறது!" என்றான் பீட்டர். "ஆனா எங்க பாராட்டு நிஜம், மிகையில்லே."

அவன் குரலிலிருந்த ஏதோ ஒன்று எனக்குக் கிறக்கத்தைத் தரும்போல் இருந்தது, 'தாங்க்யூ' என்று புன்னகைத்து அறையை நோக்கி வேகமாக நடந்தேன்.

***

8

“என்னக்கா அப்படித் தலைபோகிற அவசரம்?” என்றாள் எதிரில் வந்த சாரதா. கைத்தறிச் சேலையிலும், அதே நிற பிளவுசிலும் பளிச்சென்றிருந்தாள். இவளைப் பார்த்தால் பீட்டர் என்ன சொல்வான் என்று எட்டிப் பார்த்த கேள்வியுடன்,

“ஆமாம் அவசரம்தான்” என்றேன்.

“இரண்டு விருந்தாளிங்க வந்திருக்காங்க. அவங்களோடு வெளியிலே போகணும், இன்னும் ஒரு அரை மணியிலே, வண்டிக்கு ஏற்பாடு பண்ணிடு சாரதா.”

“ஓ! செய்யறேனே...” என்றாள் அவள் வழக்கமான உற்சாகத்துடன். “உங்க முகத்திலே இன்னிக்கு என்னவோ வித்தியாசமிருக்கு.”

எனக்குத் தூக்கிவாரிப் போட்டது. என் முகம் அப்படி சல்லாத் துணியாய்த் துல்லியமாய் இருக்கிறதா என்று கவலையேற்பட்டது.

“அதே முகம்தான், வித்தியாசம் எங்கிருந்து வரும்?”

ஆனால் மார்பு இன்னும் படபடத்துக் கொண்டிருந்தது - ஓடி வந்தது போல், இதென்ன பைத்தியக்காரத்தனம் என்ற சுய விமரிசனத்துடன் அறைக்குச் சென்றவளுக்கு, என்ன புடவை உடுத்துவது என்று தேர்ந்தெடுக்க வழக்கத்தை மீறின நேரம்

தேவைப்பட்டது. குளிக்கும்போது பாட்டுகூடக் கிளம்பிற்று. புடவை உடுத்தி, சுவரில் முகம் மட்டுமே தெரியக்கூடிய கண்ணாடியில் பார்த்துக் கொண்டபோது, புதுசாக - அழகாக ஏதும் தெரியவில்லை. 'இன்னிக்கு என்னவோ வித்தியாசமிருக்கு!'

முகம் ஒன்றும் வித்தியாசமாக இல்லை. கண்கள் எதற்கோ பேயாய் அலைகிறது. பேராசையுடன் துள்ளுகிறது. என் உருவத்தைப் பற்றின பாராட்டா? கொண்டா, கொண்டா. மாலையாய்ப் போடு. எத்தனை வேணும்னாலும் ஏத்துக்கும் இந்தக் கழுத்து. ஜனனத்திலேருந்து நெஞ்சுக்குள்ளே இருக்கிற வறட்சிக்குத் தாகம் தணிக்க ஆயுசு முழுவதும் மாலையாய்ப் போட்டு பன்னீர் தெளிச்சாலும் பத்தாது.

நெற்றியில் ஸ்டிக்கரை வைத்து சற்றுத் தொலைவில் நின்று கண்ணாடியில் என் முழு உருவத்தையும் ஆராய்ந்தேன். 'சட், அந்த வெள்ளைக்காரன் ஏதோ உளர்றான். அதைக் கேட்டு நம்பி கிறுக்குப் புடிச்சு நிக்கிறியே' என்று நடுவில் மஞ்சு எட்டிப் பார்த்து நையாண்டி செய்தாள். சரசரவென்று என் தன்னம்பிக்கை தளர்ந்தது. வேண்டுமென்றே அவர்கள் என்னைக் கிண்டல் செய்கிறார்கள் என்று தோன்றிற்று.

அவர்களுடன் செல்வதா, வேண்டாமா என்று யோசனை வந்தது. அவர்களுடைய அபத்த வார்த்தைகளைக் கேட்டுக்கொண்டு அமர்ந்திருந்தேனானால் கண்டிப்பாய் மூளைச் சலவை ஆகி, என்னையே எனக்கு அடையாளம் தெரியாமல் போய்விடும்.

ஏதாவது காரணத்தைச் சொல்லிப் போகாமலிருந்தால் என்ன என்று எழுந்த யோசனையுடன், சாரதாவைப் போகச் சொல்லலாம் என்று தோன்றிற்று. சாரதாவிற்கு இன்று அதிக வேலையிருக்காது. வெளிநாட்டுக்காரர்களுக்கு ஊர் சுத்திக் காண்பிக்கிறியா என்றால் சந்தோஷமாகச் செல்வாள். சுமாராக ஆங்கிலம் பேசுவாள். அவர்களுக்கு யார்கூடச் சென்றால் என்ன? என்னைவிட சாரதா உற்சாகமானவள். அவளுடன்

சென்று வந்த பிறகு மறுபடி அவர்கள் என்னிடம் கயிறு திரிக்க மாட்டார்கள்! 'நீ ரொம்ப அழகு...'

அறைக்கதவை யாரோ தட்டினார்கள். 'யாரு?' என்றபடி கதவைத் திறந்தேன். வெளியில் கப்பு நின்றிருந்தாள். வேர்த்து விறுவிறுத்து. "என்ன கப்பு?" என்றேன் புன்னகையுடன், "டிபன் சாப்பிட்டியா?"

"அந்த பவானி எனக்குச் சாப்பாடு சரியாப் போடமாட்டேங்கிறா!" என்றாள் கப்பு கோபத்துடன்.

"ஏன்?" என்றேன் திடுக்கிட்டு, "போதும், எழுந்திருன்னு எழுப்பிடறா. இப்பக்கூட இன்னும் ரெண்டு இட்லி வேணும்னு கேக்கறேன். அவ்வளவுதான், இனிமே இல்லேன்னு எழுப்பிட்டா."

கப்புவின் கண்களில் நீர் நிறைந்திருந்தது. பவானி இப்படிச் செய்வாளா என்று எனக்குத் திகைப்பாக இருந்தது.

"எத்தனை இட்லி சாப்பிட்டே?"

"எனக்குத் தெரியாது. வயிறு ரொம்பலே..."

"நான் பேசறேன் பவானிகிட்டே" என்றேன் நான். யோசனையுடன், "இதைச் சொல்லத்தான் வந்தியா?"

"இல்லே உங்கம்மா உன்னை அவசரமாகக் கூப்பிடறாங்க."

'அடிப்பாவி!' என்று அவளை மௌனமாகச் சபித்தபடி நான் விரைந்தேன். 'பவானிகிட்டே சொல்லு' என்றாள் அவள் பின்னாலிருந்து. பவானி இவளிடம் அப்படி நடந்து கொண்டிருப்பாளா என்கிற வியப்புடன் நான் அம்மாவைப் பார்க்கச் சென்றேன். அம்மா எங்கோ கிளம்பத் தயாராக இருந்தார். அவருடன் ஒரு பெண் நின்றிருந்தாள். நான் அருகில் சென்றதும் அம்மா மெல்லிய குரலில் சொன்னார்: "வண்டி எடுத்துக்கொண்டு இந்தப் பெண்ணோடு போ, இந்தப் பெண் பத்மா ப்ரைமரி ஹெல்த் ஸென்டர்லே வேலை பார்க்கிறா. இவ கிராமத்திலே ஒரு பெண் குழந்தை பிறந்திருக்காம். காப்பகத்திலே கொடுக்கச் சம்மதிக்கிறாங்களாம். இங்க வெச்சுக்க முடியாது. நா

கருமாத்தூருக்குப் போய் தகவல் தெரிவிக்கிறேன், நீ குழந்தையை அங்கே கொண்டு வா."

"சரி" என்றேன் நான் உடனடியாக, "அந்த விருந்தாளிங்களோட சாரதாவை அனுப்பலாமா?"

"அதை நா கவனிக்கிறேன். நீ உடனே கிளம்பு" என்றார்.

நான் இன்னும் காலை ஆகாரம் செய்யவில்லை என்று சொல்வது அப்போது அபத்தமாகப்படும் என்பது மட்டுமல்ல; 'ஒருவேளை சாப்பிடாததால் நீ ஒண்ணும் செத்துட மாட்டே!' என்று அம்மா சொல்வார் என்று எனக்குத் தெரியும்.

அந்த பத்மா பெரிய பரபரப்பில் இருந்தாள். "சீக்கிரம் வாங்க!" என்ற அவளைத் தொடர்ந்து காம்பவுண்டுக்குள் மர நிழலில் தயாராய் நின்றிருந்த வண்டிக்குள் ஏறினேன். அவள் சொன்ன வழியைப் பின்பற்றி வண்டி சென்றது. நகத்தைக் கடித்துத் துப்பும் வேகத்தில் அவளுடைய கவலை தெரிந்தது.

"குழந்தை எப்ப பிறந்தது?" என்று அவளிடம் பேச்சுக் கொடுத்தேன்.

"இன்னிக்குக் காலையிலே" என்றாள் அவள் - பாதையிலிருந்து பார்வையை விலக்காமல்.

"எத்தனையாவது குழந்தை இது?"

"மொதக் கொழந்தே!" என்றாள் அவள் படபடப்புடன். "பொண்ணாப் பொறந்தா முதக் குழந்தையானாலும் வேண்டாமாம் புருஷனுக்கு. கொன்னுட்டு வந்தா வா, இல்லேன்னா அங்கேயே இருந்துக்கங்கறான். அந்தப் பொண்ணு என்ன செய்வா? நா சொன்னதாலே காப்பகத்துக்குக் கொடுக்கச் சம்மதிச்சிருக்கா, புருஷனுக்குத் தெரியாம. வீட்டிலே இருக்கிற வயசான கிழவிகளுக்கு அது இஷ்டமில்லே. காப்பகத்துக்குக் கொடுக்கறது கௌரவக் குறைச்சல். வளர்க்கத் துப்பில்லேன்னு ஏசுவாங்களாம் ஜனங்க."

இவள் எதற்காகப் பரபரக்கிறாள் என்று உணர்ந்துகொண்ட மௌனத்தில் ஆழ்ந்தேன். என்னைப் பெரிய சோர்வு ஆட்கொண்டது.

உயிருக்கு மதிப்பேயில்லாத இடத்தில் மானம், அவமானம் என்கிற வார்த்தைகளின் பரிமாணங்கள் விசித்திரமானவை.

ஏச்சுக்கும், பேச்சுக்கும் அதிக முக்கியத்துவம் கிடைத்தால் தர்மம் எங்காவது பதுங்கிக்கொள்ளும். 'ஐயோ, பொட்டையையா பெத்தே?' என்கிற வார்த்தையைப் பொறுத்துக்கொள்வது கடினம். அதன் பிஞ்சுக் கழுத்தை அமுக்குவது சுலபம். 'ஏன்? பெத்தா என்ன, ஆம்பிளை கணக்கா வளக்கறேன்யா. நீ சும்மா கிட' என்று சொல்ல எவளுக்கும் தைரியமில்லே. 'அப்படி எப்படி வளர்க்கறது? சொன்னாப்பலே ஆச்சா? இது சமைஞ்சு நிக்குமே? கோவணத்தைக் கட்டிக்கிட்டு ஆண் வெக்கப்போரிலே கெடந்து தூங்குவான். இதுக்கு முடியுமா? ரவிக்கை, பாவாடை, தாவணி, உள்ளாடைன்னு அஞ்சு உருப்படி எடுக்கணுமே. ஒருத்தன் கையிலே குடுக்கிற வரைக்கும் நாம் வவுத்திலே நெருப்பைக் கட்டியிருக்கணுமில்லே...'

"இங்கதான், நிறுத்துங்க" என்றாள் பத்மா.

வண்டியிலிருந்து இறங்கி உள்ளே நாங்கள் நுழைந்ததும் பெண்கள் 'ஓ'வென்று ஒப்பாரிக் குரலில் அழ ஆரம்பித்தார்கள்.

கொழுகொழுவென்ற அழகிய குழந்தை பாயில் உயிரற்று இருந்தது.

நெஞ்சில் கல்லை இறக்கினாற்போல் இருந்தது. நிதர்சனக் காட்சியைக் கண்டு பலவீனப்பட்டுக் கையும், காலும் வெலவெலத்துப்போயின. கூடியிருந்த பெண்கள் எங்களை வெறித்துப் பார்க்க, ஒரு இளம் பெண் அழுதுகொண்டிருக்க, ஒரு ஒற்றைக் குரல் ஓங்கி ஒலித்தது:

'கொஞ்சு கிளி ரஞ்சிதமே
கூடியுள்ள தாராவே
சுத்தித் திரை வளைச்சம்
சூரியனைக் காவல் வைச்சம்
இத்தனை பேர் காவலிலே
எமன் வந்தான் காணலியே!'

பத்மா குபீரென்று பாடியவள் தோளைப் பற்றினாள். "அட சட்! நிறுத்து!" என்று அதட்டினாள்.

"எப்படி இறந்திச்சு சொல் எப்படி? காலையிலே நல்லாத்தானே இருந்தது? என்ன பண்ணீங்க, சொல்லு!"

பத்மாவின் கோபமும், ஆத்திரமும் கட்டுக்கடங்காததாக இருந்தது. முகம் பளபளத்து உதடுகள் துடித்தன. பாடினவளின் தோளை அவள் மேலும் மேலும், "சொல்லு... சொல்லு!" என்று உலுக்கும்போது, வேறு இரண்டு வயது வந்த பெண்கள் அவளைப் பிடித்துப் பின்னுக்கு இழுத்தார்கள். பாடினவளின் காதுப் பாம்படங்கள் பயங்கரமாக ஆடின. கண்களில் தீவிர பிடிவாதமோ, துணிச்சலோ மின்னல் கீற்றாய்ப் பளபளத்தது.

"இவ யார்ரீ இவ...! என்னை வந்து உசுப்பறா!" என்றாள் ஆத்திரத்துடன். "காலையிலே நல்லாத்தேன் இருந்தது. அப்புறம் மூச்சுத் திணறி செத்துப்போச்சு. என்ன செய்ய? அதுக்கு ஆயுசு அம்புட்டுதேன்!"

பத்மா அசரவில்லை, "எப்படிச் சாகும்? ஆரோக்கியமா பிறந்த குழந்தை செத்துருமா? ஆண் குழந்தையைச் சாக விட்டிருப்பீங்களா?"

"அட, இது செத்துப்போச்சு. அதுக்கு நாங்க என்ன செய்ய? எங்க புள்ள செத்தது எங்களுக்குத்தான் துக்கம்! உனக்கென்ன வந்தது? உம் வேலையைப் பார்த்துக்கிட்டுப் போ."

எல்லாப் பெண்களின் கையோடு கைகோர்த்த பார்வையில் நானும், பத்மாவும் அழையாமல் வந்து நிற்பவர்கள் என்று தோன்றியது. மூலையில் அழுதுகொண்டு தனியாய் அமர்ந்திருந்த பெண்ணிடம் பத்மா சென்று மண்டியிட்டு அமர்ந்து கோபத்துடன் சொன்னாள்:

"சரியான கோழை நீ! பத்து கிளாஸ் படிச்சவளா நீ? அத்தனை படிச்சுப் படிச்சு சொன்னேனே. உனக்குக் குழந்தை வேண்டாம்னா,

நா எடுத்திட்டுப் போறேன்னேனே! ஒரு மணி நேரம் உன்னாலே பொறுக்க முடியலையா? காப்பாத்த முடியலையா?"

அந்தப் பெண் இன்னும் அதிகமாக அழுதது. சின்னப் பெண் - பதினேழு பதினெட்டுக்கு மேல் இருக்காது. அந்தக் கும்பலில் இவளுடைய குரல் எடுக்காது. இப்போது பிழியப் பிழிய அழும் இவள் தன்னுடைய தோல்விக்காக அழுகிறாள். இருபது வருஷங்கள் கழித்து இவளுடைய பார்வையும் இறுகிப்போகும். கண்களில் வைராக்கியமும், துணிச்சலும் புகுந்துகொள்ளும் வீட்டில் பெண் பிறந்தால், 'அதுக்கு ஆயுள் அம்புட்டுதேன்!' என்று முடிவுகட்டித் தன்னையே சமாதானப்படுத்திக் கொள்வாள். விசித்திரமான ஒப்பாரி பாடுவாள். இத்தனை பேர் காவலிலே எமன் வந்தான் காணலியே என்று நிஜமாக அழுவாள்.

"இதென்ன இது...! எளவெடுத்த வீட்டிலே இப்படி வந்து பேசறே?" என்றாள் ஒரு வயதானவள். "மூச்சுத் திணறி செத்தா என்ன செய்ய முடியும்?"

"வைத்தியரைக் கூப்பிட்டீங்களா? டாக்டருக்குச் சொல்லி விட்டீங்களா?"

"இங்கிருந்து நாலு கல் தொலைவுக்கில்லே போகணும் டாக்டருக்கு? அதுவரை பச்சைப்புள்ள உசிரு காத்திருக்குமா?"

நான் பத்மாவின் தோளைப் பற்றினேன்; "நமக்கு இனிமே வேலையில்லை. போகலாம் வா!" என்று சமிக்ஞை செய்தேன். பத்மாவுக்கு வெறி பிடித்திருந்தாற்போல் இருந்தது.

என்னைக் கவனிக்கவே கவனிக்காமல் படபடத்தாள். "நான் நிச்சயமா இதை நம்பமாட்டேன். காலையிலே என் கண்களாலே பார்த்திருக்கேன். குழந்தை ஆரோக்கியமா இருந்தது. ஒரு மணி நேரத்துக்கு வெளிலே போயிருக்கேன். அதுக்குள்ளே மூச்சுத் திணறல் எடுத்துச்சா? என்ன செஞ்சீங்க?"

இன்னொரு பெரியவள் பத்மாவின் தோளைப் பற்றிச் சமாதானமான குரலில் சொன்னாள்:

"இதப் பார் நர்ஸம்மா, நாங்க எவ்வளவோ செஞ்சோம், செய்யல்லே... எதுவானாலும் அது எங்க சொந்த விஷயம். என்ன ஏதுன்னு கண்டுக்காம நீ உன் வேலையைப் பார்த்துட்டுப் போ."

பத்மா இன்னும் ஏதோ சொல்ல வாயைத் திறக்கும்போது வாசலில் தடியுடன் ஆண் கும்பல் கூடிவிட்டது.

"யாரும்மா அது? எளவு வீட்டிலே வந்து தகராறு செய்யறது?" என்று சத்தம் போட்டான் ஒருத்தன். கண்கள் செவசெவ என்றிருந்தது. "உங்களையெல்லாம் யாராவது இப்ப இங்க கூப்பிட்டாங்களா? போங்க... உங்க வேலையைப் பார்த்துக்கிட்டு!"

நான் கலவரத்துடன் பத்மாவின் கரத்தைப் பற்றினேன். "இந்த முரட்டுக் கும்பலில் நாம ரெண்டு பேர் எதுவும் செய்ய முடியாது; கிளம்பிடலாம்" என்று கிசுகிசுத்தேன்.

"இதுவும் எங்க வேலைதான்" என்றாள் பத்மா, அவர்களைப் பார்த்து. "டாக்டரைக் கூட்டிக்கிட்டு வர்றேன் - அவங்க சொல்லட்டும் எப்படி செத்ததுன்னு."

இவள் என்ன விவரம் புரியாமல் பேசுகிறாள் என்று எனக்கு எரிச்சல் வந்தது.

"இந்தாம்மா... அடுத்தது போலீசைக் கூட்டிட்டு வர்றேன்பே. மரியாதையா கிளம்பிப் போயிரு, எங்களைக் கோபப்படுத்தாதே. தடியெடுக்க ஆண்கள் நிறைய இருக்கோம். மறுபடி இந்த வட்டாரத்திலே நீ தொடர்ந்து வேலை பார்க்கணுமின்னா கிளம்பு."

"கிளம்பு பத்மா" என்ற எனது அதட்டலில் தோற்றுப்போனவளாய் உள்ளுக்குள் குமுறும் கோபத்தை உதட்டுச் சுழிப்பில் அடக்கிக்கொண்டு, பத்மா வெளியில் வந்தாள். நாங்கள் மௌனமாக வண்டியில் ஏறி அமரும்வரை கும்பல் எங்களைக் குரோதத்துடன் பார்த்தபடி நின்றது. கார் கிளம்பும் சமயத்தில் மீண்டும் ஒப்பாரி கேட்டது.

"தொண்ணூறு பேர் காவலிலே
தூதன் வந்தான் காணலியே..."

"நிச்சயமா இது கொலை, எனக்கு நல்லாத் தெரியும்!" என்று பத்மா பொருமினாள். "நாதான் பிரசவம் பார்த்தேன். நார்மல் பேபி. ஏழு பவுண்டு இருக்கும். எல்லாம் செக் பண்ணிட்டு கிளம்பியிருக்கேன். சே குழந்தையை விட்டுட்டு கிளம்பியிருக்கக் கூடாது. நானே கொன்ன மாதிரியிருக்கு!"

முகத்தைக் கைகளால் அடித்துக்கொண்ட பத்மாவை நான் அணைத்துக் கொண்டேன். அவளிடம் இந்தச் சம்பவம் ஏற்படுத்தியிருந்த தாக்கம் நம்ப முடியாததாக இருந்தது.

"குழந்தையை அப்போதே தூக்கிக்கிட்டுப் போக அந்தப் பெண் சம்மதிச்சிருப்பா. எங்கிட்ட வண்டியில்லே. கையிலே சுமந்துகிட்டு எப்படிப் போறதுன்னு தயங்கினேன். ஒரு மணி நேரத்திலே வந்துடறேன்னு சொல்லிட்டு கிளம்பினேன். அதுக்குள்ளே பாருங்க என்ன நடந்திருச்சின்னு... சே!"

நான் ஒரு அந்தகார மௌனத்தில் அமிழ்ந்து போனேன். நானே அந்தப் பாயில் நிர்வாணமாய் உயிரற்று இருப்பதுபோல் இருக்கிறது. இன்று பத்மா பதறியதுபோல் அன்று அந்த வெள்ளைச் சேலை பதறியிருக்கும். பவுன்தாயியின் தோளை உலுக்கியிருக்கும். 'சொல்லு சொல்லு... என்ன செஞ்சே, என்ன செஞ்சே? மயிரிழைத் தருண வித்தியாசத்தில் இப்புவியில் ஏற்படும் விபத்துக்கள் அநேகம் என்பது நிஜம் என்றால், வாழ வைக்கும் சந்தர்ப்பங்களும் அநேகம். இந்தக் குழந்தையின் இறப்பும் விபத்து; பிறப்பும் விபத்து. எல்லாப் பிறவிக்கும் காரணம் உண்டு என்பார் அம்மா. இது எதற்குப் பிறந்தது? இறக்காவிட்டால் என்ன ஆகியிருக்கும்? என்னைப்போல் ஒருத்தி ஆகியிருக்கும். கிடைத்த இடத்தில் ஊன்றி நன்றியுடன் துளிர்த்து பிறந்தபோதே சிறகுடன் பிறந்ததான எண்ணச் செருக்குடன்.'

"சே, நானே கொன்ன மாதிரி இருக்கு!" என்றாள் பத்மா, மீண்டும். "என்ன ஜனங்க... என்ன ஜனங்க!" அவள் மேற்கொண்டு

பல கெட்ட வார்த்தைகளைச் சொல்லித் திட்டினாள். "எப்படி கண் சொடுக்காம சொல்றாங்க பார்த்தீங்களா? மூச்சுத் திணறிச் செத்துப் போச்சுன்னு!"

நான் எதுவுமே பேசவில்லை. இவளைப் பார்க்கப் பரிதாபமாக இருந்தது. இவள் இந்த வட்டாரத்துக்குப் புதுசு நிச்சயமாய். கருத்தோடு வேலை பார்க்கும் சேவகிதான். அதனால்தான் இறந்துகிடந்த குழந்தையைக் கண்டு பதறிப்போனாள். அதன் இறப்பு ஒரு கொலை என்று இவள் சொல்கிறாள். நீ கர்ப்பத்தில் இருக்கும் சிசுவைக் கலைப்பது கொலையில்லையென்றால், இதுவும் கொலையில்லை என்ற அவர்களது விதண்டாவாதத்திற்கு இவளிடம் பதில் இருக்காது. ஏழு மாதத்திலும், ஆறு மாதத்திலும் கர்ப்பத்தைக் கலைக்கும் ஆட்கள் இருப்பது அவர்களுக்குத் தெரியும். "நாங்களாவது பார்த்துக் கொல்கிறோம்" என்பார்கள் வெகுளியாக... 'ஆண் பிறந்தா வெச்சுக்கிடுவோம். பெண் பிறந்தா கொல்றதுதான். பிரியத்தினாலேதான் கொல்றோம். நாம் படற கஷ்டம் அது ஏன் படணும்...?'

நான் பேசவே பேசாமல் என்னுள் மூழ்கிய யோசனையில் இருந்தேன். பத்மாவின் ஆத்திரம் தீராதது அவளது தொடர்ந்த முணுமுணுப்பில் தெரிந்தது. கொஞ்ச நாட்களில் இவள் இவர்களின் பின்னணியைப் புரிந்துகொள்வாள். இவர்களுக்கு இருக்கும் நிர்பந்தங்களையும், அழுத்தங்களையும் கண்டுகொள்வாள். இரண்டு வருஷங்களில் இவளிடம் இன்று இருக்கும் வேகம் இருக்காது. எப்படி இருந்தது என்று மனசு பதறி விம்மி விம்மி கேள்வி கேட்காது.

இவளுக்கு என் வயதுதான் இருக்கும் என்று தோன்றிற்று. ஆனால் எல்லாரையும் போல் இவளும் என்னை 'அக்கா' என்று கூப்பிட்டாள். என்னைப் பார்த்துச் சோர்வுடன் சிரித்து, "இத்தனை பாடுபட்டு உழைக்கிறோம். ஒருத்தி கர்ப்பமா இருக்கான்னு தெரிஞ்ச உடனே தினமும் போய் அவளோடு பேசி, சிரிச்சு, அவ ஆரோக்கியத்தைக் கவனிச்சு, பெண் பிறந்தா

ஒண்ணும் இளப்பமில்லேன்னு போதிச்சு... இத்தனைக்கும் பிறகு அந்தக் குழந்தைக்கு இந்த கதி ஆச்சுன்னா எப்படியிருக்கும் சொல்லுக்கா. பொங்கிப் பொங்கித்தான் வருது கோபமும் துக்கமும். உனக்கு இன்னாடிங்கறாங்க கொலைக் குத்தம்னு புரியாம. நான் பழையபடிக்கு திருச்சிக்கே மாற்றல் வாங்கிக்கிட்டுப் போயிடலாம்னு இருக்கேன். நமக்குத் தாங்காது இதெல்லாம்."

நான் பதில் ஏதும் சொல்லாமல் 'அதுதான் சரி' என்பதுபோல் தலையசைத்து முறுவலித்தேன். என்னுடைய பூர்வோத்திரம் இவளுக்குத் தெரிந்தால் என்னிடம் இப்படி இவள் படபடக்கமாட்டாள். இவள் ஆத்திரத்தில் இவர்களைத் திட்டத் திட்ட என் முதுகில் சுமையேறுகிறது. கூனல் விழுந்த பார்வை தரையில் நிலைக்கிறது. நான் இங்கு இன்று இவளுக்குச் சமதையாய், அல்லது இவளைவிட ஒருபடி மேலாய்ப் பயணிப்பது ஒரு குருட்டு அதிர்ஷ்டத்தால் என்கிற ஞாபகம் என்னை ரோசப்படுத்துகிறது. இந்த ரோசமே என் மூதாதையரின் இரத்தம் என்னுள் ஓடும் அடையாளம். வளர்ப்பினால் மாறாத இயல்பு அது.

"நானும் உங்ககூட வரணுமா?" என்றாள் அவள் வெளியில் பார்வையை ஓட்டி.

"வேண்டாம்; நான் சொல்லிக்கிறேன் அம்மாகிட்டே..."

"அநாவசியமா உங்களுக்குத் தொந்தரவு கொடுத்த மாதிரி ஆச்சுக்கா."

"அதனாலே என்ன, உங்க மேல தப்பா? எங்க இறக்கிவிடணும், சொல்லுங்க."

அவள் இறங்கிச் சென்ற பிறகு மனசில் ஒரு வெறுமை படர்ந்தது. சற்று நேரத்துக்கு எந்த சிந்தனையும் ஏற்படவில்லை. மயான அமைதிக்குள் திரும்பித் திரும்பி நாபியிலிருந்து ஒரு கேவல் எழுந்தது. **'கொஞ்சு கிளி ரஞ்சிதமே, இத்தனை பேர் காவலிலே எமன் வந்தான் காணலியே!'**

கண்களில் துளிர்த்த நீரை நான் அவசரமாகத் துடைத்துக்கொண்டேன். எனக்கும், அந்தக் குழந்தைக்கும் என்ன உறவு? இருந்தும் அடிவயிற்றில் ஏற்பட்ட சங்கடம் அறிவார்ந்த தர்க்கத்திற்கு அப்பாற்பட்டதாக இருந்தது.

கருமாத்தூர் காப்பகத்தில் அம்மா காத்திருந்தார். ஸிஸ்டர் மாணிக்கத்துடன், அவர்களைப் பார்த்ததுமே நான் கையை விரித்து உதட்டைப் பிதுக்கினேன்.

“நாங்க போறதுக்குள்ளே குழந்தை செத்துருச்சு.”

அம்மா துயரத்துடன் ஸிஸ்டரைப் பார்த்தார்.

“எதிர்பார்த்ததுதான் இது” என்றார் ஸிஸ்டர். மேற்கொண்டு அவர்கள் என்ன பேசிக்கொள்வார்கள் என்பதைக் கேட்க எனக்கு ஆர்வமில்லை. காலையில் சாப்பிடாததில் வயிறு ஓலமிட்டது. வீட்டுக்குச் சென்றால் போதும் என்றிருந்தது.

“நீ கிளம்பிப் போ. நான் கொஞ்சம் பொறுத்து வரேன்” என்று அம்மா சொன்னவுடன், நான் நிம்மதியுடன் கிளம்பினேன். வண்டிக்குள் வெளியிலிருந்து அனல்காற்று பிடித்தது. சுற்றிலும் வானம் பார்த்த பூமி வறண்டிருந்தது. வெயிலைப் பொருட்படுத்தாமல் வயல்காட்டில் அங்கங்கே ஆண்களும், பெண்களும் வேலை செய்து கொண்டிருந்தார்கள். மழை பெய்யும் காலத்தில் வேலை, பெய்யாத காலத்தில் கல்லுடைக்கும் வேலை. வயிற்றைக் கழுவப் புதிய குறுக்கு வழிகள் உண்டு. பிள்ளையைப் பெற்றவள் அவனை முன் நிறுத்தி வரதட்சணைப் பணம் பண்ணலாம். மத்த ஜனத்தைப் போல பெண்ணே பிறந்து தொலைத்தால் அதற்கும் குறுக்கு வழிகள் உண்டு. மானத்தைக் காப்பாற்ற!

“எனக்குக் கல்யாணமாகிப் பெண் குழந்தை பிறந்ததுன்னு வெச்சுக்குங்க, நானே இந்தக் கையாலே கொன்னுடுவேன். பிழைச்சு என்ன லாபம்? இப்படி லோல்படவா?”

நான் கண்களை இறுக மூடிக்கொண்டேன். எங்காவது ஓடிவிட வேண்டும். இந்த அவலத்திலிருந்து தொலைதூரம்

ஓடிவிட வேண்டும் - நெஞ்சை நிமிர்த்திக் கர்வமாக நிற்கக்கூடிய இடத்திற்கு பாலும் தயிரும், பொன்னும் மணியும் ஆறாக ஓடும் இடத்திற்கு! சுபீட்சத்தில்தான் கருணை வற்றாது - நிராகரிப்பு இருக்காது. இந்த ஓலங்களை என்னால் கேட்டுக்கொண்டு இருக்க முடியாது. ஜனித்ததிலிருந்து என்னைத் தொடரும் ஓலம் இது. நஞ்சுக் கொடியைப்போல இந்த மண்ணுடன் என்னைப் பிணைப்பது. இதை அறுத்துக்கொண்டு கண் காணாத தேசத்துக்கு ஓட வேண்டும் போல எனக்குத் துடிக்கிறது, என்னை வேண்டாம் என்று உதறின இடம் இது. நீ இருக்கிறாயா, செத்தாயா என்று அறிய விரும்பாத இடம். இந்த நிராகரிப்பு என் இரத்த நாளங்களை அடிக்கடி முறுக்கேற வைக்கிறது, வெறுப்பேற்படுத்துகிறது. அதில் நானே பஸ்மமாகி விடுவேன் ஒருநாளைக்கு என்கிற கவலை எனக்கு அடிக்கடி ஏற்படுகிறது.

வண்டி ஒரு குலுக்கலுடன் நின்றது. நான் சுயநினைவு பெற்று நிமிர்ந்தேன். வீடு வந்துவிட்டது. நான் நேராகச் சமையலறைக்குச் சென்றேன். பவானி மதியச் சமையலுக்கான ஏற்பாட்டில் இருந்தாள். இரண்டு பெண்கள் தரையில் அமர்ந்து கத்தரிக்காய் நறுக்கிக் கொண்டிருந்தார்கள்.

“பவானி, சாப்பிட ஏதாவது இருக்கா? ரொம்பப் பசிக்குது” என்றேன்.

“ஏன்க்கா, டிபன் சாப்பிடாமியே போயிட்டீங்களா... அப்படியென்ன அவசரம்?” என்றாள் பவானி, “நீங்க இங்கதான் இருக்கீங்கன்னு நினைச்சேன். நீங்க கிளம்பிப் போயிட்டதாச் சொன்னா சாரதா. இருக்கு. நாலைஞ்சு இட்லி தேறும், போதுமா?”

“ஏதானும் குடு” என்று அவள் கொடுத்த பிளேட்டை வாங்கிக்கொண்டு சாப்பிட ஆரம்பித்தேன்.

“இந்த வெயில்லே வெறும் வவுத்தோட எங்கே கிளம்பினீங்க? அந்த வெள்ளைக்காரங்களோடு போகப்போறீங்கன்னு நினைச்சேன்.”

"சாரதா போகலியா?"

"போயிருக்கா, இருந்தாலும் அவளை விட உங்களுக்குத்தான் இங்கிலீஷ் பேச நல்லா வரும்."

"சாரதா என்னை விட நல்லா சமாளிப்பா!"

பவானி சிரித்தாள். "அது என்னவோ, நீங்க இல்லேன்னதும் அந்த பீட்டருடைய முகம் தொங்கிப்போச்சு."

நான் பக்கென்று சிரித்தேன். "இந்த அளப்பெல்லாம் எங்கிட்ட வேணாம் பவானி!"

"நிஜமாத்தான்க்கா! சாரதாகூட சொன்னா!"

"அவளைக் கண்டதும் மலர்ந்திருக்குமே! என்னை விட கலகலப்பாய்ப் பேசத் தெரியும் அவளுக்கு. பார்க்க பளிச்சுன்னு இருக்கா."

பவானி பதில் ஏதும் சொல்லாமல் மோரை நீட்டினாள்.

அதை நன்றியுடன் வாங்கிக் குடித்துப் புன்னகைத்தேன்.

"நீ பதினாறும் பெத்துப் பெருவாழ்வு வாழணும் பவானி, நல்லாயிரு!"

பவானி சிரித்தாள். "ஓடிப்போன புருஷன் திரும்பி வந்தாதான் அதுக்கு வழி."

"பதினாறு என்கிறது பிள்ளையைக் குறிக்காது, பெண்ணே!" என்றேன் நான். "புருஷனோடு வாழற வாழ்வுதான் பெருவாழ்வுன்னு யார் சொன்னது உனக்கு?"

"நீங்க சொல்றது உண்மைதான்க்கா. அவனை விட்டு வந்த பிறகுதான் நிம்மதியா சோறு திங்கறேன். காலையிலே எங்கிட்டுப் போனீங்கன்னு சொல்லலே?"

"அப்புறமாகச் சொல்றேன்" என்று நான் வெளியேறினேன். ஒரு காலைப் பொழுது முழுவதும் விரயமாகிப் போனதுபோல இருந்தது. விடுமுறை தினத்தின் நிதானச் சோம்பலில் வீடு

இருந்தது. கலாவதியின் பாட்டுக்குரல் எங்கேயோ கேட்டது. குளிக்கிறாள் போலிருக்கிறது.

நான் அம்மாவின் அலுவலக அறைக்குச் சென்று ஞாயிறுகளில் பார்க்க வேண்டிய வேலைகளில் ஆழ்ந்தேன். வெகுநேரம் கழித்து வண்டி ஓசை கேட்டது. அம்மா வந்துவிட்டார் என்ற எதிர்பார்ப்பில் ஜன்னல் அருகில் சென்று பார்த்தேன். வண்டியிலிருந்து பீட்டர் இறங்கினான். சொல்லி வைத்ததைப்போல் ஜன்னல் பக்கம் நிமிர்ந்து பார்த்துச் சிரித்தான்.

***

9

ஜன்னலிலிருந்து பார்வையை விலக்கி நான் மீண்டும் மேஜையடிக்குச் சென்றேன். பீட்டருடைய பார்வையும், சிரிப்பும் நிச்சயம் என்னுள் ஒரு சலனத்தை ஏற்படுத்தின. இதுவரை உணர்ந்தறியாத உணர்வுகளைத் தட்டியெழுப்பின. செல்லத் துணிந்திராத பிரதேசங்களுக்கு இழுத்துச் சென்றன. அடிவயிறு துவண்டு கன்னங்களும், காது மடல்களும் சூடேறின.

மஞ்சு கலவரமடைந்தாள். தீவிரமாகத் தலையசைத்து, 'இதெல்லாம் நல்லதுக்கில்லே!' என்று கடிவாளத்தை அவசரமாகப் பூட்டினாள். மாமரத்துக் கிளையில் அமர்ந்திருந்த காகம், நான் அமர்ந்திருந்த திசையை நோக்கி விடாமல் கரைந்தது. 'காக்கா உன்னைத்தான் திட்டுது. அறிவு கெட்டவளேன்னு!' என்று மஞ்சு நொடித்தாள். நான் அதைச் சட்டை செய்யாமல் பீட்டர் அறைக்குள் நுழையும் தருணத்தை எதிர்நோக்கிக் காத்திருந்தேன். அவன் நான்கு நாட்களுக்கு இங்கு வந்து தங்கும் வழிப்போக்கன் என்று எனக்குத் தெரியாதா என்று எனக்குள் சொல்லிக்கொண்டேன். அவனது புகழ்ச்சிக்கு ஏதும் அர்த்தமில்லை. 'தெரியும்டி மஞ்சு.' இருந்தும் ஒரு லேசான சல்லாபம் செஞ்சா ஒண்ணும் தப்பில்லே. தினம் தினம் பிறப்பையும், சாவையும் தவிர வேற எதையும் காணாதவளுக்கு உல்லாசம்னு ஒண்ணு இருக்குங்கறது மனசுக்குத் தெம்பைக் குடுக்கறது, இறக்கை முளைச்சாப்பலே.

“நீ எக்கேடு கெட்டுப் போ!” என்றாள் மஞ்சு.

உள்ளே யாரோ நுழையும் அரவம் கேட்டு தான் ஆவலுடன் நிமிர, “நாங்க வந்தாச்சுக்கா!” என்றாள் சாரதா உற்சாகத்துடன்.

அவள் முகத்திலிருந்த மலர்ச்சி வழக்கத்தை விட அதிகமானது போலத் தோன்றிற்று.

“என்ன இத்தனை சீக்கிரம் வந்துட்டீங்க?” என்றேன், நான் சாதாரணமாக. “பக்கத்துக் கிராமங்களுக்குப் போகணும்னு சொன்னாங்க?”

“போகல்லே, கிராமத்து ஜனங்களோடு பேசணுமாம். எல்லாரும் வயற்காட்டுக்குப் போயிருப்பாங்க. இப்ப யாரும் அகப்பட மாட்டாங்கன்னேன். அப்ப சாயங்காலமா போகலாம்னாங்க. இப்பத் திருப்பரங்குன்றம் கோவிலுக்கு மட்டும் போய் வந்தோம்.”

“சாயங்காலம் போகப் போறியா?” என்றேன், அதிக ஆர்வம் காண்பிக்காமல்.

“தெரியாது. அழைச்சிட்டுப் போனா போவேன். அவங்க பேசற இங்கிலீஷ் எனக்கு அவ்வளவா புரியல்லே. ஆனா தமாஷு தான். அவங்க எதைப் பார்த்தாலும் என்ன ஆச்சரியப்படறாங்கக்கா அவங்க! நுங்கைப் பார்த்தா ஆச்சரியம். இளநீரைப் பார்த்தா ஆச்சரியம். தலைமேல் வைக்கப் பொதியைச் சுமந்துகிட்டுப் போற பொம்பளையைப் பார்த்தா அதிசயம். எல்லாத்தையும் போட்டோ புடிக்கிறாங்க. ஒரு சின்ன பய ஒண்ணுக்கு நிக்கிறான். அதையும் புடிக்கிறாங்க!”

அவளது முகத்தில் சூரிய வெளிச்சம் பட்டுப்பட்டு விலகுவதுபோல உற்சாகம் மின்னலடித்தது.

“உன்னைப் புடிச்சாங்களா?”

“ஓ! புடிச்சாங்க, நிறைய கோவில்லே சிலைக்குப் பக்கத்திலே நிக்க வெச்சு.”

எனக்குப் பேச்சில் சுவாரஸ்யம் குறைந்து போயிற்று.

“எனக்கு முடிக்க வேண்டிய வேலை நிறைய இருக்கு சாரதா...” என்றேன் சம்பந்தமில்லாமல். “அவங்க என்னைப் பத்திக் கேட்டாங்கன்னா சொல்லிடு, நா வேலையா இருக்கேன்னு. இந்த வெள்ளைக்காரங்க கேள்விக்கெல்லாம் பதில் சொல்ல எனக்குப் பொறுமையில்லே” என்றேன் திடீர் உத்வேகத்துடன். “நமக்கு நம்ம ஏழ்மை, கஷ்டம் எல்லாம் நிஜ வாழ்க்கையோடு சம்பந்தப்பட்டது. நாலு நாள் சுத்திப் பாக்க வர்ற இவங்க, போட்டோ சட்டத்துக்குள்ளே அதை அமுக்கிவெச்சு வெளியிலே வியாபாரம் பண்ணப் போறவங்க.”

“போயிட்டுப் போறதுக்கா, பாவம்!” என்று சாரதா சிரித்தாள். “என் போட்டோ அப்படியாவது எதாவது பத்திரிகையிலே வரட்டும்.”

“உன் போட்டோ மட்டும் வராது. கூடவே சின்னப் பையன் ஒண்ணுக்கடிக்கிறதும் வரும்!”

“அய்யே, அதயெல்லாமா போடுவாங்க?” என்று அசிங்கப்பட்ட சாரதாவிடம் நான் எனக்கே விளங்காத எரிச்சலுடன் சொன்னேன்:

“அதையெல்லாம் முக்கியமா போடுவாங்க. நாம் ஏழைங்க, பின் தங்கியவங்க, நாகரிகமில்லாதவங்கன்னு காட்டறது ஒரு வியாபாரம் மட்டுமில்லே. அந்தச் செய்தி வெள்ளைக்காரங்களுக்கு ஒரு ‘கிக்’ குடுக்குதுன்னு நினைக்கிறேன்.”

சாரதா என்னை விநோதமாகப் பார்த்தாள்.

“உங்களுக்குன்னு ஏதாவது தோணுங்க்கா” என்று சிரித்தாள். “கிக்” ஏன் வருது?”

“அதான் அதிலே விசித்திரம்” என்றேன், நான் சோகமாக. “இதெல்லாம் ஒரு அதிசயம் அவங்களுக்குன்னு நீயே சொன்னியே. வைக்கப்போரை சுமந்துகிட்டுப் போறவளைப் படம் புடிக்கல்லே? அவ எத்தனை அழகுன்னு வாயைப் பிளக்கல்லே? அவ அப்படி சுமந்தாதான் அவ வீட்டிலே அடுப்பெரியும்னு அவங்களுக்குப் புரியுமா?”

சாரதா என்னை யோசனையுடன் பார்த்தாள். என்னுடைய கோபம் அவளுக்கு வினோதமாக இருக்கும். மஞ்சுவுக்குக்கூட வினோதமாக இருந்தது. நான் கமுக்கமாக அமர்ந்திருந்தேன். இந்த விருந்தாளிகளுடன் ஊர் சுற்றுவதை விட எனக்கு வேறு வேலை இருப்பதான பாவனையுடன்.

சாரதா என் எதிரில் அமர்ந்தாள். "ஏன்க்கா இன்னிக்கு எங்கேயோ போனீங்களே! என்ன ஆச்சு? குழந்தையைக் கொண்டாந்தீங்களா?"

நான் உதட்டைப் பிதுக்கினேன். "நாங்க போறதுக்குள்ளே செத்திருச்சு."

கண்கள் அகல விரிய, "ஐய்யய்யோ!" என்றாள். "இந்த மாதிரி நமக்கு எத்தனை அனுபவம் ஆயிட்டதுக்கா!"

நான் வேதனையுடன் புன்னகைத்தபடி அவளைப் பார்த்தேன்.

"ரொம்ப கௌரதை பார்க்கிற ஜனங்கக்கா அவங்க" என்றாள் அவள் அலுப்புடன். "குழந்தையைக் காப்பகத்திலேயெல்லாம் கொடுக்க மாட்டாங்க."

நான் பதில் ஏதும் சொல்லாமல் மௌனம் கடைப்பிடித்தேன். குழந்தையின் உருவம் கண்ணில் நின்றது. வாடாமல், வதங்காமல் பிறந்த நிலையில் கண்மூடி என்ன சாதிக்கவென்று இந்தக் குரூர உலகத்தில் கால் வைத்தது? ஒரு சக்கர வியூகத்தில் அகப்பட்டுக்கொண்டு வெளிவர மார்க்கம் கிடைக்காமல் பலியாகிப்போனது?

'சுத்தித் திரை வளைச்சம்
சூரியனைக் காவல் வெச்சம்'

பாரதப் போர் காலத்திலிருந்து தொடர்வது, இந்த சக்கர வியூகம். இதன் பொய்மை அந்தப் பெண்களுக்குத் தெரியாமல் இல்லை. பெற்ற குழந்தை இறந்ததைவிட இந்தப் பொய்மைக்காகத்தான் அந்தப் பெண் அழுதிருக்க வேண்டும்.

"பாவம், குழந்தையைப் பெத்தவ ரொம்ப அழுதா."

"அழ மாட்டாளா பின்னே? ஒம்பது மாசம் சுமந்தவளுக்கு மனசாகுமா?" என்றாள் சாரதா நூத்துக் கிழவி போல, எனக்குக் கலாவதியின் ஞாபகம் வந்தது. "எனக்குக் கல்யாணமாச்சுன்னு வெச்சுக்குங்க, பெண் குழந்தை பிறந்தா இந்தக் கையாலேயே..."

எனக்கு உடம்பு நடுங்கிற்று. கைகளால் முகத்தை மூடிக்கொண்டேன். கண்களில் நீர் முட்டிவிடும்போல் இருந்தது.

சாரதா என் தோளை ஆதரவுடன் தட்டிக்கொடுத்தாள். "வெறும் வவுத்தோட வேற போனீங்க, சாப்பிட்டீங்களா?" என்றாள் கனிவுடன்.

"சாப்பாட்டுக்கென்ன? ரெண்டு பங்கு சாப்பிட்டேன். பிறக்கும்போதே அசுரப் பசியோட இல்லே நாமெல்லாம் பிறந்திருக்கோம்!" என்று சிரித்தேன். "கலாவதியைக் கேளு, சொல்லுவா."

சாரதா பக்கென்று சிரித்தாள். "உண்மைதாங்க்கா. அந்தக் குழந்தை எத்தனை தடவை பால் குடிக்குது தெரியுமோ? கொட்டக்கொட்ட முழிச்சு கொண்டா கொண்டாங்குது. அதுக்குத் தெரியாது, ஏதோ தெய்வாதீனமா தலையெழுத்து மாறுச்சுன்னு."

சாரதா எழுந்தாள்.

"ஞாயிற்றுக்கிழமை செய்யணும்னு நிறைய வேலை வெச்சிருக்கேன். விருந்தாளிங்களோடு வெளியிலே போனது நிறைய நேரம் போய்விட்டது."

"எங்கே அவங்க?" என்றேன் சாதாரணமாக.

"சாப்பிட்டு ரெஸ்ட் எடுக்கப் போயிருக்காங்க. வெயில் தாங்கல்லே பாவம்!" சாரதா குரலைத் தாழ்த்திக் குறும்புச் சிரிப்புடன் சொன்னாள்: "அவங்க அரை டிராயர் போட்டுக்கிட்டு காரிலே பக்கத்திலே உக்காந்ததும் எனக்குச் சொரேல்னு ஆயிட்டது. பார்த்துப் பழக்கமில்லேல்லே? அதுவே பாதி அவங்களோடு

பேசக் கூச்சமா போச்சு. என்ன நிறமா இருக்காங்க, ரோஜாப்பூ நிறம்."

நான் கவனித்ததை இவளும் கவனித்திருக்கிறாள் என்ற சங்கடத்துடன் ஃபைலில் பார்வையைப் பதித்தேன். பிறகு அவளைப் பார்த்துச் சிரித்தபடியே சொன்னேன்: "என் மேல் தோல் முழுவதையும் உரிச்சு எடுத்தேன்னு வெச்சுக்க, என் நிறமும் ரோஜா நிறம்தான்."

"அது சரிதான்!" என்று சிரித்தபடி அவள் அகன்றாள். சாரதா கெட்டிக்காரி. இப்படிப்பட்ட விவாதங்களில் ஈடுபடாமல் நழுவிவிடும் சாமர்த்தியம் உண்டு. என்னை நினைத்து எனக்கு அவமானமாக இருந்தது. நான் பேசிய பேச்செல்லாம் இவளுடைய மூக்கை உடைக்க வேண்டும் என்று கிளம்பிய வேகம் என்று தோன்றிற்று. எதனால் இந்த வேகம் என்று ஆராயக்கூட எனக்கு வெட்கமாக இருந்தது. 'நீ ரொம்ப அழகு!'ன்னு அவங்க சொல்லியிருப்பாங்களே என்று பலமுறை நாவில் கேள்வி எழுந்து உள்ளூர மடங்கிக்கொண்டதை நினைத்தும் சிரிப்பு வந்தது. நான் மீண்டும் வேலையிலாழ்ந்தேன். அம்மா இன்னும் திரும்பவில்லை. அவர் வெளியில் சென்றால் பல ஊர்களுக்குச் சென்று மாதர் சங்கக் கிளைகளையெல்லாம் பார்த்துவிட்டுத்தான் வருவார்... நானும் சாதாரணமாக அவருடன் போவதுண்டுதான். அது எனக்கு அலுப்பூட்டும் விஷயம் என்பது அவருக்குத் தெரியாததுபோல் கண்டுகொள்ளாமல் இருப்பார். இன்று நல்ல வேளையாகச் சாப்பிடவில்லை. எங்காவது உல்லாசமாகச் சென்றோம்; வாய்விட்டுச் சிரித்தோம் என்கிற கதையே இல்லை. ஒவ்வொரு ஞாயிறும், அம்மாவைச் சூழ்ந்துகொண்டு பெண்கள் சொல்லும் கண்ணீர்க் கதைகளைக் கேட்டுக் கேட்டுக் கொஞ்ச நாளாக மனசு இறுகிப் போய்விட்டது. 'இல்லை' பாட்டுக்களும், 'வேணும்' இறைஞ்சுதலும், 'அடிக்கறான்' – 'உதைக்கிறான்' புலம்பல்களும் கேட்டுக் கேட்டு மனசில் சலனம்கூட ஏற்படுவதில்லை. இவர்களது கஷ்டங்களைத் தீர்க்கும் சக்தி என்னிடம் இல்லை என்கிற உணர்வு என்னைப் பலவீனப்படுத்துகிறது. ஒதுங்கி நிற்க வைக்கிறது.

‘உங்கம்மா வளர்த்த பொண்ணாட்டம் பேசலலே.’

‘யார் சொன்னது அது?’ என்ற குழப்பத்துக்குப் பிறகு நடராஜனின் நினைவு வந்து சிரிப்பு வந்தது. நாளைக்கு மறுபடி யூனிவர்ஸிட்டிக்கு வந்து நின்றாலும் நிற்பான்.

“என்னக்கா பசிக்கல்லியா?” என்று பவானி எட்டிப் பார்த்தபோது மணி மூன்றாகியிருந்தது. பசிக்காவிட்டாலும் பவானியின் கட்டாயத்துக்காக எழுந்தேன்.

“விருந்தாளிங்க சாப்பிட்டாங்களா?” என்றேன், சும்மா இல்லாமல்.

“சாப்பிட்டாங்க” என்றாள் பவானி மலர்ச்சியுடன், “மிளகாய் பக்கம் போறதுக்கு முந்தி அவங்களுக்குத் தனியா எடுத்து வெச்சேன். வெரி நைஸ்னு சொல்லிச் சொல்லி சாப்பிட்டாங்க, ஆனா நாசூக்காகத்தான் சாப்பிடறாங்க. அதிகமில்லே.”

எனக்குத் திடீரென்று கப்புவின் நினைவு வந்தது.

“என்ன பவானி, கப்புவோட தகராறு?”

“என்ன தகராறு?”

“அவ சாப்பாட்டைக் கண்ட்ரோல் செய்யறியா?”

பவானிக்குக் கோபம் வரவில்லை சிரித்தாள். “பின்னே என்னக்கா. கொஞ்சமாவா சாப்பிடறா! இருபது இட்லியும் முழுங்கி இன்னும் கொண்டாங்கறா. அதான் வயிறு மட்டும் வளருது. மூளை வளரல்லே. சாப்பாட்டுக்கெல்லாம் இங்கே லிமிட் உண்டு. இவ்வளவுதான் எழுந்திருன்னேன்.”

எனக்குச் சிரிப்பு வந்தது.

“வயிறு ரொம்பல்லேங்கறா!”

“ஆ, சொல்லுவா. இப்படி இவ சாப்பிட்டான்னா நம்ம பட்ஜெட்டும் என்ன ஆவறது? எல்லாத்துக்கும் கணக்கிருக்கில்லே? வீட்டிலே வெச்சு சாப்பாடு போடறது கட்டுப்படி ஆகல்லேன்னே இங்கே கொண்டு விட்டிருப்பாங்க.”

பவானி நினைத்து நினைத்துச் சிரித்தாள். பிறகு தீவிரமாகச் சொன்னாள். "அவளுக்கு ஏதாவது வேலை கொடுங்கக்கா. தீனியிலே புத்திபோறது கொஞ்சம் குறையும்."

நான் சிரித்தபடி பதில் சொன்னேன்: "பாத்திரம் தேய்ப்பாளாம்! அனுப்பவா?"

"ஐய்யய்யோ வேண்டாம். இங்கே சமைச்சதையெல்லாம் தீர்த்துபுடுவா. மூளைக்கு வேலை கொடுக்கணும்க்கா, அது இல்லாததாலேதானே யோசிக்கவே மாட்டேங்கறா? இனிமே படிக்க வைக்கணும்னு சொல்லமாட்டேன். பொறுப்போட ஏதுனாச்சும் வேலை குடுங்க, பெருமையா செய்வா."

நான் வியப்புடன் பவானியைப் பார்த்தேன். இவள், படித்தவள் இல்லை. இங்கு வந்த பிறகு அட்சரம் கூட்டித் தமிழ்ப் படிக்கக் கற்றுக்கொண்டவள். கணவனால் நிராகரிக்கப்பட்டவள். நான்கு வருஷங்களுக்கு முன் கண்ணீருடன் வந்து நின்றவளை இங்கு சமையல் உதவிக்கு இருக்கட்டும் என்று அம்மா கருணையுடன் வைத்துக்கொண்டார். இன்று சமையல் நிர்வாகம் பூராவும் இவளுடையது. மெனு தயாரிப்பது, சாமான் லிஸ்ட் போடுவது, பட்ஜெட் தயாரிப்பது எல்லாம் இவளே. இவளை நிராகரித்த புருஷன் மகாமடையனாக இருக்க வேண்டும்.

மத்தியான உறக்கத்தில் வீடு ஆழ்ந்திருக்க, என் கலத்தில் மோரை வார்த்தபடி, பவானி, "அக்கா, இதைக் கேளுங்க..." என்றாள், கலாவதியின் தாலாட்டு மிதந்து வந்தது.

'கண்ணான மீனா - மதுரை
மண்ணாள வந்தவளோ?
பொன்னான மீனா - மதுரை
புவியாள வந்தவளோ?'

"மீனான்னு பேர் கூட வெச்சுட்டாளா?" என்று பவானி சிரித்தாள். "ரொம்ப ஆசையா பார்த்துக்கறா. மொத்தத்திலே அது அதிர்ஷ்டம் செஞ்சிருக்கு. நீங்க இன்னிக்குப் போன காரியம் ஆகல்லியாமே!"

“இல்லே” என்று நான் சோர்வுடன் தலையாட்டியபடி எழுந்தேன். இந்த வீட்டில் எந்த சேதியும் ரகசியமாயிருக்காது. அவர்கள் பாடிய ஒப்பாரியைப் பற்றிக்கூட இவளுக்குத் தெரிந்திருக்கும். நல்ல வேளையாகப் பவானி மேற்கொண்டு ஏதும் கேட்கவில்லை. என் பூர்வோத்திரத்தைப் பற்றி இவளுக்குத் தெரியாமல் இருக்காது. அதனாலேயே இதைப்பற்றி என்னிடம் விவரம் கேட்பது பண்பில்லை என்று நினைக்கும் அளவுக்கு இவள் சூட்சுமம் உள்ளவள்.

நான் நிதானமாக வீட்டை ஒரு ரவுண்டு அடித்துவிட்டுத் தோட்டத்துக்குச் சென்றேன். மாமரங்கள் அடர்ந்த தோட்டத்தில் வெயில் தெரியவில்லை. தோட்டத்திற்கு அப்பால் இருந்து வயலில் பெண்கள் களையெடுத்துக் கொண்டிருந்தார்கள்.

காலையில் நானும், கப்புவும் உட்கார்ந்த மாமரத்துத் திடலில் அமர்ந்து கொண்டேன். திடீரென்று என்னை ஒரு தனிமை ஆட்கொண்டது. மனத்திலிருந்து விசனத்தின் கனம் புதிதாய் என்னை அழுத்தியது. ‘சே, நானே கொன்னாப்பலே இருக்கு’ என்ற பத்மாவின் விசனம் – ‘எத்தனை கோழை நீ!’ என்ற சாடலுக்குப் பதில் சொல்லத் தெரியாமல் விம்மிய அந்த இளம் பெண்ணின் விசனம் ‘ஓ’வென்று அழவேண்டும் போல் இருந்தது எனக்கு. முழங்கால்களை மடித்துக் குத்திட்டு அமர்ந்து முகத்தை அதில் கவிழ்த்து நான் அழ ஆரம்பித்தேன். மஞ்சுவின் சமாதானத்துக்கு அடங்காமல் கண்ணீர் பெருகிற்று. பிறப்பு, இறப்பு என்பதெல்லாம் அர்த்தமற்ற வார்த்தைகள் என்று தோன்றிற்று. பிழைத்திருப்பதே ஒரு குருட்டு அதிர்ஷ்டக் கீற்றினால் என்பது மெய் என்றால்?

“மஞ்சு! தயவுசெய்து அழாதே!” மிருதுவாக ஆங்கிலத்தில் வார்த்தைகள். அதைவிட மிருதுவாகப் பீட்டரின் கை என் தோளில் அமர்ந்தது. அலை அலையாக நாபி வரை மின்சாரம் பாய்ந்தது. நான் அவசரமாக முகத்தைத் தலைப்பால் துடைத்து நிமிர்ந்தேன். பீட்டர் தனியாக என் எதிரில் நின்றிருந்தான்.

பார்வையில் ஏகப்பரிவைத் தேக்கி, தேவதூதனைப் போலத் தெரிந்தான். என் தோளின் மேல் இருந்த கையை எடுக்காமல், "ப்ளீஸ்! அழாதே. நீ அழுவதைப் பார்த்தால் அம்பிகை அழுகிற மாதிரி இருக்கு."

சுளீரென்று நான் நிமிர்ந்து பார்த்தேன். "இங்கே அம்பிகை பிறந்தால் அவளும் அழுவா. எங்களுக்கு இருக்கும் பிரச்சினைகள் சத்தியமானவை, பிறப்பிலிருந்து..."

பீட்டர் அனுதாபத்துடன் புன்னகைத்தான்.

"எனக்குத் தெரியும், உனக்கு இன்னிக்கு ஏற்பட்ட அனுபவம், உன்னை அது எப்படி பாதிக்கும் என்று என்னால் புரிந்துகொள்ள முடியும். ரொம்ப சோகம்தான். ஆனால், நீ எவ்வளவு அதிர்ஷ்டம் செய்தவள் பார்!"

இவனுக்கு எல்லா சரித்திரத்தையும் அம்மா சொல்லியிருப்பார் என்ற பிரக்ஞை இன்னும் சீற்றத்தைக் கிளப்பிற்று. அவமானத்தில் கண்ணில் நீர் முட்டி நின்றது.

"என் அதிர்ஷ்டத்தைப்பத்தி எனக்குப் பெருமையில்லே. ஆயுசுக்கும் அது என்னைக் கடனாளியாக்கின மாதிரி இருக்கு. என்னால இங்கே நடக்கறதையெல்லாம் பார்த்துக்கொண்டிருக்க முடியல்லே. எங்கேயாவது ஓடிடணும் போல இருக்கு, கண்காணாத இடத்துக்கு."

நான் மீண்டும் முழங்கால்களுக்குள் முகத்தைப் புதைத்துக்கொண்டு அழுதேன்.

பீட்டர் என் அருகில் உட்கார்ந்திருந்ததை நான் உணர்ந்தேன். அவன் வெகு நேரத்திற்குப் பேசவில்லை. பிறகு மிக மிருதுவான குரலில் சொன்னான்: "நீ ஓட வேண்டாம். நான் அழைத்துக்கொண்டு போகிறேன். வறியா?"

***

10

வருடுவதுபோல் வந்த அந்தக் குரலின் தாக்கத்தில் நான் தலையை நிமிர்த்தினேன். அவனது நீலக்கண்களில் இருந்த கனிவில் நான் உருகிப் போய்விடுவேன் என்கிற எண்ணம் எனக்கு ஏற்பட்டது.

சற்றும் எதிர்பார்க்காமல் அவன் சிரித்து, “உன்னை ஸ்விட்சர்லாந்துக்கு அழைத்துப்போக முடிஞ்சா போய்விடுவேன்” என்றான்.

ஒரு விநாடி திகைத்து, அவனுடன் சேர்ந்து நானும் சிரித்தேன். “ஒரு பேச்சுக்கு எங்கேயாவது போயிடணும்னு சொல்றதுதான். அதுக்காக நிஜமாவே போயிட முடியுமா என்ன? ஸ்விட்சர்லாந்திலே யார் இருக்கிறது?”

“நானும், என் வயதான அம்மாவும்.’

எனக்குச் சிரிப்பு வந்தது. அந்தக் கிழவியைப் பார்த்துக்கொள்ளும் வேலைக்காரியாக என்னை இவன் அழைத்துப்போக நினைக்கலாம். பனிபடர்ந்த மலைப் பிரதேசத்தில் சக்கர நாற்காலியில் ஒரு வெள்ளைக்கார மூதாட்டியை நகர்த்தியபடி நான் என்னையே கம்பளி உடுப்பில் பார்த்துக் கொண்டேன். வெளேர் என்ற பின்புலம் கண்ணைக் கூச, நான் பார்வையை அவன் பக்கம் திருப்பி, “அத்தனை குளிரான இடத்திலேருந்து இங்க வந்து வெயிலை எப்படித் தாங்க முடிகிறது?” என்றேன்.

“கஷ்டமாத்தான் இருக்கு!” என்று அவன் ஒப்புக்கொண்டான். “ஆனா சின்ன வயசிலேருந்து எனக்கு இந்தியா மேல மோகம். அதைப்பத்தின எந்தப் புத்தகமானாலும் படிப்பேன். இந்தியாவுக்கு வரணும் என்கிற ஆவலைக் கட்டுப்படுத்த முடியாம இப்ப வந்திருக்கேன். என்னுடைய அம்மாவும், உன்னுடைய அம்மாவும் சினேகிதிகள்.”

“நாலு நாள் விசிட் இங்கே போதுமா?” என்றேன், சினேகிதமாக.

“இன்னும் வேறு பல இடங்களுக்கும் போகணும். மறுபடியும் ஒரு ட்ரிப் வருவேன், அடுத்த வருஷம்.”

அவனை நினைத்து எனக்கு வேடிக்கையாக இருந்தது. பூகோளப் பாடத்தில் ஸ்விட்சர்லாந்து நாட்டைப் பற்றிய வர்ணனை - அது ஒரு சுவர்க்க பூமி என்கிற எண்ணத்தை எனக்குப் பள்ளி நாட்களில் ஏற்படுத்தியிருந்தது. அங்கேயிருந்து இந்த வெயிலுக்கும், புழுதிக்கும் வந்து இவன் என்ன சந்தோஷம் அனுபவிப்பான் என்று ஆச்சரியமாக இருந்தது. அடுத்த வருஷம் மறுபடி இவன் வருவதாவது என்று நினைத்து நான் அவனைப் பார்த்துப் புன்னகைத்தேன்.

“என்ன சிரிக்கிறே?” என்றான்.

“ஒண்ணுமில்லே... இன்னிக்கு என்ன பார்த்தீங்க?”

“கோவில் பார்த்தோம், ரொம்ப அழகான கோவில்.”

“சாரதா சொன்னா, நீங்க நிறைய போட்டோ எடுத்தீங்கன்னு.”

“சாயங்காலம் எங்களோடு வர உனக்கு நேரமிருக்குமா?” என்றான் அவன். ஆவலோடு கேட்கிறதாக நான் கற்பித்துக் கொண்டேன்.

“சாரதா வரலையா?”

“நீ வந்தால், அவள் வரவேண்டிய அவசியமில்லை.”

அசட்டுத்தனமாய் என்னுள் ஒரு திருப்தி ஏற்பட்டது.

"முடிஞ்சா வர்றேன்" என்றேன் - மாமரங்களை அண்ணாந்து பார்த்தபடி.

"நீ வந்தால் எனக்கு ரொம்ப சந்தோஷமாயிருக்கும்!" என்று அவன் சொன்னது காதில் விழாததுபோல், "கிராமத்து ஜனங்களைப் பார்க்கணும்னா ஆறு மணிக்கு மேல் கிளம்பினாப் போதும். அதுக்குள்ள என்னுடைய சில வேலைகளை முடிச்சுடறேன்" என்று எழுந்தேன். "உன் நண்பன் எங்கே?"

"அவன் தூங்கறான். நாளைவரைக்கும் தூங்குவான், போலிருக்கு. அவன் எழுந்திருக்காவிட்டால் பரவாயில்லை, நாம் போகலாம்."

நான் அவனைக் கூர்ந்து பார்த்தேன். போக்கிரித்தனம் ஏதுமில்லாத அப்பாவியாய் இருந்தது முகம்.

நான் தலையாட்டிவிட்டு நகர்ந்தேன். அறையை நோக்கி நடக்கும்போது நடையில் ஒரு துள்ளல் நுழைந்திருந்தது. இத்தனை நேரம் மனத்தை அழுத்திய விசனமெல்லாம் கரைந்து காற்றோடு கலந்துபோனது போல் தோன்றிற்று. அவன் கண்ணிலேயோ, சொல்லிலேயோ ஏதோ இருக்கு என்று மஞ்சு கிசுகிசுத்தாள். நடையிலிருந்த துள்ளலை அவள் கண்டிக்காதது ஆச்சரியமாக இருந்தது. 'முதல்முறையா ஒருத்தன் என்னை மனுஷியா பார்க்கறான், மஞ்சு' என்றேன் உற்சாகமாக, நடராஜனுக்கு இளப்பமாத் தெரியற நிறம் இவனுக்கு அழகாப்படுது.

இந்த நிறத்தை ஒருத்தன் அழகுன்னு சொல்வான்னு நினைச்சுகூடப் பார்த்திருக்க மாட்டேன். கனவிலே வரும் தான்! கனவு வாழ்க்கையாகி விட முடியாதுங்கற ஞானோதயம் வந்து ரொம்ப நாளாச்சே என்று மஞ்சு அதிசயமாக என் போக்கிற்கு ஒத்துப் பாடினாள். நானும், அவளும் சங்கமமாகி நிற்கும் தருணங்கள் சொற்பம். பிரிந்து நிற்பதுதான் வழக்கம். இது ஒரு வகையான ஸ்ப்ளிட் பர்ஸனாலிட்டி - கூஷிப்போம் ப்ரீனியா - இந்த மனச்சிதறல் நல்லதா, கெட்டதா என்று எனக்குத் தெரியாது. ஒருவரையொருவர் சாடுவதில் ஒரு பாலன்ஸ் விழுவதாக,

உள்ளுக்குள் ஒரு கன்ட்ரோலிங் ஸிஸ்டம் இருப்பதாக, நான் அதில் தலையிடாமல் விலகி நிற்கிறேன்.

ஆனா இதுவும் ஒரு கனவுதான்டி என்று மஞ்சு திடீரென்று நடையை மாற்றினாள். நாலு நாளைக்கு வந்தவன் முகஸ்துதி பண்றதிலே என்ன உண்மையிருக்கும் பவானியுடைய சாம்பாரை 'வெரி நைஸ்'னு சொல்ற மாதிரிதான் இதுவும். பவானி பதனமுள்ளவ. காரத்தையே காணாதது வெரி நைஸ்னு சொன்னாப்பலே அது நல்லா ஆயிடுமான்னு மயங்காம நிற்கிறவ. அவன் ரசனைப்படி அவன் நிஜத்தைச் சொல்றான்னே வெச்சுக்க. அதனால உன் அந்தஸ்திலே ஏதாவது மாறுதல் வருமோ? நாலு நாளைக்குப் பிறகு அவன் ஊரைவிட்டுக் கிளம்பினதும், அவன் வந்ததும் பார்த்ததும் பேசினதும் எல்லாம் கனாதான். நீரிலே பார்க்கற வரை தெரியற பிம்பம் மாதிரி, நீ அதைப்பத்தி நினைக்கிற வரைதான் மனசிலே நிக்கும்.

சரியான போக்கிரியா வேற இருப்பான்போல இருக்கு. ஸ்விட்சர்லாந்துக்கு அழைச்சிட்டுப் போறேங்கறான். எதுக்காம்? அம்மாவுக்குத் தாதியா இருக்கவா? அப்படியே உன்னை உபயோகிச்சுக்கவா? மானம் ரோசம் ஏதானும் உனக்கிருக்கா?

இந்த மஞ்சுவை அடக்க முடியாது போலிருந்தது. 'சரிதான் போ. அவன் கூப்பிட்டதும் யாரும் இங்க கிளம்பி நிக்கலே!' என்று அவளை விலக்கியபடி நடந்தேன்.

வண்டி வந்து நிற்கும் ஓசை கேட்டு நான் வாசலுக்குச் சென்றேன்.

வண்டியிலிருந்து நிதானமாக இறங்கிய அம்மாவின் முகத்தில் மிதமிஞ்சிய களைப்பு தெரிந்தது. வெயிலில் தக்காளிப் பழமாய் முகம் சிவந்திருந்தது.

நடக்கத் தடுமாறுகிறவரைப் போல் தெரிந்த அவரை நான் விரைந்து சென்று தாங்கிக்கொண்டேன்.

“ஏம்மா இவ்வளவு நேரம் சாப்பிட்டீங்களோ?” என்றேன்.

“இல்லே” என்று சோர்வுடன் தலையசைத்தார். “கொஞ்சமா தயிர்சாதம் பிசைஞ்சு ரூமுக்குக் கொண்டுட்டு வா.”

“சரி” என்று தசையசைத்து, “சாப்பிடாம ஏம்மா இந்த வெயில்லே அலையறீங்க?” என்றேன். “உங்களுக்கு ஞாபகமே இருக்க மாட்டேங்குது.”

“ஞாபகம் இல்லாதவரை நல்லது மஞ்சு!” என்று அம்மா என் தோளைப் பற்றிக்கொண்டு நடந்தார்.

நான் அவரது அறைவரை சென்று, ஃபானைப் போட்டு, “இதோ சாப்பாடு கொண்டு வரேன்” என்றேன்.

“அந்தக் குழந்தை எப்படியிருக்கு மஞ்சு? இடையிலே கவனிச்சுக்கிறியா?”

“ஓ! நல்லாயிருக்கு, கலாவதி நல்லா கவனிச்சுக்கறா. மீனான்னு பேர்கூட வெச்சுத் தாலாட்டுப் பாடறா!”

அம்மாவின் முகத்தில் லேசான முறுவல் படர்ந்தது. “மீனா, மீனாட்சி... குட்... பால் சரியா குடிக்குதா?”

“சரியாவா? பகாசுரி மாதிரி கொண்டா கொண்டான்னு கேட்டு வாங்கிக் குடிக்குது!”

அம்மாவின் அதரங்களில் புன்னகை பெரிதாக மலர்ந்தது.

“நீ கூட அப்படித்தான் குடிப்பே.”

சட்டென்று என்னுள் ஏதோ கழண்டது. உள்ளே தளும்பிய உற்சாகம் வடிந்து போயிற்று. அம்மா பழைய நினைவுகளில் கரைந்து நிற்கையில் நான் சமையலறையை நோக்கிச் சென்றேன். மறுகோடியில் மீனாவின் அழுகைக் குரல் கேட்டது. எனக்கும், இதற்கும் ஜனனகாலத் தொடர்பு இருப்பதை நினைத்து விசித்திரமாக இருந்தது. இதன் அசுரப் பசி இதன் தனிப் பாத்திரத்தன்மை இல்லை. நாதியற்றுப் போனவர்களின் அடையாளம் அது. நிராகரிப்பின் தாபம் கிளப்பும் அக்னிப் பசி அது. புட்டியில் பால்

ஊற்றிக்கொடுத்து அடக்க முடியாதது. அடக்க முடியும் என்கிற அறியாமையில் பாலுக்காக அழுகிறது. வயது ஏற ஏறப் பசியின் தன்மை மாறும். சொல்லுக்கும், அன்புக்கும், நெருக்கத்துக்கும் ஏங்கும் பசியாக - நல்லா பாடறே, நல்லா சமைக்கறே, ரொம்ப அழகாயிருக்கே என்கிற வார்த்தைகளே போதும் பசியாற்ற அல்லது, 'உன் கஷ்டம் எனக்குப் புரிகிறது!' என்ற நெருக்கம்.

மீனாவின் அழுகை தொடர்ந்தது. கலாவதியின் சமாதானப் பேச்சுடன் சற்று நேரத்தில் அழுகை நின்றது. அம்மா இப்படித்தான் என்னைச் சமாதானப்படுத்தியிருப்பார் என்கிற நினைப்புடன் நான் சமையலறைக்குச் சென்றேன். சமையலறையை ஒட்டிய தாழ்வாரத்தில் இருந்த பெஞ்சில் படுத்துப் பவானி தூங்கிக்கொண்டிருந்தாள். நான் ஓசைப்படாமல் சமையலறைக்குள் சென்று அவள் மேடைமேல் மூடி வைத்திருந்த சோற்றுத் தவலையிலிருந்து கிண்ணத்தில் கொஞ்சம் சோற்றை வைத்து, ஃப்ரிஜிலிருந்து தயிரை எடுத்து ஊற்றிப் பிசைந்தேன். காரமில்லாத எலுமிச்சை ஊறுகாய் அம்மாவுக்காக ஸ்பெஷலாக வைக்கப்பட்டிருக்கும். அதிலிருந்து இரண்டு துண்டம் போட்டு ஒரு டிரேயில் ஸ்பூனையும் வைத்து எடுத்துக்கொண்டு கிளம்பினேன். பவானி தூக்கத்தில் புரண்டாள். ஆனால் விழிக்கவில்லை. வேலை முடிந்ததும் நிம்மதியாக இவள் தூங்குவதில் ஆச்சரியம் இல்லை. இவள் கஷ்டப்பட்டதெல்லாம் பழைய சரித்திரம். அடித்து உதைத்துத் துன்புறுத்திய கணவனிடமிருந்து ஓடிவந்து இங்கு அடைக்கலம் தேடிக்கொண்டது இவளது நல்ல காலத்தின் ஆரம்பம். கொஞ்ச காலத்துக்கு இவள் அழுதவண்ணம் இருந்தாள். புருஷனின் கொடுமையைத் தினம் யாரிடமாவது சொல்லிச் சொல்லி மாய்ந்துபோவாள். அம்மா ஒரு நாளைக்குப் பெரிதாக அதட்டல் போட்டார். "புருஷனை விட்டு வந்தாச்சில்லே? பிறகு திருப்பித் திருப்பி அவனைப் பத்தி ஏன் பேசறே? அவன்கிட்டே திரும்பணும்னு ஆசையா?"

"ஐயோ, அந்தப் படுபாவி முகத்திலே இனிமே முழிக்கமாட்டேன் சாமி!"

"பின்னே அவனைப் பத்தின பேச்சை விடு!"

அதற்குப் பிறகு, பவானி கப்சிப்பென்று ஆகிவிட்டாள். அவளைப் பிடித்திருந்த பிசாசு அம்மாவின் வார்த்தைகளுக்குக் கட்டுப்பட்டு விலகிப்போனது போல் அவளின் போக்கில் தெளிவும், உற்சாகமும் ஏற்பட்டன.

கண் மூடிய நிலையில் சோபாவில் சாய்ந்திருந்த அம்மாவைப் பார்க்கப் பரிதாபமாக இருந்தது. மீனாட்சி அன்று பிரமித்ததுபோல், இவருக்கு என்ன தலையெழுத்து - இப்படிக் கஷ்டப்பட வேண்டுமென்று? ஆனால் இவருடைய தலையெழுத்துடன் என் நஞ்சுக்கொடி பிணைந்திருப்பதுதான் விசித்திரம். 'தாயில்லாமல் நான் இல்லை' என்று மஞ்சு நினைவுபடுத்தினாள். எம்.ஜி.ஆர். பாணியில். நான் உள்ளே நுழைந்த அரவம் கேட்டு அம்மா கண்களைத் திறந்தார். மேஜை மேல் கிண்ணத்தை வைத்துவிட்டு அறைக் கதவைச் சாத்தினேன். அவர் ஸ்பூனினால் சாதத்தைச் சாப்பிடும் நாசூக்கைப் பார்த்தபடி, "ஏன் இத்தனை நேரம்" என்றேன்.

"ஒரு ஸெப்டிக் அபார்ஷன் கேஸ் வந்தது. நான் கிளம்பற சமயத்திலே, சிஸ்டர்கிட்ட விட்டு விட்டு வர மனசாகலே. ஆனா நா இருந்தும் ஒண்ணும் பிரயோஜனம் இல்லாம போயிட்டது."

"ஏன்?"

அம்மாவின் முகத்தில் மிதமிஞ்சிய வேதனை தெரிந்தது.

"ரொம்ப மோசமான நிலைமையிலே கொண்டு வந்தாங்க. அந்தப் பெண் இறந்துட்டா. பாவம், முப்பது வயசுகூட இருக்காது!"

"ஸெப்டிக் எப்படி ஆச்சாம்? ஆஸ்பத்திரிக்குப் போகலியா?"

அம்மா விரக்தியுடன் சிரித்தார். "ஆஸ்பத்திரிக்குப் போனா ஏது பிரச்சினை? ப்ரைமரி ஹெல்த் சென்டர் பக்கத்திலேயே இருக்கு. அங்க போகாம, புருஷனுக்குத் தெரியக்கூடாதுன்னு ஊருக்குள்ளே இருக்கிற மருத்துவச்சிகிட்டே போயிருக்கு.

அவ என்ன செஞ்சிருக்கா தெரியுமா? இரும்புக் குச்சியாலே குத்திவிட்டிருக்கா. எருக்கம் பாலையும் விட்டாளாம்!"

"கடவுளே!" என்று நான் கண்ணை மூடிக்கொண்டேன். "ஒரேடியாய் வீங்கிப் போய் பெண்ணுக்குக் காய்ச்சல் வந்து ரெண்டு நாள் வரைக்கும் பேசாம இருந்திருக்காங்க. இதுதான் எனக்கு அதிக அதிர்ச்சியாயிருக்கு. மனுசத்தன்மையே இல்லாம எப்படி இவங்க இருக்காங்க?"

அம்மா சாப்பிடுவதை நிறுத்தி என்னைப் பார்த்தார்.

"என்னாலே புரிஞ்சுக்க முடியலே, முப்பது வருஷத்துக்குப் பிறகும்!" என்றார் ஆங்கிலத்தில்.

இந்த மண்ணிலிருந்து விலகி எழும்பி இவர் அன்னியமாய் நிற்பதுபோல் தோன்றிற்று. அவர் குரலிலிருந்தது ஏமாற்றமா, வெறுப்பா, விரக்தியா என்று புரியாத ஒரு கலவை உணர்வு தொனித்தது.

எதனால் அந்தப் பெண் கருவைக் கலைத்துக்கொண்டாள் என்று நான் கேட்கவில்லை. அம்மாவைப் பொறுத்தவரை அதன் காரணம் முக்கியமில்லை.

"வேடிக்கை ஜனங்க!" என்றார் அம்மா கோபத்துடன். "ஆஸ்பத்திரிக்குப் போய்க் கருவைக் கலைச்சுக்கிறது அவமானமாம்... மத்தவங்களுக்குத் தெரிஞ்சுடுமாம்! அந்தப் பெண் செத்ததும் மார்லே அடிச்சுக்கிட்டு ஒப்பாரி வைக்கிறாங்களே தவிர, தங்களுடைய அஜாக்கிரதை புரியலே. அந்த மருத்துவச்சி மேல் கோபம் வரலே. வெளிநாடா இருந்தா அவ ஜெயிலுக்குப் போயிருப்பா."

அம்மாவின் கோபத்தைப் பார்க்கப் பார்க்க எனக்கு அம்மாவை விட வயதாகிப் போனதுபோல விசித்திரமாகத் தோன்றிற்று. அவருடைய பொறுமையின்மைக்கு கலாசார வித்தியாசம்தான் காரணம் என்று திடீரென்று தோன்றிற்று... 'என்னாலே புரிஞ்சுக்க முடியலே!' என்பதற்கும் அதுதான் காரணம்.

அம்மா சாப்பிட்டு முடித்து ஒரு சிகரெட்டைப் பற்ற வைத்துக்கொண்டார். அந்தப் பெண் இறந்துபோனது இவரைக் கொஞ்ச நாட்களுக்குப் பாதிக்கும் என்று எனக்குத் தெரியும். தோற்றுவிட்ட ஆதங்கம் ஆட்கொள்ளும். மனசு தெளியும்வரை சிகரெட்டுப் புகையில் தன்னை மறைத்துக்கொள்வது இவரது வழக்கம். இவரைப்போல் மற்றவர்களுக்காக உருகுவது எனக்குச் சாத்தியமா என்ற ஆத்ம விசாரணையில் நான் ஆழ்ந்தபோது, அம்மா தனக்குத்தானே பேசிக்கொள்வது போலச் சொன்னார்:

"இன்னிக்கு என்னுடைய பழைய சினேகிதி ஒருத்தியுடைய ஞாபகம் வந்தது."

நான் நிமிர்ந்து உட்கார்ந்தேன். பீட்டருடைய அம்மாவா என்று கேட்க வாயைத் திறந்து மூடிக்கொண்டேன்.

"இரண்டாவது உலக யுத்தம் நடந்து கொண்டிருந்தது. ஃப்ரான்ஸிலே நாங்க இருந்தோம். ரொம்ப மோசமான நாட்கள். விலைவாசி ஏறிப்போச்சு. ஆண்கள் யுத்தத்துக்குப் போய்விட்ட வீடுகள்லே பெண்களுக்கு ரொம்ப கஷ்டம். ஜெர்மன் போல்ஜர்களிடம் கர்ப்பமான பெண்கள் நிறைய. கர்ப்பக் கலைப்பு சட்டத்துக்கு விரோதம். ஆனா ஒரு பெண்ணுக்கு அதை வளரவிட இஷ்டமில்லே. என் சினேகிதி ரகசியமா கர்ப்பக் கலைப்பு செய்வா. மருத்துவம் படிச்சதில்லே. சும்மா குருட்டாம்போக்கிலே செய்வா பணத்துக்காக. ஒருமுறை ஒரு பெண் அவ செஞ்ச கர்ப்பக் கலைப்பினாலே செத்துப்போனா, விஷயம் பரவிவிட்டது. ரகசியம் வெளிப்பட்டது. உடனே அவளைப் போலீஸ் வந்து கைது செய்தது. அப்பொழுதெல்லாம் தண்டனை ரொம்ப கடுமை. அவளுக்குத் தூக்குத்தண்டனை கிடைச்சது."

எனக்கு உடம்பு நடுங்கிற்று. பீட்டரின் அம்மா இல்லை - நல்ல வேளை.

"உசிருக்கு மதிப்பே இல்லே இங்கே. ரொம்ப கடுமையா தண்டனை கொடுத்தாதான் கொஞ்சம் பயமிருக்கும். ஆனா

கேஸ் எதுவாவது பதிவானாத்தானே கோர்ட்டுக்கு வரும்? அந்த மருத்துவச்சி பெயரைக்கூடச் சொல்லப் பயப்படறாங்க. போலித்தன கௌரவங்களையே பெரிசா நினைக்கிற ஜனங்களை எப்படித் திருத்த முடியும்? படிப்பறிவும் இல்லே!"

நான் பதிலே பேசாம உட்கார்ந்திருந்தேன். இங்கு வந்திருக்கும் விருந்தாளிகளிடம் அம்மா இதையெல்லாம் சொல்வாரா என்று எனக்கு யோசனையாக இருந்தது. சொன்னால் அது எனக்கு அவமானம் என்று தோன்றிற்று. கதவு தட்டப்படும் ஓசை கேட்டது. நான் எழுந்திருப்பதற்குள் பீட்டர் உள்ளே நுழைந்து அம்மாவைப் பார்த்து, 'ஹலோ' என்று சொல்லி, ஜெர்மனி மொழியில் ஏதோ கேட்டான்.

"அழைத்துக்கொண்டு போயேன்" என்றார் அம்மா ஆங்கிலத்தில்.

"நாம் போகலாமா?" என்றான் பீட்டர் என்னிடம், அம்மாவின் முகத்திலிருந்து நான் அவனுடன் செல்வது அவருக்கு இஷ்டமில்லை என்று தோன்றிற்று எனக்கு.

***

11

மெல்லிய ரோசத்துடன் நான் அம்மாவிடம் தமிழில், “நான் போகவா? இல்லே, சாரதாவை அனுப்பவா?” என்றேன்.

“நீயே போ” என்றார் அம்மா. “சாரதாவுக்கு இவங்க பேசறது புரியலையாம் அதிக நேரமாக்க வேண்டாம். வயல்லேருந்து பெண்கள் திரும்பியிருப்பாங்க. அவர்களைப் பார்த்துப் பேசி போட்டோ புடிக்கணுமாம். பக்கத்திலேயே ஏதாவது இடத்துக்குப் போங்க.”

அம்மா பீட்டரைப் பார்த்து ஆங்கிலத்தில் சொன்னார்: “சாரதா தானாகப் பேசுவாள். மஞ்சு கேட்டால்தான் பதில் சொல்வாள். நீயாக அவளைக் கேட்டுத் தெரிந்துகொள்ளணும்.”

பீட்டர் நகைத்து என் தோளில் கை போட்டபடி, “ஓ... தோ, ஷி இஸ் ஃபைன்!” என்றான். என்னைப் பார்த்து, “நானும் அவளும் சினேகிதர்களாகி விட்டோம்.”

அம்மா அவனிடம் ஏதோ ஜெர்மனில் சொல்ல, “ஓ... ஸாரி!” என்று அவன் தன் கையை என் தோளிலிருந்து விலக்கினான். இனிமேல் கவனமாக இருப்பேன் என்பதுபோல் ஏதோ சொன்னான்.

நான் எதையும் கண்டுகொள்ளாதவளாய் அவனுடன் நடந்தேன். அவன் என் தோளைப் பிடித்தபோது என் அடி

வயிறு துவண்டது என்பதை மறுக்க முடியாது. இதுவரை எந்த ஆணும் என்னைத் தொட்டதில்லை என்பதால் ஏற்பட்ட உடலின் ரியாக்ஷனாக இருக்கலாம். ரிஷ்யச்ருங்கருக்கு ஏற்பட்ட மாதிரி. ஆனால் அவனுடன் சேர்ந்து நடக்கும்போது கன்னங்களும், காது மடல்களும் சூடேறிப்போயின. இவன் கண்ணுலேயும், சொல்லுலேயும் ஏதோ இருக்கு என்று மஞ்சு சொன்னது உண்மைதான். அவற்றின் ஆகர்ஷணத்தில் நான் தடுமாறுவது எனக்குக் கவலையளித்தது. எதையுமே முகத்தில் காண்பிக்காமல் நான் முன்னால் நடந்து டிரைவரிடம் சொல்லிவிட்டு வந்தேன்.

வண்டி வந்து கிளம்பியதும், "உன் சிநேகிதன் வரலியா?" என்றேன்.

'இல்லை' என்று பொருள்படும்படி அவன் புன்னகையுடன் தலையசைத்துப் பார்வையை வெளியில் பதித்தான். நான்தான் வரவேண்டும் என்று இவன் சொல்லியிருக்காவிட்டால் அம்மா சாரதாவை அனுப்பியிருப்பார் என்று தோன்றிற்று. அம்மாவின் போக்கு எனக்கு விசித்திரமாக இருந்தது. அம்மாவுக்கு யாரைக் கண்டு பயம்? இவனைக் கண்டா, என்னைக் கண்டா என்று எனக்குப் புரியவில்லை. என்னைக் கண்டுதான் என்றால் எனக்கு அது அவமானம். பக்கத்துக் கிராமத்தின் எல்லையைத் தொட்டதும் வண்டியை நிறுத்தி நடந்தோம். அம்மா இவனிடம் என்ன சொல்லி அனுப்பினார் என்று எனக்குத் தெரியாது. தன்னையே கட்டுப்படுத்திக்கொண்டு வருபவனைப் போல் வந்தான். நான் எப்போதும் போல் எனக்குள் மூழ்கிய மௌனத்தில் நடந்தேன். அவன் தன் பாக்கெட்டிலிருந்து ஒரு சின்னப் புத்தகத்தை எடுத்து, இந்த ஊர் பெயரென்ன என்று கேட்டு அட்சரம் கூட்டி உச்சரித்து எழுதிக்கொண்டான். புத்தகத்தை உள்ளே வைத்து, சுற்றிலும் ரசனையுடன் ஒரு பார்வை பார்த்து, "எத்தனை அழகாயிருக்கிறது இந்த இடம் இதை விட்டு ஓடணும்னு நீ சொல்றது எனக்கு ஆச்சரியமாயிருக்கு!" என்றான்.

நான் மெல்லச் சொன்னேன்: "உன் கண்ணுலே அழகு படற மாதிரி எனக்கு அவலம் கண்ணிலே படுகிறது."

அவன் என்னைக் கூர்ந்து பார்த்து மென்மையாகச் சொன்னான்:

“உன்னுடைய கோபம் நியாயமானது, ஸாரி!”

என்னுள் மீண்டும் ஒரு அவமான உணர்வு ஏற்பட்டது. என் பிறப்பின் ரகசியத்தை இவனிடம் சொன்னதற்காக அம்மாவின் மேல் கோபம் வந்தது. நான்கு நாட்கள் வந்து தங்கும் வெளியாட்களுக்குத் தெரிவிக்கவா? மனிதாபிமானமற்ற காட்டுமிராண்டிக் கூட்டத்தில் தான் செய்யும் சேவையைப் பறைசாற்றவா?

நான் திடுக்கிட்டுச் சுய நினைவுக்கு வந்தேன். அம்மாவைப் பற்றி இப்படிப்பட்ட எண்ணங்கள் எனக்குள் ஏற்பட்டது பெரிய குற்றம் செய்ததுபோல மனசு பதைத்தது. இது சரி, இது தப்பு என்று யார் செய்கையைப் பற்றியும், முக்கியமாக - அம்மாவைப் பற்றித் தீர்ப்புச் சொல்ல எனக்கு என்ன அருகதை இருக்கிறது என்று வெட்கமேற்பட்டது.

“உனக்குக் கோபம் இருக்கிறது ஆச்சரியமில்லே!” என்று அவன் தொடர்ந்தான். பிறகு சட்டென்று ஞாபகம் வந்தவன் போல், “ஸாரி, உன்னுடைய அந்தரங்க வாழ்க்கையை விவாதிக்கிறதா நீ நினைக்கக் கூடாது... ஆனால் ஒரு விஷயம் உனக்குச் சொல்ல வேண்டும்போல் இருக்கு. உன்னுடைய கோபம் பாஸிட்டிவ்வா இருக்கணும். யாரோ பிச்சையிட்ட உயிர் இது என்கிற அவமானம் இருக்கக் கூடாது.”

இவனாக இதை நிச்சயம் சொல்லமாட்டான். இதையும் அம்மா சொல்லியிருக்க வேண்டும்.

நான் இதையும் விழுங்கிக்கொண்டு சிரித்தேன். “அவமானமா யார் நினைச்சது? ஆனால் இதைப்பற்றி இனிமே பேச வேண்டாம். ஓ.கே?”

“ஓ.கே...” என்று லேசாக அசடு வழிந்து, அவன் சத்தியம் செய்வதுபோல் என் உள்ளங்கையைத் தொட்டான். கலீர் என்ற

சிரிப்புடன் நாலைந்து கோவணம் மட்டும் கட்டிய சிறுவர்கள் ஓடுவதைக் கண்டு அவன் காமிராவை எடுத்து அவசரமாகப் படம்பிடித்தான். ஒரு பெண் பாடுவது முனைத்திருப்பத்தில் பெரிதாக ஒலித்தது.

'தானே தானே, தானே தானே' என்று மெட்டுக்குப் பிறகு பாட்டு வந்தது:

'நெருஞ்சிப்பூ சல்லடையாம்
நெஞ்சுக்குள்ளே வேதனையாம்
நெஞ்சை விட்டு சொன்னேனுன்னா
நித்தம் ஒரு சண்டையாவுது வீட்டுக்குள்ளே...'

தெருமுனையில் இருந்த குடிசையின் வாசலில் ஒரு பெண் பாடியபடி உரலில் ஏதோ குத்திக்கொண்டிருந்தாள். பாட்டின் தாளத்திற்கேற்ப அவள் குத்தும் லாவகத்தைக் கண்டு பீட்டர் மெய்மறந்தான். மளமளவென்று நான்கு ஷாட் எடுத்தான். அவனைக் கண்டதும் அவள் பாட்டை நிறுத்தி ரவிக்கையில்லாத் தோளைப் போர்த்தி வெட்கத்துடன் சிரித்தாள். உரலுக்குப் பக்கத்தில் உட்கார்ந்திருந்த பத்து வயசுச் சிறுமி ஆர்வத்துடன் பீட்டரைப் பார்த்தாள்.

"இதென்ன இந்த வேஷத்திலே இந்த ஆளு போட்டோ புடிக்கிறாக?" என்று பெரியவள் கூச்சப்பட்டாள்.

"அந்த ஆளுக்கு அதான் வேலை!" என்றேன் நான், கிண்டலாக. "ஏன் பாட்டை நிறுத்திட்டே... பாடேன்."

"அட போ புள்ள, இதெல்லாம் ஒரு பாட்டா?"

"உன் பாட்டைக் கேட்கத்தான் ஆசையா வந்தோம். என்ன பாட்டு அது?"

"என்ன பாட்டு... பொண்ணாப் பொறந்த வவுத்தெரிச்சல் வெளியில கொட்டற பாட்டு."

பீட்டர் புன்னகையுடன் நின்றான்.

"பாடேன்..."

"வேணாம் புள்ளே, அந்த ஆளு நிக்கிறாக!"

"அந்த ஆளுக்கு ஒண்ணும் புரியாது, நீ பாடு."

"அட! நீ என்ன பிடிவாதம் பிடிக்கிறே!" என்று அவள் சிரித்தாள். "வவுறு பசிக்குது, இதைக் குத்திப் பொடச்சி சோறாக்கணும்."

"குத்திக்கிட்டே பாடு..."

அவள் சிரித்துக்கொண்டே பாடினாள்.

'மாதளம்பூ, மஞ்சானயாம்
மனசுக்குள்ளே வேதனையாம்
மனசை விட்டுச் சொன்னேனுன்னா
மாதம் ஒரு சண்டையாவுது வீட்டுக்குள்ளே.'

இந்தப் பாட்டுக்கு என்ன அர்த்தம் என்று கேட்ட பீட்டருக்கு மொழிபெயர்த்துச் சொன்னேன். பிறகு அவன் கேட்ட கேள்வியைக் கேட்டேன்; "மனசுக்குள்ளே வேதனைங்கிறியே, என்ன வேதனைங்கறாங்க இந்த ஐயா."

அவள் குத்துவதை நிறுத்தாமல் சுரத்தில்லாமல் சொன்னாள்: "வேதனையெல்லாம் என்னாத்தைச் சொல்றது? ஒண்ணா, ரெண்டா?"

வார்த்தைகள் அடிவயிற்றிலிருந்து எழும்பி ஒலித்ததுபோல் இருந்தது.

"வீட்டுக்காரரர் எங்கே?" என்றேன், பேச்சைத் தொடர.

"வீட்டுக்காரரர் வேற ஒருத்தியைக் கட்டிக்கிட்டாக, நா நாலாவதும் பெண்ணைப் பெத்தேன்னு!"

"இவதானா அது? என்ன செய்யறா?"

"படிக்கிறா" என்றாள் சற்று மலர்ச்சியுடன், "நாலாவது படிக்கிறா, படிச்சு உன்னைப்போல உத்தியோகம் பாத்துதான் ஆகணும். வேறு வழியில்லே. வெறும அவளைக் கட்டமாட்டான்."

“ஏன்?”

“இத்தனை கருப்பா இருக்காளே! வழக்கமா கேக்கற பத்து பவுனுக்கு மேல இன்னொரு பத்து பவுன் கேப்பான். நா எங்க போக?”

என்னுள் ஏற்பட்ட சங்கடத்தை மறைத்துக்கொண்டு சிறுமியின் கையைப் பற்றித் தோழமையுடன் புன்னகைத்தேன்.

“மத்தப் பெண்கள் எங்கே?”

“கொன்னுட்டாங்க!” என்றாள் அந்தச் சிறுமி.

எனக்குத் தூக்கிவாரிப் போட்டது. வெகு இயல்பாக அவள் சொல்வதும், முகத்தில் சலனமேயில்லாமல் அதைக் கேட்டுக்கொண்டு பெரியவள் குத்துவதும், எனக்குத் தாங்க முடியாததாக இருந்தது.

“உண்மையாகவா?” என்றேன் மெல்லிய தடுமாற்றத்துடன்.

உலக்கையைச் சீராகக் கை மாற்றி மாற்றிப் போட்டபடி, பெரியவள் என்னைப் பார்த்துச் சினேகிதமாகச் சிரித்தபடி, “உண்மைதான்” என்றாள்.

பீட்டர் நல்ல வேளையாகக் குறுக்குக் கேள்வி கேட்காமல் ஓரமாக நின்று போட்டோ பிடிப்பதில் லயித்திருந்தான்.

“இந்தப் பெண்ணையும் கொல்லப் பார்த்தேன். ஆனா இதுக்கு உசிரு கெட்டி. பிழைச்சுக்கிட்டா. மறுபடி கொல்ல மனசு வரல்லே...”

உலக்கையைப் போடும் கை நிறுத்தாமல் ‘தொம் தொம்’மென்று ஒரு சுருதியோடு போட்டது. சட்டென்று இன்று காலை சென்ற இழவு வீடு நினைவிற்கு வந்தது. புஷ்பம்போல் கண்மூடிப் படுத்திருந்த குழந்தையும், ஓசைப்படாமல் மூலையில் அமர்ந்து அழும் அதன் தாயும் பார்வையில் தேங்கி நின்றார்கள். பத்து வருஷங்கள் கழித்து அந்தப் பெண்ணும் இதே லாவகத்தோடு சொல்வாள். சிரிப்பாள். ‘கொன்னது உண்மைதான்.’

அந்தக் கண்ணீருக்கு அர்த்தமில்லை. ஒப்பாரிக்கு அர்த்தமில்லை. என் கண்ணில் நீர் தளும்பிவிடும் போல் இருந்தது. அவசரமாக விழுங்கிக் கொண்டேன். அடிவயிற்றில் கனல் மூண்டதுபோல - சுறுசுறுவென்று துக்கமும், கோபமும் பொங்கிற்று. பல வருஷமாக மானசீகமாகக் கேட்டுக் கேட்டு விடை கிடைக்காத ஆத்திரத்துடன் கேட்டேன்:

"ஏன் பெத்தே? பெறாமலேயே இருக்கலாமில்லே? ஏன் பெத்தே?"

"அத்தைக் கேளு, ஒவ்வொரு முறையும் ஆண் குழந்தை பிறக்குமோன்னு ஆசைதான். இல்லேன்னா புருஷனும், மாமியார்காரியும் தள்ளி வெச்சுடுவாங்கன்னு பயம். எனக்குப் போக்கிடமுமில்லே, துப்புமில்லே. பிறக்கிறதெல்லாம் பொட்டையா பிறக்குது."

"பொட்டையா பிறந்ததுக்கு நா மட்டும் காரணமில்லைய்யான்னு நீ திருப்பிச் சொல்லணும்!"

"திருப்பிக் கேட்டதுக்குத்தான் இங்க வந்து நிக்கிறேன்" என்று அவள் காவிப்பல்லைக் காட்டிச் சிரித்தாள்.

அவளது சிரிப்பும், பேச்சும் எனக்குக் கொள்ளைக் கவர்ச்சியாக இருந்தது.

அந்தச் சிரிப்பில் அந்தச் சிறுமியும் சேர்ந்துகொண்டது.

"இவங்களுக்கெல்லாம் ஆண் பிள்ளைதான் வேணும்!" என்றது ரோசத்துடன். "தடியெடுக்க ஆம்பிள்ளை வேணும், ஏன் நானும் எடுப்பேனே தடியை? மதுரையிலே பெண் போலீஸ் இல்லே?"

"அடி ஆத்தே! போய்ச் சேரு போலீஸிலே. எவனுக்கும் உன்னைக் கட்டிக்கொடுக்க முடியாது நா எப்படியும்!" என்று பெற்றவள் சிரித்தாள். "இதப் பாரு, அங்கனே, வெறும் கோவணங்கட்டிக்கிட்டு பிள்ளைங்க ஓடறதை, இவளை அந்த மாதிரி வுட முடியுமா? அடுத்த வருஷம் தாவணி போடணும்.

அஞ்சு உருப்படி போட்டாத்தான் மானத்தோடு இருக்க முடியும். அதுக்கப்புறம் வயிற்றிலே நெருப்பைக் கட்டிக்கிட்டு இருக்கணும்."

"நீ இவளைப் படிக்க வை. கல்யாணத்தைப் பத்திப் பேசாதே. தன்னையே காப்பாத்திக்குவா."

"அப்படித்தான் அது ஏதாவது செய்யணும். இல்லேன்னா உயிர் பிழைச்சதுக்கு அர்த்தமில்லாம போகும்."

என்னுள் ஒரு சிலிர்ப்பு ஓடிற்று. எனக்காகச் சொல்லப்பட்ட வார்த்தைகளோ இவை என்று தோன்றிற்று. தன்னுடைய செயல்கள் எல்லாம் அர்த்தமற்றவை அல்ல என்கிறாள். பெற்ற குழந்தைக்கு நஞ்சைக் கொடுப்பதிலும் அர்த்தமுண்டு அவள் கணக்கில், 'தாங்க முடியாமத்தான் கொல்றோம்!'

"சாமி தண்டிக்கும்னு பயம் ஒண்ணும் இல்லையா?" என்றேன், பலவீனமாக.

"சாமியை யாரு பாத்தா?" என்றாள் குடிசைக்குள் இருளில் அமர்ந்திருந்த ஒரு கிழவி.

உலக்கையைப் போடுபவள் என்னைப் பார்த்துச் சிரித்தாள். குத்துவதைத் தொடர்ந்து மெல்லிய குரலில் சொன்னாள்:

"சாமி பூதம் என்கிறதுக்கும், இதுக்கும் சம்பந்தம் இருக்கிறதா தெரியலே. ஒவ்வொருத்தி பொண் பிறந்ததும் கொல்றா. அடுத்த வருஷமே அழகா ஆண் கொழந்தையைப் பெத்துக்கறா. சாமி குத்தம் எங்கேருந்து வருது? சாமிகூடக் கண்டுக்காம இருக்கு. உன் பிரச்சினையை நீயேதான் சமாளிச்சுக்கணும் புள்ளேங்குது! சமாளிக்கத் தெரியலையா, கஷ்டப்படு!"

நான் அவளையே பிரமை பிடித்ததுபோலப் பார்த்தேன். இவளுடைய வெளிப்படையான பேச்சும், ஆரோக்கியமான உடம்பும், சுறுசுறுப்பான லாவகமான அசைவுகளும் பிரமிப்பை ஊட்டின.

'இப்பத் தனியா நல்லாத்தானே சமாளிக்கிறே; அதை முந்தியே செஞ்சிருக்கலாமே! ஆண் குழந்தைதான் வேணும்

என்கிற புருஷனோடு இருப்பானேன்?' என்று எனக்குள் எழுந்த கேள்விகளுக்கு அர்த்தமில்லை. மரபுப்படி ஆண்தான் வாரிசு. புருஷனுடன் இருப்பதுதான் கௌரவம். ஆண் உறவு வேண்டாம் என்று உதறிக்கொண்டு வருபவளைப் பிறந்த வீடு கூட ஏற்காது. சின்ன வயதில் துறவறம் ஏற்க முடியாது - புருஷனாக அவளைத் துரத்தும் வரை. அதனால்தான் நெஞ்சுக்குள் வேதனை, நெருஞ்சிப்பூ சல்லடையாய்.

அந்தச் சிறுமி என்னையே பார்த்துக் கொண்டிருந்தது. என் உடன்பிறப்பைப் போல என்னுள் கனிவு சுரந்தது, பெற்றவளின் பேச்சைக் கேட்டுக்கொண்டு உட்கார்ந்திருக்கும் இதற்கு அதன் நோக்கம் எப்படி இருக்கும்? பிறப்பினால் அப்பா ஒதுக்கினால், திறத்தினால் உலகம் ஒதுக்கும் என்கிறாள் அம்மாக்காரி. என்றாவது இதன் தலைநிமிர்ந்து நிற்குமா? போலீஸ் உடுப்பில் நான் அதைக் கற்பனை செய்து புன்னகையுடன் கேட்டேன்:

"உம் பேரு என்ன?"

"கருப்பாயி" என்றது.

எனக்குச் சிரிப்பு வந்தது. பெயரிலேயே நிராகரிப்பு. நீ பெண் என்பதால் மட்டுமில்லை; நிறத்தாலும் ஒதுக்கப்பட வேண்டியவள்.

"அக்கா... அக்கா, என்னை ஒரு போட்டோ புடிக்கச் சொல்லுங்கக்கா!" என்றது கருப்பாயி அப்பொழுதுதான் பீட்டரின் நினைவு எனக்கு வந்தது.

"நீயும் அவளுடன் நில்லு, எடுக்கறேன்" என்றான் பீட்டர். நான் கருப்பாயியை அணைத்துக்கொண்டு நின்றேன். கிளம்பும்போது அவளுடைய கன்னத்தைத் தட்டி,

"நல்லா படி. நிஜம்மாவே போலீசுலே சேரு! ஊர் ஜனங்களைப் பத்திக் கவலைப்படாதே!" என்றேன். அது வெட்கத்துடன் தலையாட்டிற்று.

"ஊருக்குப் பயப்படலேன்னா ஊரும் உன்னை ஒதுக்கி வைக்கும்!" என்றாள் கிழவி, இருளில் இருந்தபடி.

கருப்பாயி என்னைப் பார்த்துச் சிரித்தாள். “பாட்டி அப்படித்தான் பேசும்” என்றாள் எனக்குச் சமாதானமாக.

நான் எழுந்தேன்.

“கருப்பாயி, ரெண்டு கலர் வாங்கிட்டு வாடி” என்றாள் பெரியவள்.

“வேண்டாம், வேண்டாம்” என்று நாங்கள் இரண்டு பேரும் மறுத்து வண்டிக்கு நடந்தோம். பின்னால் யாரோ, “பொன்னுத்தாயீ!” என்று உரக்க அழைத்தார்கள்.

நான் சரேலென்று நின்று திரும்பிப் பார்த்தேன். உலக்கை போடுபவள் நிறுத்தி நிமிர்ந்து குரல் வந்த திசையைப் பார்த்தாள்.

***

12

எதிர்பாராமல் வந்த தாக்குதலைப்போல் இருந்தது மஞ்சுவுக்கு. கால்கள் நகர மறுத்தன. நெஞ்சு வெகு வேகமாக அடித்துக்கொள்ள, நெற்றியில் வியர்வை தளும்பியது.

என்னில் ஏற்பட்ட மாற்றத்தைக் கண்டு பீட்டர் திகைத்திருக்க வேண்டும். அவன் நின்று, "என்ன விஷயம், ஆர் யூ ஓ.கே?" என்றான் கனிவுடன்.

அவன் பேசியது காதில் விழாத ஒரு திக் பிரமையில் மஞ்சு குடிசைப்பக்கம் பார்த்தபடி நின்றாள். குத்துவதை நிறுத்தியிருந்த பெரியவள், குரல் வந்த திக்கிற்கு ஏதோ பதில் சொல்லிவிட்டு மீண்டும் குத்துவதைத் தொடங்கியிருந்தாள். அவள் நிமிர்ந்து தன்னைப் பார்ப்பாளோ என்ற சபலத்துடன் தயங்கிய மஞ்சுவை பீட்டர் என்னையே பார்த்துக்கொண்டு நின்றதை உணர்ந்து வலுக்கட்டாயமாய் இழுத்துப்பிடித்து நடந்தேன். அடிக்கடி திரும்பிப் பார்க்க முனைந்தவளைக் கட்டுப்படுத்தி, பீட்டரைப் பார்த்து, "கிளம்பலாமா?" என்று விட்டு அவன் பதிலை எதிர்பார்க்காமல் வண்டியை நோக்கி நடந்தேன்.

"உன் மனசு நோகும்படி பேசினாளா அவள்?" என்றான் பீட்டர்.

"யார்?" என்றேன், ஒரு விநாடி குழப்பத்தில். பிறகு சமாளித்துக்கொண்டு, "இல்லையே!" என்றேன்.

“உன் முகத்தைப் பார்த்தால் அப்படித் தோன்றுகிறது...”

“இல்லையே” என்று நான் புன்னகைத்தேன். “என் முகம் எப்பவும் அப்படித்தான் இருக்கும் - கரிய முகமூடி அணிந்த மாதிரி...”

அவன் யோசனையுடன் என்னைப் பார்த்தான். மெலிதாகப் புன்னகைத்தபடி, “உன் முகம் இப்படி இருக்குன்னு உனக்கு எப்படித் தெரியும்” என்றான். “முகமூடி போட்ட மாதிரி நிச்சயம் இல்லே, பளிங்கு போல் இருக்கு. என்னால் உன் உணர்ச்சிகளைப் புரிந்துகொள்ள முடிகிறது.”

நான் திகைத்தேன். நிஜமாகவே என் முகம் அப்படியிருக்கிறதா அல்லது அதைக் கண்டுகொள்வது இவனுடைய தனிப்பட்ட சாமர்த்தியமா என்று புரியவில்லை. மன உணர்ச்சிகளை இப்படி வெளியாருக்கு வெளிச்சம் போட்டேனானால் அது என்னுடைய சாமர்த்தியக் குறைவு.

“ஓ, அது ஆபத்து!” என்று நான் சிரித்தேன். “இனிமேல் முகமூடி போட்டுக் கொள்கிறேன்.”

“நீ இப்படியே இரு” என்று அவன் என் தோளை அழுத்தினான். “அதுதான் உன்னுடைய கவர்ச்சி.”

வண்டியில் அவன் எனக்கு மிக அருகில் அமர்ந்திருந்தான். அவனுடைய வெள்ளைத் தொடைகள் என்னைக் கிட்டத்தட்ட உரசிக் கொண்டிருந்தன. சாரதா சொன்னது எனக்கு நினைவுக்கு வந்தது, ‘ரொம்பக் கூச்சமாப் போயிட்டது, பேச முடியாம!’ - எனக்குக் கூச்சமேற்படாதது வியப்பாக இருந்தது. நகர்ந்து உட்கார வேண்டும் என்று தோன்றவில்லை. என் தோளிலிருந்து கையை விரைவாக அவன் எடுத்து விட்டது ஏமாற்றமாகக்கூட இருந்தது. இதையும் அவன் உணர்ந்து கொள்வானோ என்ற பயத்தில் நான் பார்வையை வெளியில் பதித்தேன். மனசு எப்படி இப்படி குரங்காய் - ஒரு விஷயத்திலிருந்து இன்னொரு விஷயத்துக்கும் - ஒரு உணர்ச்சியிலிருந்து முற்றிலும் மாறுபட்ட வேறு உணர்ச்சிக்கும் நொடிப்பொழுதில் தாவுகிறது

என்று நினைத்து வியக்கையில், 'நீ ஒரு வெட்கம் கெட்டவ!' என்று மஞ்சு நோகடித்தாள். மஞ்சுவின் சங்கடம் என்னையும் ஆட்கொண்டது. மஞ்சுவின் பதட்டம் அனாவசியமானது என்று நான் என்னையே தேற்றிக்கொண்ட போதிலும், பீட்டருடன் ஏதும் சம்பாஷணையில் ஈடுபட சுவாரஸ்யம் இல்லாமல் போயிற்று.

திரும்பத் திரும்பக் கருப்பாயியின் சலனமற்ற முகமும், பொன்னுத்தாயியின் வெள்ளைச் சிரிப்பும் கண்ணெதிரில் அசையாமல் நின்றன. மனித சரித்திரத்தில் ஏற்படும் வித்தியாசங்களும், விபத்துக்களும் அவரவரது மனோபாவங்களில் எப்படிப்பட்ட வேறுபாடுகளை விளைவிக்கின்றன என்று எனக்கு ஆச்சரியமாக இருந்தது. எனக்கு அசாதாரணமானவையாக, அதிர்ச்சி தருபவையாக இருக்கும் விஷயங்களை என் வயதில் பாதிகூட இல்லாத அந்தச் சிறுமி சாதாரண விஷயம்போல் சொல்லுகிறாள்.

'கொன்னுட்டாங்க.'

அந்தச் செய்கையின் பரிமாணங்கள் அவளுக்குப் புரியுமா? ஜனனம் - மரணம் ஆகியவை, அவளைப் பொறுத்தவரை வெயிலும் மழையும் போன்றது. தினசரி சந்திக்கும் விஷயங்களா? 'போரடிக்காதே!' என்று மஞ்சு அதட்டினாள். "நீ வேணுமின்னே ஸைட் டிராக் பண்ணறே. சித்த நேரம் முந்தி உன்னை உலுக்கின விஷயம்தான் முக்கியம். அதுதான் மனசிலே பிரதானமா நிக்கிறது. அதைப்பத்தி நினைக்கவே பயந்து நியாய தர்மம் பேசாதே!"

பயமாகத்தான் இருந்தது. பதட்டமில்லாமல் ஒரே சீராக உலக்கையால் குத்தும் பொன்னுத்தாயியின் முகம், கண் பார்த்த இடத்திலெல்லாம் தெரிந்தது. 'வேதனைன்னா எதைச் சொல்ல ஒண்ணு ரெண்டா?' இதுதான் அவனது நிஜ முகமாக இருக்க வேண்டும் என்று நினைத்துக்கொண்டேன். அப்படி நினைப்பது எனக்கு எந்த வகையிலோ சமாதானமாக இருந்தது. அந்த வெள்ளைச் சிரிப்பு அவள் போடும் முகமூடியாக இருக்க வேண்டும். அல்லது அதுவும் நிஜமா? தினசரி சந்திக்கும்

சவால்கள் ஏற்படுத்திவிட்ட சமாதானமா? அவளுக்கு ஞாபகங்கள் இருக்குமா? என்றாவது ஓய்வு கிடைக்கும் நேரத்தில், தூக்கம் வராத நிலாக்காயும் இரவுகளில் அந்த ஞாபகங்களுக்காகக் கண்ணீர் வருமா?

திடீரென்று என்னால் கட்டுப்படுத்த முடியாத துக்கம் நாபியிலிருந்து திரண்டு கண்கள் வழியாகக் கண்ணீராய் வந்தது. நான் கூச்சத்துடன் இரண்டு கைகளாலும் முகத்தை மூடிக்கொண்டேன்.

“ஏ, என்ன விஷயம்?” என்றான் பீட்டர், மிருதுவாக. அவனுடைய கை என் தோளின் மேல் மறுபடி அமர்ந்தது. டிரைவர் இதைக் கவனித்தால் வம்பு என்று நான் அவசரமாகக் கைக்குட்டையால் முகத்தை அழுத்தித் துடைத்து முகத்தை நிமிர்த்தி, “ஒன்றுமில்லை” என்று முணுமுணுத்து விட்டு, ஜன்னல் பக்கம் முகத்தைத் திருப்பிக்கொண்டேன். இந்த அழுமூஞ்சிக்குப் பதில், சாரதாவே வந்திருக்கலாம் என்று இவன் நினைக்கலாம்.

“அந்தப் பெண் உன்னை ஏதோ புண்படுத்தி விட்டாள். எனக்குத் தெரியும்” என்றான், அவன் அழுத்தமாக. “அவள் என்ன சொல்லியிருந்தாலும் நீ அதற்காக வருத்தப்படுவதில் ஏதும் அர்த்தமில்லை.”

“நான் ஒண்ணும் வருத்தப்படலையே!” என்று நான் முகத்தைத் திருப்பாமலே புன்னகைத்தேன்.

“வருத்தமில்லேன்னா, கண்ணுலே வர்ற கண்ணீருக்கு என்ன அர்த்தம்?”

“தெரியலே, சிலசமயம் நான் மத்தவங்களை நினைச்சு அழுவேன்!” என்று நான் சிரித்தேன். “அந்தச் சின்னப் பெண்ணை நினைச்சு பாவமாக இருக்கு.”

“ஏன், அவளுக்கென்ன? ரொம்ப உற்சாகமாகத்தானே இருந்தாள்?”

“இப்ப இருக்கா - ஆட்டுக்குட்டி, கன்னுக்குட்டி, விவரம் தெரியாம துள்ளற மாதிரி இன்னும் இரண்டு மூணு வருத்தத்திலே எல்லாம் போயிடும். உலகம் எவ்வளவு கொடுமையானதுன்னு புரியும்.”

பீட்டர் சற்று நேரத்துக்கு ஏதும் பேசவில்லை, தீவிர யோசனையில் இருந்தான். அவன் பக்கத்தில் அமர்ந்திருப்பதை நான் கிட்டத்தட்ட மறந்துபோன சமயத்தில் அவன் மெல்லச் சொன்னான்:

“உலகம் ரொம்ப அழகானது, மஞ்சு. கொடுமையானது இல்லை. உன்னுடைய சொந்த அனுபவத்தாலே ஏற்பட்டிருக்கிற கசப்புதான் உன்னுடைய எண்ணத்துக்குக் காரணம். அந்தப் பெண்ணுக்கு உன்னைவிடத் துணிச்சல் இருக்கும்.”

நான் வியப்புடன் அவனைப் பார்த்தேன், புன்னகைத்து.

“எப்படிச் சொல்றே?” என்றேன்.

அவன் சிரித்தான். “அந்தச் சூழலிலேயே இருந்து வளர்கிறவளுக்குச் சவால்களைச் சமாளிக்கத் தைரியமிருக்கும். ரொம்ப அதிகமான எதிர்பார்ப்பு இருக்காது. ஆனால், சந்தர்ப்பம் கிடைத்தால் பெரிய உயரத்துக்குப் போகலாம்.”

அதாவது, “உனக்குச் சந்தர்ப்பம் கிடைத்தும் நீ ஒரு அழுமூஞ்சி!” என்கிறான். அம்மாவுக்குக்கூட என்னைப் பற்றி இப்படி ஒரு எண்ணமிருப்பதாக நான் உணர்கிறேன். அவரின் எதிர்பார்ப்பின்படி நான் வளரவில்லை என்று அவர் நினைப்பதாக என் ஊகம். நன்றி இல்லாதவள் என்கிற எண்ணம் இருக்கலாம்.

அவன் என் கையைச் சினேகிதமாகப் பற்றி, “அதனால், நீ அந்தப் பெண்ணைப் பற்றி அனாவசியமாய்க் கவலைப்பட்டு இந்த மாலை நேரத்தை வீணாக்காதே!” என்றான். எனக்குச் சிரிப்பு வந்தது. ‘மில்ஸ் அண்டு பூன்’ நாவல் கதாநாயகியாக என்னை அவன் பாவிப்பதுபோல் இருந்தது. சந்தர்ப்பம் கிடைத்தால் மிக உயரத்துக்குச் செல்வாள் - சந்தர்ப்பம் என்பது மரக்கொம்பில் கனிந்து தொங்குகிறதா?

மீண்டும் கருப்பாயியின் நினைவு வந்தது. சூட்டிகையான பெண்தான். உயிரின் மகத்துவம் புரிந்திருக்குமோ, இல்லையோ - அந்தச் சின்ன மனசில் கொள்ளை ரோசம் இருக்கிறது. 'ஆண்தான் தடி எடுக்கணுமா, நான் எடுக்க மாட்டேனா!' என்னும் அளவுக்கு எடுத்தாலும் எடுப்பாள். இவன் சொல்வதுபோல் துணிச்சல்காரிதான். அவள் போலீசில் நுழைந்தால் எப்படிப்பட்ட புரட்சியாக இருக்கும்! 'சாமியை யாரு பாத்தா?' என்று கேள்விக்குப் பதில் கேள்வி கேட்பாள். "சாமியைப் பாக்கலே நானும். ஆனா சட்டம்தான் என் சாமி, அது சொல்படி கேளு - சாமி தண்டிக்காது. சட்டம் தண்டிக்கும். ஆணும் பெண்ணும் சமம் என்பது சட்டம். அதை நீயே மதிக்கலேன்னா சமூகம் எப்படி மதிக்கும்? பெண் வேண்டாமா? அப்ப ஆணையும் பெத்துக்காதே. நாட்டுக்குச் சேவை. ஏற்கெனவே பூமி பாரம் தாங்கலே. பிள்ளையைப் பெத்து வியாபாரம் பண்ணலாம்னு நினைக்காதே, அதுவும் சட்டத்துக்கு விரோதம்..."

சாட்டையைக் கையில் வைத்துக்கொண்டு பெற்றவளையும், பாட்டியையும் சுளீர் சுளீர் என்று அவள் வீசி அடிப்பதாகக் கற்பனை செய்வது எனக்குக் குரூரமான சந்தோஷத்தை அளித்தது. சரேலென்று மஞ்சு முன்னால் பாய்ந்தாள். சாட்டையைக் கருப்பாயியின் கையிலிருந்து பிடுங்கிக்கொண்டு, பத்ரகாளியாய்ச் சொரூபம் எடுத்தாள். சிலம்பம் ஆடுபவனின் லாவகத்தோடு சுழன்று சுழன்று சாட்டையை வீசினாள். இந்தா வாங்கிக்க, இன்னும் இன்னும்... உன் இனத்தை நீயே இழிவு செஞ்சதுக்கு வாங்கிக்க - உன்னையே பலிகடா ஆக்கிக்கிட்டதுக்கு வாங்கிக்க... வாங்கிக்க...

எனக்கு உடம்பு லேசாக நடுங்கிற்று. குளிர் ஜுரம் வந்தாற்போல், மஞ்சுவின் சீற்றத்தைக் கண்டு பயமேற்பட்டது. பீட்டரின் சூட்சுமமான பார்வையிலிருந்து எதுவும் தப்பாதே என்று யோசனையாக இருந்தது. வெளியில் இருட்டி விட்டதால் நல்ல வேளையாக என் முகபாவம் அவன் கண்ணில் பட்டிருக்காது என்று நான் சமாதானப்படுத்திக் கொண்டேன். முன்பின் தெரியாத இவனுடன் ஒரு இக்கட்டில் மாட்டிக்கொண்டது போல்

விசித்திரமான உணர்வு ஏற்பட்டது. விவரம் தெரிந்த வயசிலிருந்து நான் அம்மாவுடன் பல இடங்களுக்குப் போயிருக்கிறேன். இன்று ஏற்பட்ட மன அதிர்வு என்றும் ஏற்பட்டதில்லை. 'வேதனை ஒண்ணா ரெண்டா?' என்ற வார்த்தைகள் முணுமுணுப்பாய் என்னைத் தொடர்ந்து வந்தன.

"என்ன பாட்டு அது? அந்தப் பெண் ரொம்ப உற்சாகமாகப் பாடினதுபோல் இருந்தது!" என்றான் பீட்டர். வேதனை என்கிறது வார்த்தைகளில் மட்டும்தான் இருந்திருக்க வேண்டும்.

இவனுக்குச் சூட்சுமமான பார்வைதான் என்று வியப்பேற்பட்டது. வேதனையெல்லாம் இப்போது வார்த்தையில் மட்டும் நிற்கிறது. காலையில் அந்தப் பெண்கள் பாடிய ஒப்பாரியைப் போல மற்றவர்களை ஏமாற்றும் முயற்சி இல்லை இது, தங்களையே ஏமாற்றிக்கொள்ளும் மருத்துவம் - சைக்கோத்தெரப்பி இது. அதில் அவர்களுக்கு வெற்றி என்பதில் சந்தேகமில்லை. அதனால்தான் இப்படி வெள்ளையாய்ச் சிரிக்க முடிகிறது. வெகுளித்தனமாய்ப் பேச முடிகிறது.

"வேதனையெல்லாம் பழசாகிப் போய்விட்டிருக்கும்!" என்றேன் நான், மெல்ல.

மேற்கொண்டு பேசும் மனநிலையில் நான் இருக்கவில்லை. அவன் அடிக்கடி என்னைத் திரும்பிப் பார்ப்பதை உணர்ந்தும் நான் கவனிக்காததுபோல் வெளியிலிருந்த இருளில் பார்வையைப் பதித்தேன். நாளைக்கு நிச்சயம் வெளியில் செல்லும்போது என்னைக் கூப்பிடமாட்டான். பாஷை தெரியாவிட்டாலும், உற்சாகமான சாரதாவே வரட்டும் என்பான். தவிர, நாளையிலிருந்து காலேஜுக்கு நான் செல்ல வேண்டும்.

வீடு வந்து வண்டியிலிருந்து இறங்கியதும், அவனுடன் நான் வெளியில் சென்றதற்காக அவன் நன்றி தெரிவித்தான். "உற்சாகமாக இரு, மஞ்சு!" என்றான்.

"உற்சாகமாகத்தான் இருக்கேன். ப்ளீஸ், என்னைப் பற்றிக் கவலைப்படாதே!" என்றேன்.

"உன்னுடைய மாலைப்பொழுதை நான் வீணாக்கி விட்டேன் போலிருக்கிறது..." என்றேன், கூச்சத்துடன்.

"இல்லவே இல்லை!" என்று அவன் தீவிரமாகத் தலையாட்டினான். "நீ என்னோடு வந்தது எனக்கு ரொம்ப சந்தோஷம். நாளைக்குச் சந்திக்கலாம். நாளை என்பது இன்னொரு நாள், நீ உற்சாகமாய் இருப்பாய் என்று நினைக்கிறேன்."

'குட்நைட்' என்று என் கையைக் குலுக்கிவிட்டு, அவன் திரும்பிப் பாராமல் விருந்தினர் விடுதிப்பக்கம் நடந்தான். நான் வெகு வேகமாக அம்மாவின் அறையை நோக்கி ஓடினேன். அம்மா சாய்வு நாற்காலியில் சாய்ந்தமர்ந்து ஏதோ புத்தகத்தில் ஆழ்ந்திருந்தார்.

'அம்மா!' என்று பதட்டத்துடன் அழைத்தபடி, அவர் எதிரில் நான் நின்றதும், வியப்புடன் புத்தகத்திலிருந்து பார்வையை விலக்கி என்னைப் பார்த்தார்.

எனக்கு மூச்சுத் திணறிற்று. வெகு சிரமப்பட்டு என்னைக் கட்டுப்படுத்திக் கொண்டு, "அம்மா!" என்று மறுபடி அழைத்து, கீழே மண்டியிட்டு அமர்ந்து, அவரது முழங்காலைக் கட்டிக்கொண்டேன். "அம்மா, உண்மையைச் சொல்லுங்க... என்னைப் பெத்தவ உயிரோடு இருக்காளா?"

அம்மா திடுக்கிட்டு என்னைப் பார்த்தார்.

"என்ன இது, திடீர்னு உனக்கு என்ன ஆச்சு?"

நான் பொறுமையில்லாமல் அவருடைய முழங்கால்களை உலுக்கினேன்.

"சொல்லுங்க, என்னைப் பெத்தவ உயிரோடு இருக்காளா?"

"ஏன் கேக்கிறேன்னு மொதல்லே சொல்லு!" என்றார் அம்மா கடுமையாக.

"இன்னிக்கு பொன்னுத்தாயின்னு ஒரு பொம்பளையைப் பார்த்தேன். அவளுடைய கடைசி மக என்னை மாதிரியே இருக்கா கருப்பா."

அம்மா என்னை விநோதமாகப் பார்த்தார்.

"பொன்னுத்தாயின்னு எத்தனையோ பேர் இருக்காங்க. கருப்பா இருக்கிறது என்ன அபூர்வமான விஷயமா?"

நான் அம்மாவை வெறிகொண்டவள் போல் பார்த்தேன். "என் அம்மாவா அவ இருக்கலாம்னு நான் சந்தேகப்பட்டேன்."

"உனக்குக் கிறுக்குதான் பிடிச்சிருக்கு. உன்னைப் பெத்தவ உயிரோடு இல்லை, இறந்து போயாச்சு."

பிரளயமாய் மேலே மேலே பொங்கிய உணர்வலைகள் மெல்ல மெல்ல வடிந்தன.

"உண்மைதானா அது?"

"உண்மைதான்!" என்றார் அம்மா, மிதமிஞ்சிய சோர்வுடன்.

***

13

'நாளை என்பது இன்னொரு நாள்!' என்று அன்று பீட்டர் சொன்னான். புதிதாய் நாட்கள் பிறப்பது போலல்லாமல், ஒரே நாள் தொடர்ந்து நீண்டுகொண்டே வருவதுபோல என்னுள் ஒரு வெறுமை படர்ந்து வருவதை நான் பல்கலைக் கழக வளாகத்துள் தனியாக நடக்கும்போது அதிகமாக உணர்ந்தேன்.

'உண்மைதானா அது?' என்று அன்று அம்மாவைப் பார்த்துப் படபடத்த கேள்வி திரும்பத் திரும்ப என்னுள் ஒலிக்கிறது. இந்தத் தருணத்து நிஜம்போல் அன்றைய மன உணர்வுகள் ஞாபகத்துக்கு வருகின்றன. பலதரப்பட்ட உணர்வுகளின் கலவையாக அக்னிப்பிழம்பாக என்னைத் தகித்த அதன் உக்கிரத்தில் நான் உருகித் தவித்தது இன்னமும் பிரத்யட்சமாக இருக்கிறது. எனது நிலையை, எனது தவிப்பை, ஏக்கத்தை, உருகலை அம்மா உணர்ந்திருப்பாரா என்று எனக்குத் தெரியாது. எனக்குப் பதில் சொல்லும்போது அம்மாவிடம் சோர்வு தெரிந்தது. என்னுடைய பதட்டம் அநாவசியமானது. சிறுபிள்ளைத்தனமானது என்று அவர் நினைத்திருக்கலாம். என்னை ஈன்றவள் என்ற எண்ணத்தின் தாக்கம் என்னில் இன்னும் இருப்பது அவருக்கு வியப்பை அளிக்கலாம். 'பெற்றவளுக்கு மேலாக உன்னை நான் வளர்த்ததெல்லாம் மறந்துபோச்சா?' என்கிற சோர்வு அவருக்கு ஏற்பட்டிருக்கும். அவர் கவலைகொள்ளும் விதத்தில்தான் நான்

பதட்டம் காண்பித்தேன். அதனால், அவருக்கு ஏமாற்றமோ, சோர்வோ ஏற்பட்டிருந்தால் அதற்கு நான் பொறுப்பில்லை. விவரம் தெரிந்த நாளிலிருந்து என்னுள் தகிக்கும் ஜுவாலையைப் பற்றி அவருக்குத் தெரியாது. பிச்சை கிடைத்தது போன்ற இந்த வாழ்விற்கான நன்றிக்கடன் என்று ஆதார வேட்கைகளை மறக்கடிக்க முடியாது.

என்னுள் எழும்பும் கேள்விகளை அமுக்கிவிட முடியாது. அல்லும் பகலும் என்னைத் துளைக்கும் கேள்விகள் அவை. என்னை நிராகரித்த சமூகத்தின் தோள்களை உலுக்கும் குரோதம் உள்ளவை. அதை நான் அடையாளம் காண முடிந்தால் நார் நாராய்க் கிழிக்கக்கூடிய சக்திகொண்டவை. உலகத்தையே பஸ்பமாக நினைக்கும் ஆங்காரம் அது. என்னைப் பெற்றவள் மட்டும் என் எதிரில் வரட்டும், நரசிம்ம அவதாரம் எடுப்பேன். ஹிரண்யகசிபுவின் வயிற்றைக் கிழித்த வேகத்தை விட அதிகமான ஆக்ரோஷத்துடன் என்னைச் சுமந்த வயிற்றைக் கிழிப்பேன்.

ஆனால் வேடிக்கை. பொன்னுத்தாயி என்ற அந்தப் பெண்மணி என்னுடைய அம்மாவாக இருக்கலாமோ என்கிற அதிர்ச்சி என்னைத் தாக்கியபோது என் கால்கள் துவண்டன. நெஞ்சு பலவீனப்பட்டுப் படபடத்துக் கண்கள் பனித்தன. நாபியிலிருந்து ஒரு ஏக்கம் எழுந்து தொலைவில் நெல் குத்திக் கொண்டிருந்த அவளை ஆலிங்கனம் செய்துகொள்ள விழைந்தது. மகாபாரதக் கர்ணன் இப்படித்தான் தவித்திருப்பான் என்று தோன்றுகிறது. குந்திதான் தன்னைப் பெற்றவள் என்று அறிந்தபோது என்னைப்போல அவனும் துவண்டு போயிருப்பான். ஆத்திரமெல்லாம் வடிந்து உள்ளே நாடி நரம்பில் ஓடும் உதிரத்தின் சக்திக்குக் கட்டுப்பட்டு - என்னைப் பெற்றவளாக இருக்கலாம் என்கிற நினைப்பே என்னைப் பலவீனப்படுத்தினால், நிஜத்தில் சந்தித்தேன் என்றால் எப்படியிருக்கும்? இனிமேல் அதில் சுவாரஸ்யம் ஏதுமில்லை என்று என்னுள் திடீரென்று ஒரு விட்டேற்றித்தனம் புகுந்தது. அன்று 'பொன்னுத்தாயி' என்ற பெயரைக் கேட்டதும், உள்ளிருந்த எரிமலை திடுதிப்பென்று

வெடித்ததுபோல, என்னுடைய உணர்ச்சிகள் உச்சகட்டத்தை அடைந்திருந்தன - அம்மாவிடம் ஆவேசமாகச் சென்று கேள்வி கேட்கும் வரை.

இப்போது வடிந்து விட்டது. பயங்கர ஜுரம் வந்து ஓய்ந்ததுபோல என்னை ஒரு ஆயாசம் ஆட்கொண்டிருந்தது. 'நான்தான் உன்னைப் பெற்றவள்!' என்று யாரேனும் வந்து நின்றால் கையும் காலும் துவண்டுபோகாது. 'நீ சொல்லும் வார்த்தைக்கு என் வரையில் ஏதும் அர்த்தமில்லை!' என்று நான் விலகி நிற்கலாம். பிரபஞ்சத்தில் உயிர் உருவானதே மிகத் தற்செயலான நிகழ்ச்சி. கோடிக்கணக்கான வருஷங்கள் இடமாக இருந்த மாலிக்யூல்கள் ஏதோ ஒரு குருட்டுச் சேர்க்கையினால் விருத்தி செய்துகொள்ளும் தகுதி பெற்றது. ஒரு நாள், உயிர் ஜனித்தது. குரல் ஒலித்தது.

இதற்கெல்லாம் காரண காரியங்கள் ஏதும் கிடையாது. என்னை நீ சுமந்ததும் ஒரு குருட்டுச் சேர்க்கையினால். என்னை ஒன்பது மாதம் சுமந்தாயா? நன்றி. பிறகு சுமையாகிப் போனேனா? அது என் தவறில்லை. வளர்க்கத் தைரியமில்லாதவளுக்குச் சுமக்க உரிமையில்லை. என்னை நீ நிராகரித்த அன்றே நீ எனக்கு இறந்து போனாய்.

'சாமியை யாரு பாத்தா?' உண்மைதான். சாமி ஒவ்வொரு படுக்கையறையிலும் போய் உட்காருவதில்லை. இனப்பெருக்கத்தின் இன்சார்ஜ் அவர் இல்லை. சாமி என்பது மனித மனத்தின் உன்னதங்களின் உருவகம். ஆதாரமான நாகரிகத்தைக் காப்பாற்ற மனிதன் உருவாக்கியிருக்கும் வேலி. அந்த வேலிதான் சாமி. அது தண்டிக்காது. நீதான் உன் பயிரை மேய்வாயே தவிர, அது மேயாது. பிறப்பிலும், இறப்பிலும் அதற்குச் சம்பந்தம் இல்லை. அதனால்தான், பெண் குழந்தையைக் கொன்ற ஒருத்தி அடுத்த வருஷமே அழகாகப் பிள்ளையைப் பெத்துக்கறா! எல்லாமே தற்செயல் சம்பவங்கள் - நீ எனக்கு அம்மா என்பதும்.

தப்பு நடந்ததற்கெல்லாம் கணக்கு வைத்துக்கொண்டு உடனுக்குடன் ஆண்டவன் தண்டனை கொடுப்பதெல்லாம்

புராணங்களில்தான் வரும். பல நூறு வருஷங்களுக்கு முன் நீ சற்று அப்பாவியாக இருந்தபோது உன்னைப் பயமுறுத்திக் கட்டில் வைக்க - இன்று நீ பலகாத தூரம் நடந்து வந்து விட்டாய். உன்னைக் கண்டே உனக்குப் பயமில்லாதபோது சாமியெல்லாம் வெறும் விழா எடுக்கத்தான் லாயக்கு - குழந்தையின் விளையாட்டில் இருக்கும் பொம்மை போல்.

“வணக்கம்!” என்ற குரல் கேட்டுத் திரும்பினேன். நடராஜன் நின்றிருந்தான். இவனைச் சந்திக்கும் மன நிலையில் நான் நிச்சயம் இல்லை. பஸ் நிலையத்திலிருந்தே என்னைத் தொடர்ந்து வந்தானோ என்னவோ. “வணக்கம்!” என்றேன்.

“எந்தக் கோட்டையைப் பிடிக்க இத்தனை தீவிரமான யோசனை?” என்று அவன் அகலமாகப் புன்னகைத்தான். “கால் மணி நேரமா உங்க பின்னாலே நடந்து வந்துகிட்டிருக்கேன். அந்தண்டை இந்தண்டை பார்வை போகாமே சீரியஸ்ஸா நடந்துகிட்டிருக்கீங்க?”

இவனுடைய பார்வையும், சிரிப்பும் ஏன் இத்தனை எரிச்சலை ஏற்படுத்துகிறது என்று எனக்குப் புரியவில்லை.

“தனியா நடக்கும்போது தனக்கு தானே பேசிச் சிரிப்பீங்களா நீங்க?”

“மாட்டேன்” என்று அவன் சிரித்தான். “ஆனால், வெளி உலகத்தையே மறந்துபோன யோசனையில் நீங்க இருந்தீங்க.”

“அது கிடக்கட்டும். இப்ப என்ன காரியமா வந்தீங்க? சொல்லுங்க” என்றேன்.

“சும்மா, உங்களைப் பார்க்கத்தான்” என்றான், அவன் லேசாக. “பன்னிரண்டு மணிக்கு அரசரடிக்குப் போகணும். வழியிலே இங்கே இறங்கி உங்களைப் பார்த்துட்டுப் போகலாம்னு வந்தேன்.”

இது இவனுக்கு ‘வழி’யில்லை. என்னைப் பார்க்கவேதான் இந்த வழியாக வந்திருக்கிறான்... அதை ஒப்புக்கொள்வது இவனுக்குக் கௌரவக் குறைச்சல். நான் வருவதற்காக இவன்

வெளியிலேயே காத்திருந்திருக்க வேண்டும். பஸ்ஸிலிருந்து இறங்கியதும் பின்னால் தொடர்ந்து வந்திருக்கிறான். பூனை போல், எத்தனை கிறுக்கன் என்று சிரிப்பு வந்தது.

“எனக்கு முதல் பீரியடே க்ளாஸ் இருக்கே” என்றேன்.

“இருக்காதா பின்னே, அதுக்குதானே உங்களுக்கு சம்பளம் கொடுக்கறாங்க!” என்று ஏதோ ஹாஸ்யமாகப் பேசிவிட்ட எண்ணத்துடன் பெரிதாகச் சிரித்தான். “ஆனா, இன்னும் பத்து நிமிஷம் இருக்கு. அதுக்குள்ள நாம் பேசிடலாம்.”

இந்தச் சந்திப்பு ஒரு முன்னேற்பாடான விஷயம் என்கிற பாவனையில் இவன் பேசுவது இவனுடைய ஸ்டைலாக இருக்க வேண்டும். தவிர, இவனுடைய நேரமும், விருப்பங்களுமே இவனுக்கு முக்கியம்.

“எதைப் பத்தி?” என்றேன், நான் என்னுடைய எரிச்சல் வெளியில் காண்பிக்காமல்.

“வாங்க... காப்பி சாப்பிட்டுக்கிட்டே பேசலாம்” என்றான், அவனது சுபாவமான சுவாதீனத்தோடு.

“இல்லீங்க, நடராஜன். எனக்கு அதுக்கெல்லாம் நேரமில்லே. நடந்துகிட்டே பேசுவோம். என்னுடைய டிபார்ட்மெண்டுக்குப் போகவே இங்கிருந்து எட்டு நிமிஷம் ஆகும்.”

“அப்ப சரி, உங்க இஷ்டம்” என்றான், அவன் - புன்னகையுடன். “வேலையில் இத்தனை கருத்தா இருக்கிறவங்களைக் கண்டா எனக்கு சந்தோஷம்தான்.”

என்னுடன் சேர்ந்து சற்று நேரத்துக்கு மௌனமாக நடந்தவன் மெல்லப் பேச ஆரம்பித்தான்.

“நான் எழுதின கடிதத்தைப் பத்தி அம்மா சொன்னாங்களா?”

“ஓ, சொன்னாங்களே...” என்றேன், எனக்கும் அதற்கும் சம்பந்தமில்லை என்னும் இறுக்கத்துடன்.

மேலும் சற்றுநேரம் மௌனமாக நடந்த பிறகு, அவன் சுய கௌரவத்தை விழுங்கிக்கொண்டு மெதப்பாகக் கேட்டான்.

"நீங்க என்ன நினைக்கிறீங்க?" - இதற்குள் வேறு எங்கோ நழுவி விட்டிருந்த மனசைத் திருப்பி, "எதைப் பத்தி?" என்றேன்.

"என்ன, உங்களுக்கு இதெல்லாம் கேலியாப்படுதா?" என்றான் அவன், திடீர் கோபத்துடன்.

நான் வியப்புடன் அவன் முகத்தை நிமிர்ந்து பார்த்தேன். "ஸாரி, நீங்க சொன்னதைக் கவனிக்கலை."

"அதைத்தான் கேக்கறேன்" என்றான் அடிபட்ட அவமானத்துடன். "நான் வேலை மெனக்கெட்டு உங்களோடு முக்கியமா ஒரு விஷயத்தைப் பத்திப் பேச வந்திருக்கேன். இப்படி நீங்க அலட்சியமா நடந்துக்கறது நல்லாவேயில்லை, மஞ்சு."

எனக்குக் கோபம் வந்தது. "நீங்க திடீர்னு நடுரோட்டிலே சந்திச்சு என்னிக்கோ எழுதின கடுதாசியைப் பத்திக் கேட்டீங்கன்னா நான் என்ன சொல்ல முடியும்?"

"நான் எழுதின விஷயம் என்னன்னு உங்களுக்கு நினைவில்லையா?" என்றான் அவன், சற்று சுருதி இறங்கி.

"ஊஹூம்!" என்று புளுகினேன்.

"அப்ப உங்கம்மா விவரம் சொல்லல்லே போலிருக்கு. நல்ல வேடிக்கை!" என்றான் அவன், குழப்பத்துடன். "உங்களைக் கல்யாணம் பண்ணிக்கணும் என்கிற என் எண்ணத்தைத் தெரிவிச்சிருந்தேன்."

"ஆ, ஆமாம், சொன்னாங்க" என்றேன் சாதாரணமாக. "உங்க எண்ணத்துக்குப் பின்னாலே இருக்கிற வாதம்தான் உதைக்குது. 'உங்க சமூக சேவைக்கு உதவியா இருக்கும்' என்கிற தினுசிலே எழுதியிருக்கீங்க."

"ஆமாம், அதிலே என்ன தப்பு? இந்தப் பணிகளைப் பத்தியெல்லாம் அறிவுப்பூர்வமான பிரக்ஞை இல்லாத பெண்ணைக் கட்டிக்கிடறதை விட, பிறந்ததிலேருந்து அதிலேயே இருக்கிற

பெண்ணைக் கட்டிக்கிறது நல்லதுன்னு நான் நினைக்கிறதிலே என்ன தப்பு?"

அவன் படபடப்பது வேடிக்கையாக இருந்தது. தன்னையும் தன் "பணிகளை"யும் இவன் அடிக்கடி பூதக் கண்ணாடியில் பார்த்துக்கொள்வான் என்று தோன்றிற்று. அவனை நினைத்து, எனக்கு விசித்திரமாகப் பரிதாபம் ஏற்பட்டது.

"தப்பே இல்லே, நடராஜன். நான் உங்க எதிர்பார்ப்புக்கு லாயக்கானவள் இல்லே."

"நீங்க எப்படி அப்படிச் சொல்ல முடியும்? இன்னிக்கு ஏதோ அலுப்பிலே சமூக சேவையில் அக்கறை இல்லேன்னு நீங்க சொல்லலாம். இத்தனை வருஷமா நீங்க வளர்ந்த சூழலை நீங்க மறந்துட முடியுமா? ரத்தத்துக்குள்ளே ஓடுதோ இல்லையோ, எண்ணத்திலே வேர் விட்டிருக்குமே!"

"எல்லா வேர்களையும் அறுத்துக்கிட்டு ஓடிடணும் போல இருக்கு!" என்று சொல்ல வந்தவள், தன்னைக் கட்டுப்படுத்திக்கொண்டு, "இதைப்பத்தி வாதமே வேண்டாம், நடராஜன் எனக்குக் கல்யாணம் செய்துக்கணும் என்கிற எண்ணம் இல்லே!" என்றேன், சோர்வுடன்.

"நிதானமா யோசிச்சுச் சொல்லுங்க" என்றான் அவன், எச்சரிப்பவன்போல. "இதனாலே உங்களுக்கு ஒரு உதவியா இருக்கும்னு நினைச்சேன்."

சுளீர் என்று எனக்குக் கோபம் கட்டுக்கடங்காமல் போயிற்று.

"நடராஜன், நன்றி. உங்க உதவி எனக்குத் தேவையில்லே. எனக்குப் படிப்பு இருக்கு. என் கால்லே நிக்கற வலு இருக்கு. எனக்காக நீங்க எந்தத் தியாகமும் செய்ய வேண்டிய அவசியமில்லே, தயவுசெய்து நீங்க போகலாம்."

அவன் விடாக்கண்டனாகக் கூடவே நடித்தான். "என்ன நீங்க, நான் சொல்ல வந்ததை முழுக்கக் கேட்டுக்காம படபடக்கிறீங்க? யோசிச்சுப் பாருங்க. சுமாரான வசதியுள்ள

குடும்பத்திலே பிறந்து நல்ல நிறமா இருக்கிற பெண்களுக்கே கல்யாணம் செய்யறது கஷ்டமாயிருக்கு. என் பொஸிஷன்லே இருக்கிறவன் ஏகமா வரதட்சணை கேக்கறான். அப்படியிருக்க நா எதையுமே யோசிக்காம, எதிர்பார்க்காம ஒரு லட்சியத்துக்காக வாழற மனப்பக்குவத்தோட உங்களைக் கல்யாணம் செய்துக்க நினைக்கிறேன்...”

“ரொம்ப சரி” என்றேன் நான், கோபம் தணியாமல். “உங்க லட்சியத்தை நா பாராட்டறேன். என்னை வெறும் எனக்காகக் கல்யாணம் செய்துக்க முன்வரல்லேன்னா நா இப்படியே இருந்துக்கறேன். பரவாயில்லே. எனக்கும் அந்த மனப் பக்குவம் இருக்கு. நடராஜன், கல்யாணம் என்கிறது என்னைப் பொறுத்தவரை ஒருதலைப்பட்ச விருப்பமா இருக்க முடியாது. அது பிச்சையும் இல்லே.”

டிபார்ட்மெண்ட் வந்துவிட்டது. அவன் முகம் தொங்கிப் போயிருந்தது. என்னுடைய நிராகரிப்பு அவனுடைய பௌருஷத்துக்குக் கிடைத்த பலத்த அடியாக இருக்கும். மனத்துக்குள் பல கெட்ட வார்த்தைகளைச் சொல்லி என்னைத் திட்டுவான் நிச்சயம். ஊர், பேர் தெரியாத அநாதைப் பொணத்துக்கு இத்தனை திமிரா என்று பொருமுவான். ‘அவன் சொல்றது நியாயந்தாக்கா!’ என்று சாரதாவே சொன்னாலும் சொல்வாள். ‘நமக்கெல்லாம் வாழ்வு கொடுக்க எந்த ஆண் தயாராயிருப்பான்?’ என்று ஒருமுறை குறைப்பட்டுக் கொண்டிருக்கிறாள். ‘எதையும் யோசிக்காம, எதிர்பார்க்காமே ஒருத்தன் கட்டிக்கிறேன்னா கசக்குதோ?’ நான் ‘முடியாது’ என்று சொன்னது தெரிந்தால் வியப்பாள். ‘ஏன்க்கா’ வரிசையா மாலையை வெச்சுக்கிட்டு ராஜகுமாரங்க நிக்கிறாங்களா?

‘நிக்கல்லேதான். ஆனா நான் ரோசக்காரி. சொரணை கெட்டவ இல்லே. அவன் ஆதாயத்தை எதிர்பார்த்து எனக்குப் பிச்சை போட வர்றான். ஏற்கெனவே இருக்கிற கடன்சுமையோட புதுசா ஒரு சுமையை ஏத்துக்க நா தயாராயில்லே எத்தனையோ

விதமான கொடூரங்கள்லே இவன் காட்ட நினைக்கிற கருணையும் ஒருவகை!'

"சரி, உங்க இஷ்டம்" என்றான் அவன், விரைப்பாக. "பின்னாலே வருத்தப்படுவீங்க!"

மணி அடிக்கும் ஓசை கேட்டது. "சாபமிடாதீங்க, நடராஜன்!" என்று சிரித்துவிட்டு நான் வகுப்பை நோக்கி நடந்தேன். தான் எவ்வளவு பெரிய முட்டாள் என்பதை இவன் சாகும் வரை உணரமாட்டான் என்பது பெரிய சோகம் என்று தோன்றிற்று. திடீரென்று பீட்டரின் நினைவு வந்தது. 'உன் வருத்தம் எனக்குப் புரிகிறது!' என்று அவன் நாகரிகமாகச் சொன்னாலும், அவனும் கிட்டத்தட்ட இந்த நடராஜனைப் போலத்தான். எனக்கு ஒரு வாய்ப்பை அளிக்கும் எண்ணத்துடன், 'உன்னை அழைத்துப் போகிறேன்' என்கிறான். இவர்கள் கண்களில் நான் ஒரு பரிதாபப்பட வேண்டிய ஜன்மமாகக் காட்சியளிப்பது என்னைச் சிறுமைப்படுத்திற்று. சீற்றத்தை ஏற்படுத்திற்று. கடந்த இரண்டு நாட்களாக நான் பீட்டர் இருக்கும் பக்கமே செல்லவில்லை. அவனுடன் வெளியில் செல்வதெல்லாம் சாரதாதான். அவனை ஏன் தவிர்த்து வருகிறேன் என்று எனக்கே புரியவில்லை.

வகுப்புக்குள் நுழையும் போது மின்னலடித்தது போலப் புரிந்தது. என்னைக் கண்டுதான் எனக்குப் பயம்.

***

14

ராபர்ட் ஃப்ராஸ்டின் கவிதையின் விளக்கத்துக்கு இடையில் செய்தி வந்தது, யாரோ என்னைப் பார்க்க வந்திருப்பதாக.

"வகுப்பு முடிஞ்சதும் வந்து பார்க்கறேன். இருக்கச் சொல்லுங்க" என்றேன் ஆளிடம்.

"இல்லீங்க, ஏதோ அவசரச் செய்தியாம். கூட யாரோ வெள்ளைக்காரங்க வந்திருக்காங்க."

"என்ன அவசரச் செய்தியாக இருக்கும்?" என்கிற வியப்புடன், நான் வகுப்பில் அமர்ந்திருப்பவர்களிடம் சொல்லிவிட்டு வெளியே வந்தேன். பீட்டரும், சாரதாவும் நின்றிருந்தார்கள். சாரதாவின் முகம் வழக்கத்திற்கு மாறாக வாடியிருந்தது.

"என்ன சாரதா?" என்றேன் அருகில் சென்றதும்.

"அம்மாவுக்கு உடம்பு சரியில்லே!" என்றாள் அவள், மெல்லிய குரலில்.

"என்ன உடம்புக்கு?" என்றேன், அதிர்ச்சியுடன். 'காலையில் நன்றாகத்தானே இருந்தார்' என்று மனசு சட்டென்று பின்னோக்கிப் பார்த்தது.

"கவலைப்படாதே" என்றான் பீட்டர் மென்மையாக, "மைல்ட் அட்டாக்போல வந்தது. உடனே ஆஸ்பத்திரிக்கு அழைத்துச்

சென்று அட்மிட் செய்திருக்கிறோம். கவலைப்படும் படியாக இல்லை என்கிறார் டாக்டர். நீ அருகில் இருக்கணும் என்று அவர் விரும்பியதால் உன்னை அழைத்துப் போக வந்தோம்.”

இப்படிப்பட்ட செய்தியை நான் நிச்சயம் எதிர்பார்க்கவில்லை. அம்மாவுக்கும் மனித சரீரம் என்பதும், அவருக்கு வயதாகி விட்டது என்பதும், நினைவிலேயே இருப்பதில்லை. உடம்பு என்று இதுவரை அவர் படுத்து நான் பார்த்ததில்லை. விசையை முடுக்கிவிட்ட இயந்திரம் போன்ற அவரது சுறுசுறுப்பு - அவர் என்றென்றும் சாசுவதம் என்று எண்ண வைத்திருந்தது. வண்டியில் ஏறி அமர்ந்ததும், பழங்கால்கள் மேல் கைகளை ஊன்றி முகத்தை உள்ளங்கைகளில் புதைத்தேன். கண்களிலிருந்து நீர் தன்னிச்சையாக வழிய ஆரம்பித்தது. கவலை தரும்படியாக இல்லையானால் இப்படி இவர்கள் வந்து அழைத்துச் செல்ல மாட்டார்கள் என்று தோன்றிற்று. அம்மாவுக்கு ஏதாவது ஆகிவிட்டதென்றால் அது எப்படிப்பட்ட இழப்பாக இருக்கும் என்று என்னால் நினைத்துப் பார்க்கக்கூடட முடியவில்லை.

“ப்ளீஸ் ரிலாக்ஸ்!” என்றான் பீட்டர், சமாதானப்படுத்தும் குரலில். “உங்கம்மாவுக்கு ஒன்றுமில்லை, நீ பக்கத்தில் இருக்கணும்னு சொன்னதாலே உன்னை அழைத்துக்கொண்டு போகிறோம்.”

“ஆமாங்க்கா!” என்றாள் சாரதா. “கவலைப்படும்படியா இல்லேன்னுதான் டாக்டர் சொல்றாங்க. ஆனா, காலையிலே நா ரொம்ப பயந்துதான் போனேன். பேசிகிட்டே இருந்தவருக்கு மூச்சுத் திணறுது. ஃபேனுக்கடியிலே உட்கார்ந்தும் முகத்திலேர்ந்து வியர்வை வழியுது. ஏற்கெனவே சிவந்த முகம், தக்காளிப்பழம் கணக்கா சிவந்துபோச்சு, இவங்களுடைய சினேகிதர் ஒரு டாக்டர்போல, உடனடியா ஏதோ மருந்தைக் கொடுத்தாரு. தெய்வம்போல அவர் பக்கத்திலே இருந்தாரேன்னு சந்தோஷப்பட்டேன். நா ஒண்டியா அகப்பட்டுக்கிட்டிருந்தேன்னா என்ன செஞ்சிருப்பேன்?”

நான் எதுவும் பேசாமல் மௌனமாக அமர்ந்திருந்தேன். சமயம் என்று வரும்போது எல்லாருக்கும் எல்லாமும் செய்யும்

தைரியமும் புத்தி கூர்மையும் வரும் என்று நினைத்துக்கொண்டேன். 'ஆண்டவனே, அம்மாவுக்கு எதுவும் நேர்ந்துவிடக் கூடாது. சீக்கிரம் குணமாகிடணும்.' சட்டென்று எனக்கு வியப்பேற்பட்டது. ஆண்டவனை எதற்கும் வேண்டி எனக்குப் பழக்கமில்லை. சின்ன வயசிலிருந்து பிரார்த்தனைக் கூட்டத்தில் பங்கெடுக்கும் வழக்கம் உண்டுதான். வெள்ளிக்கிழமை மாலைகளில் பிரார்த்தனைக் கீதங்கள் யாரர்வது பாடுவார்கள். ஆனால் குறிப்பாக எந்தக் கடவுளையும் முன்னிறுத்திப் பிரார்த்தனையில்லை ஏசு, புத்தர், கிருஷ்ணர் என்ற கலப்படம் அது. வெள்ளிக்கிழமை மாலை என் வரையில் ஒரு அஃபிஷியல் கூட்டம். பரிட்சைக் காலங்களில் தோழிகள் தங்களுக்கு இருக்கும் நம்பிக்கையை ஆண்டவனுக்குச் சொல்லும் வண்ணம் பளிச்சென்று நெற்றியில் திருநீறு துலங்க வருவார்கள். என்னை அநேகம் பேர் கிறிஸ்துவ மதத்தைச் சேர்ந்தவள் என்று நினைத்தார்கள். அம்மா தன் மதத்தை எங்கள் யார் மீதும் திணிக்கவில்லை என்று அநேகம் பேருக்குத் தெரியாது. அவருடைய அறையில் ஒரு சின்ன மாடத்தில் சிலுவையில் தொங்கும் ஏசுவும், ஒரு வெள்ளி மெழுகுவர்த்தி ஸ்டாண்டும் உண்டு. தீபாவளி, பொங்கலைப் போல, கிறிஸ்துமஸ்ஸும் பெரிதாகக் கொண்டாடப்படும். மற்றபடி நான் ஆண்டவனுடன் அதிகமாகப் போக்குவரத்து வைத்துக்கொண்டது கிடையாது.

நான் உயிர் பிழைத்ததே மயிரிழை நேரக் குருட்டு அதிர்ஷ்டத்தால் என்பதும், அந்த அதிர்ஷ்டம் அம்மாவின் ரூபத்தில் வந்தது என்பதும், எனக்குத் தெரிய வந்தபோது, நான் அம்மாவின் கழுத்தைக் கட்டிக்கொண்டு அழுதது எனக்கு நன்றாக நினைவிருக்கிறது. அப்பொழுது அப்பா உயிருடன் இருந்தார். எனக்கு ஏழெட்டு வயதாகும்வரை கிட்டத்தட்ட தனியாகத்தான் வளர்ந்தேன். அப்பா அம்மாவுடைய சொந்த மகள் என்கிற நினைப்பில், நிறத்தைப் பற்றிய தாழ்வுமனப்பான்மையை என்னுள் சிநேகிதிகள் ஏற்படுத்தியது அந்தப் பருவத்தில்தான்.

ஒரு நாள் தோழிகளுடன் ஸ்கிப்பிங் ஆடிக்கொண்டிருந்தேன். மாலதி என்று ஒரு பெண். நல்ல நிறமாக இருப்பாள்.

அதைட்பற்றி ரொம்பப் பெருமைகூட. நான் பிஸ்கெட் கொடுத்தால் வாங்கிக்கொள்ள மாட்டாள். அதில் என் கறுப்பு ஒட்டிக்கொண்டிருக்கும் என்ற பயத்தில்.

நானும் ரோஷங்கெட்டு அவளுடன் எப்படி விளையாடினேன் என்று புரியவில்லை. தவமணி என்கிற ஒரு அப்பாவிப் பெண் நான் ஸ்கிப்பிங் ஆடும்போது அவளைக் கேட்டது: "இந்த மஞ்சுவுடைய அப்பா - அம்மா வெள்ளைக்காரங்க. இவ மட்டும் ஏன்டி இப்படி கறுப்பா இருக்கா?"

நான் ஸ்கிப்பிங் ஆடிக்கொண்டே மாலதியின் பதிலைக் கேட்டேன்.

"ஐய்யே... இதுகூட உனக்குத் தெரியாதா? இவ அவங்களுடைய சொந்தக் குழந்தை இல்லே. யாருக்கோ பிறந்தவ இவ, இவளைக் கொல்லப் பாத்தாளாம் இவ அம்மா."

"ஐய்யய்யோ, ஏன்?"

ஸ்கிப்பிங் கயிறு காலில் சிக்கிக்கொண்டு ஆட்டம் நின்றது.

"இவளுடைய நிஜ அம்மா ரொம்ப கெட்டவ!"

நான் கயிற்றை மூலையில் வீசியெறிந்தேன். அந்த மாலதியின் முதுகில் ஓங்கி ஒரு குத்துவிட்டு மைதானத்திலிருந்து வீட்டை நோக்கி ஓடினேன். வீட்டிற்குப் போய்ச் சேர்வதற்குள் கன்னங்களில் தாரை தாரையாக நீர் வழிந்திருந்தது. அம்மாவும், அப்பாவும் மடியில் தூக்கி வைத்துச் சமாதானப்படுத்த முயன்றார்கள். என் அழுகை நிற்கவில்லை. அப்பொழுதெல்லாம் அவர்களுக்குத் தமிழ் தெரியாது. ஆங்கிலம்தான் என்னோடு பேசுவார்கள்.

"நீ என்னுடைய அம்மாவா?" என்று நான் துக்கமும், அழுகையுமாகக் கேட்டபோது மெல்ல மெல்ல உண்மை தெரிந்தது.

"நீ ஆண்டவனுடைய குழந்தை!" என்றார் அம்மா. "என்னால்தான் நீ பிழைத்தாய் என்று நினைக்காதே. நீ சாவது ஆண்டவனுக்கு விருப்பமில்லை. அதனால்தான் உன்னைக் காப்பாற்ற என்னை அனுப்பினார். நாமெல்லாம் ஆண்டவனுடைய கருவிகள்."

அப்பொழுது எனக்கு ஏற்பட்ட அதிர்ச்சியில் எந்த வாதமும் எனக்கு ஏற்கவில்லை. நான் சாவது ஆண்டவனுக்கு விருப்பமில்லை என்றால், எத்தனையோ குழந்தைகள் சாகிறதே, அதெல்லாம் ஆண்டவனுக்கு விருப்பமா? இந்த ஆண்டவன் என்கிற விஷயத்துக்கும், நடைமுறையில் நடக்கும் பல விஷயங்களுக்கும் ஏதும் சம்பந்தமிருப்பதாகத் தெரியவில்லை. அன்று என்னுள் ஜனித்த கோபமும், துயரமும், வெறுப்பும் என்னைப் புதிய மனுஷியாக்கிற்று. என்னுடைய அடமும் பிடிவாதமும் அம்மா - அப்பாவைக் கவலைக்குள்ளாக்கியிருக்க வேண்டும் என்கிற நினைப்பு என்னை இப்பொழுது அவமானப்படுத்துகிறது. ஒருநாள் அப்பா என்னைக் கொடைக்கானல் ஏரியில் படகில் உட்கார்த்தி நீண்ட நேரம் தனக்குள் பேசுபவர்போலப் பேசினார்.

இந்தியாவில் தங்க வேண்டும் என்கிற உத்தேசத்துடன் அவர்கள் வரவில்லை. கொஞ்ச நாள் செஞ்சிலுவை வேலைக்காக வந்தார்கள். என்னை வளர்க்க ஆரம்பித்த பிறகுதான் இங்கேயே தங்கத் தீர்மானித்தார்கள். “ஏன்? என்னையும் அழைத்துக்கொண்டு உங்கள் தேசத்திற்குப் போவதற்கென்ன? இந்த அவலங்களிலிருந்து கண்காணாத இடத்திற்கு என்னை ஜாகை மாற்றம் செய்வதற்கென்ன?”

“இத்தனை சுயநலம் உனக்குக் கூடாது, கண்ணு!” என்றார் அப்பா, மிருதுவாக. “அவலங்களைக் கண்டு பயந்து எல்லோரும் ஓடிப்போனால் உதவி வேண்டியவர்களுக்கு உதவி எப்படிக் கிடைக்கும்?”

நான் பதிலே சொல்லாமல் அமுக்கத்துடன் குனிந்து நீரை அளைந்தேன். மனசுக்குள், ‘மத்தவங்கள்ளாம் எக்கேடு கெட்டுப் போகட்டும்!’ என்று சொல்லிக் கொண்டேன்.

“இந்த ரெண்டு கையும் எதுக்கு இருக்கு தெரியுமா?” என்று தனது இரண்டு சிவந்த உள்ளங்கைகளையும் தாம்பாளம்போல் விரித்துக் காண்பித்தார். “மற்றவர்களுக்கு உதவத்தான் இந்தக் கை.”

அந்தக் கைகளின் ரோஜா நிறத்தில் மயங்கி நான் சிரித்தேன்.

“இல்லே, சாப்பாட்டை எடுத்துச் சாப்பிடத்தான் கையிருக்கு. இல்லேன்னா எப்படி சாப்பிடுவோம்?”

அப்பா சிரித்துப் பிரியத்துடன் என் தலைமயிரைக் கோதிவிட்டார். “நீ ரொம்ப பொல்லாத பெண்!”

என்னுடைய ‘பொல்லாத்தனத்தை’ மாற்றவே இந்த ‘இல்லம்’ வளர்ந்தது என்று எனக்குத் தோன்றுகிறது. என்னைப் போன்ற பின்புலம் இல்லாவிட்டாலும் நிராகரிக்கப்படும் பெண்கள் கூட்டம் எத்தனை பெரியது என்பது வருடா வருடம் கூடும் எண்ணிக்கையில் தெரிந்தது. எனக்குப் பின்னால் வந்த எல்லா பெண்களுக்கும் நான் ‘அக்கா’வானேன். திடீரென்று இருதய நோயில் நன்றாக இருந்த அப்பா இறந்தபோது, நான்தான் அவரது சட்டபூர்வமான மகள் என்று எனக்குத் தெரிய வந்தது.

அப்பா மறைந்த பிறகு அம்மா ஊன்றுகோல் நழுவியதுபோல் தடுமாறியதை என்னால் உணர்ந்துகொள்ள முடிந்தது. என்னுடைய அண்மையை அம்மா அதிகம் எதிர்பார்த்தார். விரும்பினார் என்பதும் எனக்குத் தெரியும். ஆனால் வினோதமாக நான் அவரிடமிருந்து விலக ஆரம்பித்தேன். என்ன காரணம் என்று எனக்குச் சத்தியமாகத் தெரியாது.

அம்மாவின் எதிர்பார்ப்புக்குத் தகுந்த மாதிரி நான் உயரவில்லை எனக்குத் தெரியும். நான், விலகி நிற்பதற்குக் காரணம் உண்டு. அவரிடம் எனக்கு இருக்கும் அளவு பிரியத்தை, அவரது பணிகளிலும் நான் காட்ட வேண்டும் என்று அவர் எதிர்பார்க்கிறார். இரண்டையும் அவர் இணைப்பதுதான் எனக்குப் பீதியை அளிக்கிறது. என்னை அவர் வளர்த்த கடனுக்காக அவருடைய பணிகளுக்கு நான் வாரிசாக முடியாது. இந்த எனது கோணத்தைப் பற்றி அம்மாவின் மனத்தில் ஏதோ ஒரு குழப்பம் இருக்கிறது.

உலுக்கப்பட்டாற்போல் ஒரு நினைவு என்னைத் தாக்கியது. அன்று வெறிபிடித்தவள் போல் அவர் எதிரில் நின்று படபடத்தேனே – ‘என்னைப் பெத்தவ உயிரோடு இருக்காளா?’ என்று சவால் விடுவது போலக் கேட்டேனே - அது அவருக்குப்

பெரிய அதிர்ச்சியாக இருந்திருக்க வேண்டும். அவர் முகத்தில் பிரதிபலித்த சோர்வுக்கும், துயரத்துக்கும் அதுதான் காரணம். இன்றைய நோவுக்கும் அதுதான் காரணம்.

இப்போது புதிதாக எழுந்த குற்ற உணர்வில் என் கண்களில் நீர் பெருகிற்று. என்னை வேண்டாம் என்று நிராகரித்தவள் உயிரோடு இருந்தால் என்ன, இல்லாவிட்டால் என்ன? முட்டாள், முட்டாள், முட்டாள்.

சாரதா என்னை அணைத்துக்கொண்டாள். "வேண்டாங்க்கா, அழாதீங்க. அம்மாவுக்கு ஒண்ணுமில்லேக்கா. ரெஸ்ட் எடுத்துக்கிட்டா சரியாயிரும்."

சாரதாவின் குரலும் தழுதழுத்துப் போயிற்று. வண்டி ஒரு குலுக்கலுடன் நின்றது. நான் முகத்தைப் புடவைத் தலைப்பால் துடைத்துக்கொண்டு நிமிர்ந்தேன். பீட்டர் என்னைச் சங்கடத்துடன் பார்த்துச் சிரித்தான்.

"உன் அம்மாவிடம் உனக்கு இத்தனை பிரியம் இருப்பது அவருக்கே தெரியாது!" என்றான்.

நான் எதுவும் சொல்லாமல் நடந்தேன். அம்மா ஒருவேளை இவனிடம் அதைச் சொல்லி குறைபட்டுக் கொண்டாரோ, என்னவோ? இதற்காக அம்மாவின் மேல் எனக்கு இப்பொழுது கோபம் வரவில்லை. தனது ஏமாற்றத்தை, குறைகளை வேறு யாரிடம்தான் சொல்வார் என்று தோன்றிற்று.

அம்மாவை இன்டென்ஸிவ் கேரில் வைத்திருந்தார்கள். நான் மட்டும் உள்ளே சென்றேன். அம்மா கண்மூடிப் படுத்திருந்தார். பலவித ட்யூப்களுடன் பிணைக்கப்பட்டு, பக்கத்தில் மானிட்டரில் மேலும் கீழுமாக இதய ஓட்டம் பதிவாகிக் கொண்டிருந்தது.

தேவதையைப்போல் வளைய வரும் அம்மா இப்படிச் சிறகொடிந்து படுத்திருப்பதைப் பார்த்ததும் மீண்டும் கண்களில் நீர் நிறைந்தது. அம்மா தானாகக் கண்களைத் திறந்தார். என்னைக் கண்டதும் மிக லேசாக முகம் மலர்ந்து புன்னகைத்தார். என் கண்ணில் திரண்ட நீர்

கன்னங்களில் வழிந்தோடுவதைப் பார்த்து, "எனக்கு ஒன்றுமில்லை, சரியாகி விடுவேன்; கவலைப்படாதே!" என்றார் ஆங்கிலத்தில்.

என்னுடைய துக்கம் அதிகரித்தது. மிகக் கஷ்டப்பட்டுக் கேவலை அடக்கி, மெல்லிய குரலில் சொன்னேன்:

"நான் உங்களுக்கு ரொம்ப மனக் கஷ்டத்தைக் கொடுத்துட்டேன், அம்மா - என்னை மன்னியுங்கள்."

"அசடு, அசடு!" என்றார் அம்மா வாஞ்சையுடன்.

"நிஜம்மா சொல்றேன்!" என்றேன் நான், ஆதங்கத்துடன். "நீங்கதான் எனக்கு முக்கியம். வேறு யாரும் முக்கியமில்லே. நான் நன்றி மறந்தவள்னு நீங்க நினைக்கக் கூடாது."

அம்மா மீண்டும்... "அசடு" என்றார். "அப்படியெல்லாம் யார் நினைச்சது?" என்னைப் பார்த்து லேசாகப் புன்னகைத்தார். "நான் இப்ப செத்துடமாட்டேன், பயப்படாதே."

அதாவது பிரிவுபசார வார்த்தைகளைச் சொல்லாதே என்கிறார். நான் லேசாகச் சிரித்தேன்.

"அந்தப் பயத்தினாலே நா இதைச் சொல்லலே. அந்த நினைப்புதான் உங்களுடைய நோவுக்குக் காரணமோ என்கிற கவலையினாலே சொல்றேன்."

"டோண்ட் பீ ஸில்லி" என்று அம்மா சோர்வுடன் கண்ணை மூடிக்கொண்டார். அம்மாவின் முகத்தில் ஒரு அமைதி தெரிந்தது - நான் சொன்ன வார்த்தைகளில் லேசான சமாதானம் கிடைத்தது போல், அவர் தொடர்ந்து கண்ணை மூடியபடியே இருந்ததால் அவருக்கு ஓய்வு அவசியம் என்று நான் மெல்ல வெளியில் வந்தேன். அவரைப் பார்த்துப் பேசியதில் எனக்கே ஒரு சமாதானம் ஏற்பட்டிருந்தது. கண்ணிலிருந்து நீர் பெருகுவது நின்றது.

வெளியில் சாரதா மட்டும் நின்றிருந்தாள்.

"பீட்டர் எங்கே?" என்றேன்.

“டாக்டரைப் பார்த்திட்டு வரேன்னு போனாங்க” என்றாள் சாரதா, “எப்படியிருக்காங்க அம்மா?”

நான் உதட்டைப் பிதுக்கினேன். “எனக்கு ஒண்ணும் தெரியலே, சாரதா, என்னைப் பார்த்துப் பேசினாங்க. ‘ஒண்ணுமில்லே... சரியாயிருவேன், கவலைப்படாதே’ன்னு தைரியம் சொன்னாங்க. ஆனா எனக்குப் பயமாயிருக்கு. இப்பவோ அப்பவோன்னு இருக்கிற நோயாளிகளோட அத்தனை ட்யூப் சுத்தி அவங்களைப் பார்க்கிறபோது கண்ணைக் கட்டிக் காட்டிலே நிக்கிற மாதிரி இருக்கு எனக்கு.”

சாரதாவும் கண்ணைத் துடைத்துக்கொண்டாள்.

“காலையிலே காலேஜுக்குப் போறதுக்கு முந்தி அம்மாவைப் பார்த்தேன். அப்ப நல்லாத்தான் இருந்தாங்க. சாயங்காலத்துக்குள்ளே இப்படிப் படுப்பாங்கன்னு நினைக்கலே” என்றேன் வியப்புடன்.

“நல்லாத்தான்க்கா இருந்தாங்க” என்றாள் சாரதா, மெல்லிய சோர்வுடன்.

“இன்னிக்கு இந்த விருந்தாளிங்களோட ஏதோ விவாதம் நடந்திச்சு. அவங்க பாஷையிலே என்ன பேசினாங்கன்னு எனக்குத் தெரியலே. அந்தப்பக்கமா தான் போனபோது அம்மா கொஞ்சம் பலமாகவே ‘நோ, நோ’ன்னு சொல்லிக்கிட்டிருந்தாங்க. அதுக்குப் பிறகே அம்மா சுரத்தா இல்லே. சாப்பாட்டுக்கப்புறம் தூங்கி எழுந்ததும் படுக்கைக்குப் பக்கத்திலே இருக்கிற பெல்லை விடாம அடிச்சாங்க, எல்லோரும் ஓடினோம்.”

எனக்குத் திகைப்பாக இருந்தது. அப்படி என்ன விவாதம் இருக்கும் என்று கவலையேற்பட்டது. சட்டப்படி நான் அம்மாவுக்கு மகளாக இருந்தாலும், பல விஷயங்களில் பல காத தூரம் நான் தள்ளி இருப்பதுபோல் இருந்தது.

***

15

ஆஸ்பத்திரியில் அம்மா இருந்த ஏழு நாட்கள் மிக மெல்ல ஊர்ந்தன. நான் கல்லூரிக்கு லீவு போட்டுவிட்டு அம்மாவின் அருகிலேயே இருந்தேன். சாப்பிடக்கூட இல்லத்திற்குச் செல்லவில்லை. பக்கத்து ஓட்டலிலிருந்து பசித்தபோது வரவழைத்துக் கொண்டேன்.

அம்மாவின் உடம்பு தேறிக்கொண்டு வந்தது. தூக்க மாத்திரையினால் அநேகமாய் நீண்டநேரம் தூங்குவார். ஆனால் கண் விழித்ததுமே, 'மஞ்சு' என்று அழைப்பார். அருகில் நாற்காலியில் அமர்ந்த நிலையிலிருந்து நான் பதட்டத்துடன் எழுந்து 'என்ன' என்றால், 'ஒன்றுமில்லை' என்று பதில் வரும். "நீ இருக்கியான்னு, பார்த்தேன்."

இது ஒரு புதிய பீதி என்று தோன்றிற்று. என் கைகளைக் கெட்டியாகப் பிடித்தபடி சிலசமயம் அவர் தூங்கும்போது எனக்குப் பாவமாக இருக்கும். அவர் என்னை விட்டுவிட்டுப் போய்விடுவார் என்று நான் பயந்ததைப்போல, அவரை விட்டு நான் விலகிவிடுவேன் என்கிற பயம் அவருள் இருப்பதுபோல் தோன்றிற்று. அல்லது சாவைக் கண்டு பயமா? அப்பா இறந்த பிறகு அவர் தடுமாறிப்போனதை நான் உணர்ந்திருக்கிறேன். இரவு நேரங்களில் தூக்கம் வராமல் இருண்ட வானத்தைப் பார்த்துப் புகைபிடித்தபடி அவர் உட்கார்ந்திருக்கும் போது நான் ஓசைப்படாமல் சென்று அவர் தோளைப் பற்றினால்,

திரும்பிப் பாராமலே, "வா, மஞ்சு!" என்பார் பரிவோடு. குரலில் இளக்கமும், சந்தோஷமும் தெரியும்.

"நான்தான்னு உங்களுக்கு எப்படித் தெரியும்?" என்று சிலசமயங்களில் நான் அவரைச் சீண்டுவேன்.

"என் குழந்தையைப் பத்தி எனக்குத் தெரியாதா?" என்பார், "உனக்கு ஒரு ரகசியம் சொல்றேன்" என்பார். ஒரு நாள் மெல்லிய சிரிப்புடன், "உன்னைப் பத்தி நான் நினைக்கும் போதெல்லாம் நீயா வந்து நிக்கிறே."

நான் அப்போது சிரித்தேன். அது ஏதோ ஹாஸ்யம் போல், இப்போது அவர் கண் விழிக்கும்போதெல்லாம் என் பெயரைச் சொல்லிக் கூப்பிடுவதும், என் கையைப் பிடித்துக்கொள்வதும், அவருக்கு என்மேல் இருக்கும் பிடிமானத்தின் பரிமாணங்களைப் புதிதாகத் தெரிவித்தன. இது எனக்கு சந்தோஷத்தைக் கொடுப்பதற்குப் பதில், கவலையைக் கொடுத்தது. குற்ற உணர்வை ஏற்படுத்திற்று. இதுவே என்னை அவரிடமிருந்து நகர ஒட்டாமல் தடுத்தது.

'அம்மாவின் மேல் உனக்கு இத்தனை பிரியம் இருப்பது பற்றி அவருக்கே தெரியாது!' என்று பீட்டர் சொன்னது எனக்கு அடிக்கடி நினைவுக்கு வந்தது. என் செய்கைகள் அதை உணர்த்தவில்லை என்றால், நான்தான் குற்றவாளி. தன் சொந்தப் பெண்ணாக அவர் என்னை நினைத்ததுபோல், நான் அவரைச் சொந்த அம்மாவாக ஏற்கவில்லை என்கிற எண்ணம் அவருக்கு இருக்கும். என்னுடைய உணர்ச்சிகளை எப்படிக் காண்பிப்பது என்று எனக்குத் தெரியவில்லை. அம்மாவிற்கும் மேலான நிலையில் அவரை நான் பார்க்கிறேன் என்று அவருக்குத் தெரியாது. ஆனால் ஒரு விஷயம் உண்மைதான். என் பிறப்பின் ரகசியம் தெரிந்த பிறகு அதுவரை அவரிடம் இருந்த உணர்ச்சிபூர்வமான பிணைப்பு அறுந்துபோயிற்று. எனக்கும், அவருக்கும் இடையே இருந்த நிற பேதம் விசுவரூபமாய் என்னுள் வளர்ந்தது.

'இல்லம்' வளர வளர நானும் மற்ற 'போக்கிடமத்த' ஜீவன்களுள் ஒருத்திதான், கொம்பு முளைத்தவள் இல்லை என்று தோன்றிவிட்டது. இப்படிப்பட்ட மாறுதல் என்னில் ஏற்படுவது இயற்கை என்று அம்மாவுக்குப் புரிய வேண்டாமா?

ஆஸ்பத்திரியில் இருந்த நாட்களில் அம்மா அதிகம் பேசவில்லை. விழித்திருக்கும் நேரத்திலெல்லாம் தனக்குள் மூழ்கிய யோசனையில் இருந்தார். சாரதா சொன்ன விஷயம் அடிக்கடி என்னை அலைக்கழித்தது. உங்களைக் கோபப்படுத்தும்படி பீட்டரும், அவனுடைய நண்பனும் என்ன சொன்னார்கள் என்று கேட்க வேண்டும்போல் குறுகுறுத்தது. ஆனால் கேட்கத் தயக்கமாக இருந்தது. அதன் ஞாபகப்படுத்தலில் மீண்டும் உடம்புக் கோளாறு ஆகுமோ என்று பயமாக இருந்தது. அவர்கள் தினமும் வந்து அரை மணி நேரம் பேசிவிட்டுப் போவார்கள். சாதாரண - இயல்பான பேச்சு. அநேகமாக ஜெர்மனில் பேசுவார்கள். அம்மாவுக்கு உடம்புக்கு வந்துவிட்டதால் தங்கள் பயணத்தை ஒத்தி போட்டிருக்கிறார்கள் என்று நான் புரிந்துகொண்டேன்.

பீட்டரிடம், அவன் நண்பனிடம் தென்படாத, ஒரு மென்மையும் நாகரிகமும் தென்படுவதை நான் அந்த நாட்களில்தான் கவனிக்க ஆரம்பித்தேன். என்னைப் பார்த்ததும் அவன் முகத்தில் மிருதுவாய் மலரும் புன்னகையைப் பார்க்கும்போது அடிவயிறு துவண்டு போயிற்று. அவன் புன்னகையோடு நிறுத்திக்கொள்வான். அம்மாவிடம் பேசிவிட்டுக் கிளம்பும்போது மறுபடி ஒரு பார்வை. அந்தப் பார்வை என்னை என்னவோ செய்தது. அதில் போக்கிரித்தனமோ, காமமோ இல்லை. வேறு ஏதோ ஒன்று, இதுவரை நான் எந்த ஆணின் கண்களிலும் பார்க்காத ஒன்று இருந்தது. ஆனால் வேடிக்கை - அவன் என்னோடு பேச முயற்சிக்கவில்லை. ஏதோ ஒரு புதிய தயக்கம் அவனிடம் தென்பட்டது. அந்த நிலையில் அவன் எனக்கு அதிகக் கவர்ச்சியாகத் தெரிந்தான்.

என்னுள் ஏற்பட ஆரம்பித்த மாறுதலைக் கண்டு மஞ்சு கலவரப்பட்டாள். கல்லூரிக்குச் செல்லாமல் குருட்டு

யோசனையுடன் மருத்துவமனையில் உட்கார்ந்திருந்ததன் விளைவு என்று எச்சரித்தாள். அவனுடைய வெளுப்புத் தோலைக் கண்டு புத்தி பேதலிச்சுப் போச்சா? ஐயோ பாவம் என்கிறாப்பலே அவன் பார்க்கிற பார்வையிலே உருகிப்போனியா என்று கண்டித்தாள். அவள் கண்டிக்கக் கண்டிக்க நான் அவளது குற்றச்சாட்டுகளைப் பலமாக மறுத்தேன். அவன் உருவத்தையும், நிறத்தையும் கண்டு மயங்கியிருந்தால் அவன் வந்து நின்ற அன்றே மயங்கியிருப்பேன். அவனுடைய பார்வையில் கனிவு இருக்கிறது. பரிதாபம் இல்லை. 'பரிதாபப்படுகிறவர்களிடமிருந்து சுருண்டு விலகிவிடுபவள் நான் என்று உனக்குத் தெரியாதா?' என்று நான் மஞ்சுவிடம் வாதாடினேன். என்னுள் ஏற்பட்டிருக்கும் மாறுதல் மெல்ல மெல்ல மலர்ந்து வருவது நானே அதைக் கட்டுப்படுத்த முடியாத இயல்புடன் விகசிப்பது. அந்த மலர்ச்சியின் பிரக்ஞை என் விழியோரங்களில் நிற்கிறது. அவன் வரும் வேளையை எதிர்நோக்கி அறைவாசலில் பதிந்துபோகிறது. அவனைக் கண்டதும் நெஞ்சின் சிறகடிப்பில், அடிவயிற்றின் துவளலில், இந்தப் புதிய உணர்வு இதுவரை அனுபவித்தறியாத சந்தோஷத்தை அளிக்கிறது. இந்த சந்தோஷம் எனக்கு மட்டுமே சொந்தம். அற்ப சந்தோஷம்தான்; எனக்குத் தெரியும்... அதனால் என்ன, அனுபவிக்கக் கூடாதா?

'எக்கேடும் கெட்டுப் போ!' என்றாள் மஞ்சு அலுப்புடன். 'உனக்கும், அந்த முட்டாள் கப்புவுக்கும் வித்தியாசமில்லே. ஆசைப்படறதுக்கும் விவஸ்தை வேணாம்? அவன் வெள்ளைக்காரன். அவன் இருக்கிற கார்லே ரோஜா நிறத்திலே நூறு காதலிகள் இருப்பாங்க. இங்க ஊர் சுத்திப் பார்க்க வந்திருக்கான். நாலு நாள் தங்கலிலே நீ அழகாயிருக்கேன்னு சொல்றதிலே அவனுக்கு நஷ்டமில்லே. பார்வையிலே கனிவைக் காட்டறது கஷ்டமில்லே. நாளைக்கே ஊருக்குக் கிளம்பிப்போவான் – 'பை பை' என்று கையை அசைத்தபடி, அப்ப என்ன செய்யப்போறே?'

'ஒன்றும் மோசமில்லை!' என்று நான் எனக்குள் வீம்புடன் சொல்லிக் கொண்டேன். என் மனசிலே பூத்திருப்பது – தானாகத்

தோன்றியிருப்பது - எதையும் எதிர்பார்க்காமல், இதைப்பற்றி யாருக்கும் தெரிய வராது; கவலைப்படாதே. அவன் 'பை பை' சொன்னால் நானும் சொல்லிவிட்டுப் போறேன். மஞ்சு நம்பிக்கையில்லாமல் உதட்டைச் சுழித்தாள். 'அசட்டுத்தனம்!' என்றாள்.

மருத்துவமனையில் அம்மா இருந்த கடைசி இரண்டு நாட்கள் அவர்கள் வரவில்லை. இருப்புக்கொள்ளாமல் நான் படும் அவஸ்தையைக் கண்டு அம்மாகூட, 'என்ன விஷயம்?' என்றார்.

அம்மாவைப் பார்க்க வந்த சாரதா எதேச்சையாகச் சொல்பவள்போல் அறைக்கு வெளியே சந்தித்தபோது சொன்னாள்:

"விருந்தாளிங்க கிளம்பிப் போயிட்டாங்க."

கேட்டதும், 'திக்'கென்றது. இதைச் சற்றும் நான் எதிர்பார்க்கவில்லை. சட்டென்று பீட்டரின் மேல் கோபமும், ஏமாற்றமும் தோன்றின. அத்தனை சிநேகிதமாகப் பேசினவனுக்கு என்னிடம் 'போய் விட்டு வருகிறேன்' என்று சொல்லக்கூடத் தோன்றவில்லை. மிகப்பெரிய சவுக்கடி பட்டதுபோல் அவமானம் ஏற்பட்டது. அதை நினைத்து வெட்கமாக இருந்தது. மஞ்சு சொன்னது சரி. அவன் ஒரு வழிப்போக்கன் - அவனிடமிருந்து வேறு விதமான நடத்தையை எதிர்பார்ப்பது முட்டாள்தனம்.

நான் விரைவில் தெளிந்துவிட்டேன். மருத்துவமனையில் இனிமேல் இருக்க வேண்டிய அவசியமில்லை என்று டாக்டர் தெரிவித்ததும், ஆவலுடன் அம்மாவும் நானும் இல்லத்திற்குத் திரும்பினோம். அம்மாவின் அறையிலேயே இன்னொரு கட்டிலைப் போட்டு இரவு வேளைகளில் படுக்க ஆரம்பித்தேன். அம்மாவைக் கவனித்துக்கொள்ள இல்லத்தில் நிறையப் பெண்கள் இருந்தாலும், நான் அவருக்கு அருகில் இருப்பதுதான் அவருக்குச் சமாதானம் என்று எனக்குத் தெரியும்.

அவர் திரும்பிய அன்று இல்லத்துப் பெண்கள் தங்கள் சந்தோஷத்தைத் தெரிவிக்கப் பெரிய வரவேற்பு ஏற்பாடு செய்திருந்தார்கள். வண்ணத் தோரணங்கள் கட்டி, மலர்

செண்டை வைத்துக்கொண்டு நின்றிருந்த அவர்களைக் கண்டதும், அம்மாவின் அதரங்களில் புன்னகை மலர்ந்தது. கண்களில் நீர் பனித்தது. எல்லாரும் உணர்ச்சிப்பெருக்கில் அவர் அருகில் வந்து வணங்கிக் கையை முத்தமிட்டபோது, அது அம்மாவையும் உணர்ச்சிவசப்படுத்தியது கண்டு நான் கலவரத்துடன் எல்லாரையும் விலக்கி, சக்கர நாற்காலியைத் தள்ளிக்கொண்டு அவரது அறைக்கு விரைந்தேன். அம்மாவுடைய அனுமதியையெல்லாம் கேட்காமலேயே அன்று மாலை விசேஷமான பிரார்த்தனைக் கூட்டம் போடப்பட்டது கலாவதியுடன் சேர்ந்து கப்புவும் பாடியது மனதை நெகிழ்வித்தது.

கப்பு இப்பொழுது சற்று இளைத்திருந்தாள். சாப்பாட்டில் பவானி செய்த கட்டுப்பாட்டினால் இருக்க வேண்டும். முன்பிருந்த சவக்களை போய், முகம்கூடத் தெளிந்திருந்தது. சற்று இளமையாகத் தெரிந்தது. பாடி முடிந்ததும், அம்மாவிடம் நேராக வந்து, நமஸ்கரித்து, "நீங்கள் பிழைச்சு வந்தது எங்களுக்கெல்லாம் ரொம்ப சந்தோஷம்!" என்றபோது, அம்மா லேசாகப் புன்னகையுடன் அவளுடைய தலையைக் கோதிவிட்டார்.

'அம்மாவைக் கண்டா எனக்குப் பயமாயிருக்கு!' என்று ஒதுங்கி நின்ற கப்புவா இது என்று எனக்கு ஆச்சரியமாக இருந்தது. பிரார்த்தனை முடிந்ததும் கலாவதி குழந்தை மீனாவைக் கொண்டுவந்து அம்மாவுக்குக் காண்பித்தாள்.

குழந்தை நன்றாகத் தேறியிருந்தது. முன்பைவிட அதிக ஆர்வத்துடன் கொட்டக்கொட்ட முழித்தது. அம்மாவின் முகம் பிரகாசமாகிப்போனது பார்த்து நான் நெகிழ்ந்து போனேன். அவர்மேல் எனக்கிருந்த பாசம் அதிகமாவது போல் இருந்தது. இப்படிப்பட்ட அன்பின் சொரூபத்தை எங்கே காண முடியும்? எங்கோ கண் காணாத கலாசாரத்தைச் சேர்ந்த ஒரு மனுஷிக்கு இங்கு எப்படிப் பிடிமானம் ஏற்பட்டது? விட்டகுறை தொட்டகுறையா?

இல்லம் பழைய இயக்கத்திற்குத் திரும்பிவிட்டது. வெளியில் சாப்பிட்டுச் செத்திருந்த நாக்கிற்குப் பவானியின் சமையல் அதிக ருசியாகப் பட்டது.

“அம்மாவுக்கு உடம்புக்கு வந்ததிலே ஒரு புண்ணியம், பவானி. இப்பத்தான் நீ எவ்வளவு நல்லா சமைக்கிறேன்னு தெரியுது!”

பவானி சிரித்தாள்.

“நா சாப்பாடு தெனம் கொடுத்தனுப்பறேன்னு சொன்னேனில்லே. நீங்தான் விருப்பப்படலேன்னு சாரதா சொன்னா.”

“அம்மா அப்படிப் படுத்திருந்தபோது நாக்கு ருசியப் பத்தி நினைக்க முடியுமா, பவானி?”

“ஆமாக்கா, உண்மைதான். நீங்களாவது ஆஸ்பத்திரியிலே இருந்தீங்க. இங்க எங்களுக்கே சாப்பிடப் பிடிக்கலே. நானும் ஏதோ சமைச்சு இறக்குவேன். யாருக்கும் எந்த காரியத்திலேயும் மனசு போகலே. அவுக்கு அவுக்குன்னு சாப்பிடற கப்புகூட பிரமை பிடிச்சவளாட்டம் இருப்பா.”

வேறு சமயமாக இருந்திருந்தால் இதைப் பற்றி வேடிக்கையாகப் பேசியிருப்பேன். இன்று பந்தாகத் தொண்டைக் குழியில் ஏதோ சிக்கிக்கொண்டது.

“வெள்ளிக்கிழமைதானே பிரார்த்தனைக் கூட்டம் போடுவோம்? அம்மா ஆஸ்பத்திரியிலே இருந்த நாளெல்லாம் தெனமும் இங்கு பிரார்த்தனை நடந்திச்சு. அத்தனை பேரும் கண்ணீரோட செஞ்ச பிரார்த்தனை தான்க்கா அம்மாவைப் பிழைக்க வெச்சிருக்கணும்!”

நான் பதில் சொல்லமுடியாத நெகிழ்ச்சியில் அமர்ந்திருந்தேன். இது அம்மாவின் தனிப்பட்ட சாதனை என்று தோன்றிற்று. இத்தனை பேர்களுடைய ஆத்மார்த்த அன்பைப் பெற்றிருப்பது. இதைவிட... அவருக்கு வேறு என்ன வேண்டும்?

மருத்துவமனையில் கண் திறக்கும்போதெல்லாம் அவர் பீதியுடன் நான் இருக்கிறேனா என்று ஊர்ஜிதப்படுத்திக்கொள்ள, ‘மஞ்சு மஞ்சு!’ என்று அரற்றியது ஞாபகத்துக்கு வந்தது. இல்லத்தில் ஒரு அன்புக்கடல் இருப்பது அவருக்குத் தெரியாது. இதுதான் நிஜம் என்று தெரியாது. இல்லத்து வாசிகளுக்கும், அவருக்கும் இருக்கும் பிணைப்பு அபூர்வமானது என்று தோன்றிற்று.

அதற்கும் எனக்கும் சம்பந்தமில்லை. அதற்கும் நான் வாரிசு இல்லை. ஏனென்றால் நானும் அவர்களுள் ஒருத்தி.

“சாரதா முகத்திலேகூட வழக்கமான கலகலப்பு இருக்கலே!” என்றாள் பவானி. பிறகு குரலை இறக்கிக் குறும்புச் சிரிப்புடன், “ஆனா அந்த வெள்ளைக்காரங்களோட வெளியிலே போகணும்னா கரெக்டா ட்ரெஸ் செய்துகிட்டுக் கிளம்பிடுவா. சிகப்புத் தோலைக் கண்டா யாருக்குத்தான் மயக்கமில்லே?” என்றாள்.

எனக்குச் ‘சுரீர்’ என்றது. இது பொறாமையில்லே, என்று மஞ்சுவைச் சமாதானப்படுத்தினேன்.

“அவங்க என்ன, திடீர்னு கிளம்பிட்டாங்க போலிருக்கு?” என்றேன் சாதாரணமாக.

“ஆமாம். திடீர்னுதான். ஆ, சொல்ல மறந்துட்டேன். அந்த பீட்டர் சொன்னாரு, ‘மஞ்சுவைப் பார்க்க முடியலே, அவகிட்ட ஸாரின்னு சொல்லு’ன்னு. எனக்கெங்கே பாஷை புரியுதா? சாரதா விளக்கம் சொல்லிச்சு.”

“எதுக்கு ‘ஸாரி’யாம்?” என்றேன், ரோசத்துடன்.

“உங்களைக் கண்டா அந்த ஆளுக்குப் பிடிக்கும்கா!” என்று பவானி சிரித்தாள். “சொல்லாம போறமேன்னு வருத்தமாயிருக்கும்.”

“நிஜம்மாவே சொல்லணும்னு இருந்தா ஆஸ்பத்திரிக்குத் தினம் வருவாங்களே, அப்பச் சொல்றது!” என்றேன் எனக்கே விளங்காத கோபத்துடன்.

பவானி எங்கே அதைக் கவனித்து விடுவாளோ என்கிற பயத்துடன் நான் எழுந்தேன். திடீரென்று என்னுள் ஒரு வெறுமை படர்ந்தது. அம்மாவுக்கு இருக்கும் ஊன்றுகோல்கள் கூட எனக்கு இல்லை என்று புரிந்தது.

அன்று மாலை என்னைத் தனியாகப் பார்த்தபோது சாரதா கேட்டாள்: “அம்மாவை நீங்க அதைப்பத்திக் கேட்டீங்களோ?”

“எதைப் பத்தி?”

“அந்த பீட்டரும், அவன் சினேகிதனும் அம்மாவைக் கோபப்படுத்தும்படி என்ன சொன்னாங்கன்னு?”

“இல்லே...”

“ஏன்க்கா?” என்றாள் சாரதா வியப்புடன். “உங்களுக்கு அதைக் கேட்க உரிமையில்லையா?”

“எனக்குத் தெரியலே, சாரதா!” என்றேன் தயக்கத்துடன்.

“கேளுங்கக்கா” என்றாள் அவள் தீவிரத்துடன். “ஏதாவது பண விஷயமா இருக்கப்போவது. பின்னாலே தகராறு வந்தா நீங்கதானே சமாளிச்சாகணும்?”

இவள் மறைமுகமாக என்ன சொல்கிறாள் என்று புரிந்தது. அவர்களிடையே என்ன தகராறாக இருந்தாலும் அது பண விஷயமாக இருக்காது என்று தோன்றிற்று.

அன்று இரவு அம்மாவுக்கு ஆகாரத்தைக் கொடுத்த பின், எப்படிப் பேச்சை ஆரம்பிக்கலாம் என்று நான் யோசிக்கையில், அம்மா திடீரென்று கேட்டார்:

“பீட்டர் ஏதாவது உன்னிடம் சொன்னானா?”

“எதைப் பத்தி?” என்றேன் வியப்புடன்.

“நான் அவனைக் கோபித்துக்கொண்டேன் என்றானா?”

“இல்லை” என்று நான் தலையாட்டினேன். “எதற்குக் கோபித்துக் கொண்டீர்கள்?”

அம்மா அதற்குப் பதில் சொல்லாமல் கண்களை மூடிக்கொண்டார். வெகுநேரம் கழித்து மெல்லச் சொன்னார்:

“அவன் உளறினதற்காகக் கோபித்துக்கொண்டேன். உன்னைக் காதலிக்கிறானாம். திருமணம் செய்துகொள்கிறேன் மஞ்சு இஷ்டப்பட்டால் என்றான்.”

நான் நடுங்கினேன். க்ஷீணித்த குரலில் கேட்டேன். "நீங்கள் என்ன சொன்னீர்கள்?"

"மஞ்சுவுக்குத் திருமணமே செய்துகொள்ள இஷ்டமில்லை என்றேன்" என்றார் அம்மா, வெகு சாதாரணமாக.

***

16

பிரளயமாய்ப் பலவித உணர்வலைகள் என்னைத் தாக்கின. அதில் திக்குமுக்காடி நான் தவித்தது எனக்கே தெரிந்தது. கைகளைக் குறுக்காகக் கட்டி, எட்ட நின்று எப்பவும் என்னைக் கவனிக்கும் மஞ்சு என்னுடன் சேர்ந்து பதறிப்போனாள். பாற்கடலைக் கடைந்தபோது அமுதமும், நஞ்சும் பொங்கியதாகக் கதை கேட்டிருக்கிறேன். அந்தப் பாற்கடலின் நடுவில் தான் அகப்பட்டிருப்பதுபோல் இருந்தது.

'அவன் உன்னைக் காதலிக்கிறானாம்!'

என்னையா? தேவனைப்போல் இருக்கும் அந்த வெள்ளைக்காரனா? என்னிடம் என்ன கண்டான்?

"உங்களைக் கண்டா அந்த ஆளுக்குப் பிடிக்குமக்கா!" – பாஷை தெரியாத பவானி கவனிக்கும்படி அதை எப்படித் தெரிவித்தான்? நெஞ்சு படபடத்துக் கன்னங்களில் சூடு பறந்தது. அடிவயிறு துவண்டு அக்குள்வரை நூதனமாக வலித்தது. 'உன்னைக் காதலிக்கிறான்' சற்றும் எதிர்பாராத அந்தஸ்தல்லவா அது! சமீபகாலமாக மஞ்சு என்னை அடக்க அடக்க என்னுள் அவனுடைய அண்மைக்காகப் பொங்கிய ஏக்கத்துக்கு என்ன பெயர்? காதலா? தமிழ் சினிமாக்களிலும், நவீனங்களிலும் கொச்சைப்படுத்தப்பட்ட அந்த வார்த்தையை நான் பிரயோகிப்பதே

இல்லை. கொஞ்சங்கூட யதார்த்தமில்லாத வார்த்தை என்று நான் நினைத்து வந்திருப்பவள். பாலியல் கவர்ச்சியெல்லாம் அந்தந்தப் பருவத்துக் காலகட்டத்துக்குள் அடங்குவது. ரோமியோவும் ஜூலியட்டும் முப்பது வயதுக்குப் பிறகு சந்தித்திருந்தார்களானால், காதலே தோன்றியிருக்காது. காதல் என்ற உணர்வு அமரத்துவம் வாய்ந்ததில்லை. காதல் என்ற எண்ணம்தான் அமரத்துவம் வாய்ந்தது. ஆக, இந்தக் காதல் என்கிற விவகாரத்தை நான் என்றுமே நம்பாதவளாக, நையாண்டி செய்பவளாக விலகி இருந்து வந்தவள். அதுவும் மஞ்சு என்பவள் காதலி என்கிற கதாநாயகியின் லட்சணப் பொருத்தங்கள் இல்லாதவள். அதைப் பிறந்த நாளிலிருந்து சமீப காலத்து நடராஜனின் கடிதம்வரை பல விதங்களில் அறிந்துகொண்டவள். "பின்னாலே வருத்தப்படுவீங்க!" என்கிற எச்சரிக்கைகள் கேட்டுத்தான் மஞ்சுவுக்குப் பழக்கம்.

எனக்கு ஆச்சரியமாக இருந்தது. 'நீ அழகாயிருக்கே!' என்று இந்த ஐரோப்பியன் சொன்னது வெறும் டூரிஸ்ட் பாராட்டு இல்லை. நிஜமாகவே அவன் கண்களுக்கு நான் அழகியாகத் தெரிந்திருக்கிறேன். இந்தப் பிரக்ஞையினால் என்னில் சௌந்தர்யம் அபரிமிதமாகப் பெருகுவதை நான் உணர்ந்தேன். உடம்பு முழுவதும் பரவிய சூட்டில் உடம்பு உருகி மென்மையாயிற்று.

"நான் சொன்னது சரிதானே?" என்றார் அம்மா.

நான் திடுக்கிட்டு நிகழ்காலத்துக்கு வந்தேன்.

ஓ... இது நாடகத்தின் ஆண்ட்டி க்ளைமாக்ஸ். அம்மாவின் பார்வையில் ஒரு குரூரம் தெரிந்தது. நாடகத்துக்கு வில்லி அவசியம் என்கிற பள்ளியைச் சேர்ந்தவர் என்று தோன்றிற்று. இதுதான் என்னுள் பொங்கும் பிரளயத்துக்குக் காரணம். இவரை என்னால் புரிந்துகொள்ள முடியவில்லை. இவராகவே என் சார்பில் பதிலைச் சொல்வது என்ன நியாயம் என்று துடுக்காய் உள்ளே கேள்வி முளைத்தது. அடிப்படை நாகரிகங்களைப் பற்றி எனக்குக் கற்பித்தவர் இவர். நடராஜனிடமிருந்து வந்த திமிர் பிடித்த கடிதத்தை, 'பதில் எழுதுவதற்கு முன் உன்னிடம் காட்ட

வேண்டும் என்று காட்டுகிறேன்' என்றவர், பீட்டருக்கு என்னைக் கேட்காமலே ஏன் பதில் சொன்னார்? நடராஜன் போன்றோரைக் கண்ட எரிச்சலில், 'நான் கல்யாணமே செய்துகொள்ளப் போறதில்லே' என்று சொல்லியிருக்கிறேன். சட்டென்று உலுக்கப்பட்டாற்போல் நிமிர்ந்து உட்கார்ந்தேன். நான் திருமணம் செய்துகொள்வது இவருக்கு இஷ்டமில்லை. அதனால்தான் அன்று பீட்டரின் பேச்சைக் கேட்டு உணர்ச்சிவசப்பட்டுக் கத்தியிருக்க வேண்டும். 'நோ நோ' என்று அம்மா உரத்த குரலில் மறுத்ததாகச் சாரதா சொன்னாள்.

மருத்துவமனையில் அரை மயக்கத்திலும் நான் இருக்கிறேனா என்று கவலைப்பட்டதற்குப் பின்னணியும் இதுதான். நான் எங்கே அவரை விட்டுப் போய்விடுவேனோ என்று பயப்படுகிறார். நான் அவருடனேயே சாசுவதமாக இருக்க வேண்டும் என்று அவர் நினைப்பதற்குப் பல காரணங்கள் இருக்கலாம். இந்த நாட்டைத் தன் சொந்த நாடாக அவர் ஏற்றுவிட்டாலும் தனது ஆதார சுருதியாய் அவர் நினைப்பது என்னைத்தான். அவருக்குக் கைக்கு ஒத்தாசையான காரியதரிசி - நம்பகமான ஊன்றுகோல். அவருக்குப் பின்னால் 'இல்லத்'தை நடத்த வேண்டிய வாரிசு. யாராவது உள்ளூர்க்காரனை, அது நடராஜனாக இருந்தாலும், திருமணம் செய்துகொண்டு தொடர்ந்து இங்கு நான் இருந்தால், அவர் அதை எதிர்க்க மாட்டார்.

என்னைப் பற்றின இவரது எதிர்பார்ப்புக்கள் எல்லாம் நான் அறிவேன். அறிந்த பயத்தில்தான் அவரிடமிருந்து மெல்ல மெல்ல விலகி எனக்குள் ஒரு உலகத்தை சிருஷ்டி செய்து கொண்டிருக்கிறேன். அவர் என்னை சுவீகாரம் செய்துகொண்டதாலேயே அவர் மனோபாவம் எனக்கு இருக்க வேண்டும் என்பதில்லை. என்னுடைய ஆசைகள், கனவுகள் வேறு. இவர் கோடு இழுத்தபடி என் மண வாழ்க்கை அமையாது - குலையவும் குறையாது.

நான் எழுந்து ஜன்னலுக்கு வெளியே பார்வையைப் பதித்தேன். ஆகாயம் மையிருட்டாக இருந்தது. ஒன்றிரண்டு

நட்சத்திரங்கள்கூட இல்லை. என்னுள் அலையலையாகத் துயரமும், கோபமும் பொங்கின. என்னை என்றோ சாவிலிருந்து மீட்டதற்கு இவர் கேட்கும் கூலி இது என்று கோபமும் வந்தது. என்னுள் இப்படி ஒரு எண்ணத்தைத் தோற்றுவிக்கும்படியாக இவர் ஏன் நடந்துகொள்கிறார் என்று துயரம் ஏற்பட்டது. பீட்டர் தன்னுடைய எண்ணத்தை என்னிடம் தெரிவிக்காதது விசித்திரம். இந்தியச் சூழலில் நேரிடையாகப் பேசுவது முறைகேடான விஷயம் என்று நினைத்தானோ என்னவோ?

அம்மா என் பதிலை எதிர்நோக்கிக் காத்திருந்தார். அவரது தற்சமய உடல்நிலையில் என் மனசிலிருப்பதைச் சொல்வதா, வேண்டாமா என்று எனக்குக் குழப்பமாக இருந்தது. அவரது உடல்நிலையே என் வாயைக் கட்டும் சாதனமாகப் போகலாம். அவருடைய கேள்விக்குப் பதில் சொல்லாமல், "பீட்டர் எங்கே?" என்றேன்.

"வட இந்தியாவுக்குப் போயிருக்கிறான்."

"மறுபடி இங்கே வருவானா?"

"மாட்டான்!" என்றார் அம்மா தன் கைவிரல்களைத் தீவிரமாக ஆராய்ந்தபடி.

சடக்கென்று உள்ளே ஏதோ முறிந்ததுபோல் இருந்தது. 'வராதே!' என்று அம்மா சொல்லியிருப்பார். நான் திரும்பி அம்மாவைப் பார்த்தேன்.

"அம்மா! பீட்டரைக் கல்யாணம் செய்துகொள்ள எனக்குச் சம்மதம்."

அம்மா அதிர்ந்து என்னைப் பார்த்தார். "உனக்கு மூளை கலங்கியிருக்க வேண்டும்" என்றார் கோபத்துடன். "அவன் கறுப்பை மோகிக்கிற மாதிரி நீ வெள்ளையைக் கண்டு மயங்கறே. அது உண்மையான காதல் இல்லே, பெண்ணே!"

"இது வெறும் மோகம் இல்லே!" என்று நான் மறுத்தேன். உணர்ச்சிப்பெருக்கில் கண்ணில் நீர் துளிர்த்தது. "அவன்மேல் நேசம் மெள்ள மெள்ளத்தான் எனக்கே தெரியாமல் ஏற்பட்டிருக்கு."

"நோ... நோ நோ!" என்றார் அம்மா, தீர்மானமாக. "பத்து நாள் பழக்கத்திலே நேசம் பிறந்திடுமா? உன்னைப் பத்தி அவனுக்கு என்ன தெரியும்? அவனைப் பத்தியும் உனக்கு என்ன தெரியும்? அவன் கலாசாரம் வேறு. அதையெல்லாம் உன்னாலே புரிஞ்சுக்க முடியாது. நான் இதுக்கு சம்மதிக்க மாட்டேன். அவனை மறந்துடு. உனக்குப் பிடிச்ச ஒரு இந்தியனைக் கல்யாணம் செய்துக்கோ."

"யாரும் என் கண்ணிலே படலே!" என்றேன், நான் எரிச்சலுடன்!

"என்ன அவசரம்? நிதானமாப் பாரு. பீட்டர் மட்டும் உனக்கு வேண்டாம். அவனைப் பத்தி கனாக் காணாதே. நீ புத்திசாலிப் பெண் என்கிற என் எண்ணத்தைக் கெடுத்துடாதே!"

நான் அதற்குப் பிறகு பேசவில்லை. பேசினால் அம்மாவின் படபடப்பு அதிகரிக்கும் என்ற எண்ணத்தில் - பேசியும் பிரயோஜனமில்லை. பீட்டரை இவர் வரவழைக்கப் போவதில்லை. இதுவரை உணர்ந்தறியாத ஒரு ஆத்திரம் என்னுள் பொங்கிப்பொங்கி எழுந்தது. அம்மாவின் உடல்நிலை சாதாரணமாக இருந்திருந்தால், அதை வார்த்தைகளால் கொட்டியிருப்பேன். பீட்டர் மீதும் எனக்குக் கோபம் வந்தது. என்னுடைய எண்ணத்தைத் தெரிந்துகொள்ள வேண்டும் என்று அவனுக்குத் தோன்றவில்லை. யாரைக் கண்டு அவனுக்குப் பயம் என்று எனக்குப் புரியவில்லை.

"அவனை மறந்துவிடு."

அது ஒன்றும் கஷ்டமில்லை என்று நான் நினைத்துக்கொண்டேன். எத்தனையோ விஷயங்களை மறக்கக் கற்றுக்கொண்ட மாதிரி இந்த ஞாபகமும் இயல்பாக அமுக்கப்படும். பீட்டரின் விருப்பம் தெரிந்திராவிட்டால் இப்பொழுது ஏற்படும் ஆத்திரம் ஏற்பட்டிருக்காது. என்னுடைய எண்ணம் அவனுக்குத் தெரியாததால் அவனும் இந்தச் சந்திப்பை மறந்துவிடுவான். ஊர் திரும்பிய கையுடன் ஒரு ஸ்விஸ் அழகியைக் கல்யாணம் செய்துகொள்வான். அடுத்தமுறை இங்கு வரும்போது அவளும்

கூட இருப்பாள். அப்போது என்னைப் பார்த்து, 'நீ ரொம்ப அழகாயிருக்கிறாய், தேவதைபோல் இருக்கிறாய்' என்று சொல்வானா?

நான் வெகுநேரம் இருளைப் பார்த்தபடி நின்றேன். அம்மாவிடமிருந்து ஒரு வார்த்தையும் வரவில்லை. தூங்கியிருப்பார். திரும்பிப் பார்க்க எனக்குச் சோம்பலாக இருந்தது. என் வாழ்வில் வானவில்லாகத் தோன்றியிருக்கக் கூடிய ஒரு கட்டம் ஆரம்பிப்பதற்கு முன்பு ஆரவாரமில்லாமல் முடிந்து போனதுபோல் இருந்தது.

என்னுள் ஏற்படுத்திவிட்ட பூகம்பத்தை உணராமல் அம்மா சீராக மூச்சுவிட்டபடி தூங்கிக் கொண்டிருந்தார். நான் விளக்கை அணைத்துப் படுத்தேன். மிக அசட்டுத்தனமாகக் கண்களிலிருந்து நீர் பெருகிற்று. 'அவனைப் பத்திக் கனாக் காணாதே!'

அவனைப் பற்றித்தான் கனவு வந்தது. கனவா அல்லது அவனைப் பற்றின எனது ஞாபகங்களா என்று தெரியவில்லை. அம்மா போட்ட தடைக்குப் பிறகு சிந்தனை முழுவதும் குப்புறக் கவிழ்ந்துபோனது போல இருந்தது. பீட்டரின் கனிவான சிரிப்பும், பார்வையும், அரை டிராயரில் அவன் அருகில் உட்கார்ந்திருந்ததும் இரவு முழுவதும் அலைக்கழித்தது.

விடிந்ததும் மனசு யதார்த்தத்துக்கு இறங்கிவிட்டது. பீட்டரின் வருகை எனது வாழ்வில் ஒரு ரம்யமான அத்தியாயம் மட்டுமே என்கிற எண்ணம் வந்தது. மஞ்சு கிட்டத்தட்ட அம்மாவின் பக்கத்துக்குச் சென்றுவிட்டாள். 'அவனைப் பத்தி என்ன தெரியும், உனக்கு?' என்று அடிக்கடி கேள்வி எழுப்பினாள். தன்னையே சமாதானப்படுத்திக் கொள்பவள்போல், அவனுக்கு ஏற்கெனவே சொந்த நாட்டிலே காதலிகள் இல்லேன்னு என்ன நிச்சயம்? அம்மாவுக்குத் தெரியாம இருக்காது. மற்றவர்களின் வாழ்க்கையைப் பற்றிப் பேசும் வழக்கம் அம்மாவுக்குக் கிடையாது. சுருக்கமாக அவர் சொன்ன, 'பீட்டர் மட்டும் உனக்கு

வேண்டாம்!' என்ற வார்த்தைகளுக்குப் பின்னால் ஆழ்ந்த காரணம் இருக்கும். மறந்துடு.

சுலபமாக இருக்கவில்லை. தினசரி வேலைக்கு நடுவில் எட்டிப்பார்த்து என்னை அலாக்காகத் தூக்கி எங்கோ இட்டுச் சென்றது. வகுப்பில் பாட விளக்கத்துக்கு இடையே புகுந்து தடுமாற வைத்தது. சாப்பாட்டில் சுவாரஸ்யம் போயிற்று. பவானியின் சமையல்கூட ருசிக்கவில்லை. உப்பு அதிகம், புளி அதிகம் என்று குறைசொல்லத் தோன்றிற்று.

“மத்தவங்க யாரும் அப்படிச் சொல்லலியே!” என்று பவானி உண்மையாகக் கவலைப்பட்டாள். “உங்களுக்கு உடம்புக்கு ஏதோ கோளாறுக்கா... இளைச்சு வேற போயிட்டீங்க, டாக்டர்கிட்ட காண்பியுங்க.”

அம்மா அலுவலக வேலையைத் தன் அறையிலிருந்தே கவனித்தார். நான் பீட்டரைப் பற்றி அவரிடம் பிறகு பிரஸ்தாபிக்கவேயில்லை. உண்மையில் அவருடன் அதிகம் பேசுவதைத் தவிர்த்தேன். காரணம் புரியாத ஒரு ஊமைக் கோபம் என்னுள் புகைமூட்டமாய்க் கவிந்திருந்தது. அவருடன் பேசும்போது அது எங்கே வெளிப்பட்டுவிடுமோ என்றிருந்தது. என்னில் ஏற்பட்டிருந்த மாற்றத்தை அம்மா கவனித்தாரா என்று எனக்குத் தெரியாது. அதை அறிந்துகொள்ளும் ஆர்வம் எனக்கு இல்லை. இரவு நேரங்களில் நான் அவருடைய அறைக்குள் நுழையும்போது ஜன்னலருகில் நாற்காலியில் அமர்ந்து ஆகாயத்தைப் பார்த்துக்கொண்டிருப்பார். புகைபிடிக்கக் கூடாது என்று டாக்டர்கள் தடை விதித்திருந்து அவரை மிகவும் சங்கடப்படுத்துவது எனக்குத் தெரியும். அம்மா என்னை இந்தியப் பெண்ணாகத்தான் வளர்த்தார் என்றாலும், மேற்கத்தியச் சமையலும், கலாசாரமும் எனக்குப் பழக்கம்தான். ‘அந்தக் கலாசாரமே வேற. உன்னாலே புரிஞ்சுக்க முடியாது!' என்று அவர் சொன்னதை என்னால் ஏற்கமுடியாது. சாகும்வரை அப்பா முழுக்க முழுக்க ஐரோப்பியனாகத்தான் வாழ்ந்தார்.

எண்ணங்களில், பழக்கவழக்கங்களில் எதிலும் இந்தியராக மாறவில்லை. அவருடைய செல்லப் பெண்ணாக வளர்ந்த எனக்கு எப்படி 'பீட்டரின் கலாசாரம்' முற்றிலும் மாறுபட்டதாக இருக்க முடியும்? அம்மாவுக்கு என்னை எங்கும் அனுப்பிவிட இஷ்டமில்லை. அதுதான் காரணம்.

***

17

கல்லூரி முடிந்து நான் பஸ் நிலையத்தை நோக்கி நடந்து கொண்டிருந்தேன்.

"மஞ்சு!" என்ற குரல் கேட்டுத் திரும்பினேன். மீனாட்சி வந்து கொண்டிருந்தாள். என்னைப் பிடிக்க வேகமாக நடந்தாள் போலிருக்கிறது. மூச்சு இரைத்தது. அருகில் வந்ததும் ஆசுவாசப்படுத்திக்கொண்டு புன்னகைத்தாள்.

"எந்த உலகத்திலே இருக்கே? கூப்பிடக் கூப்பிடக் காதிலேயே விழாமப்போறே!"

"ஸாரி!" என்றேன், உண்மையான கூச்சத்துடன். "காதிலே விழத்தான் இல்லே, எனக்கென்ன பெரிய யோசனை?"

"அம்மா எப்படியிருக்காங்க? ரொம்ப உடம்பு சரியில்லாம இருந்தாங்களாமே!"

"ஆமாம், இப்ப நல்லா ஆயிட்டாங்க."

"நல்ல வேளை!" என்றாள் மீனாட்சி. "அவங்களை மாதிரி தன்னலம் பாக்காம சேவை செய்யறவங்க எங்கே கிடைப்பாங்க? நம்ம ஜனங்களும் செய்யறாங்கதான். அது அதிசயமில்லே. தேசத்தை விட்டுத் தேசம் வந்து செய்யறாங்க பாரு. மதர் தெரஸா மாதிரி, அதான் அதிசயம்."

மீனாட்சியின் முகத்தில் ஒரு பிரமிப்பு இருந்தது. அம்மாவிடம் அவளுக்கு உண்மையான பக்தி இருப்பது தெளிவாகத் தெரிந்தது.

"மீனாட்சி, நீ எங்கே இருக்கே?" என்றேன்.

"ஹாஸ்டல்லேதான் இருக்கேன். அம்மா - அப்பா சின்னாளப்பட்டியிலே இருக்காங்க."

"ஒரு நாளைக்கு இல்லத்துக்கு வாயேன். அம்மாவை உனக்கு அறிமுகப்படுத்தறேன்."

"ஓ, கண்டிப்பா வரேன். நாளைக்கே வரேனே. எனக்கு அவங்களைப் பார்க்கணும்னு ரொம்ப நாளா ஆசை" என்றாள்.

"அம்மாவைக் கேட்டு நாளைக்குச் சொல்றேன்" என்றேன். "யார் சொன்னது அவங்களுக்கு உடம்பு சரியாயில்லேன்னு?"

"சுத்துவட்டாரம் பூரா இதே பேச்சாயில்லே இருந்தது? அக்கம்பக்கத்துக் கிராமத்துப் பெண்கள் எல்லாம் அவங்க நல்லா ஆகணும்னு பிரார்த்தனைக் கூட்டம் கூடப் போட்டாங்களாமே!"

எனக்கு உடம்பு சிலிர்த்தது. கடந்த ஒரு வாரமாக நான் அம்மாவிடம் நடந்துகொள்ளும் விதத்திற்காக இவள் மறைமுகமாக என்னைக் குற்றம்சாட்டுவது போலிருந்தது.

"அதிசயமில்லே?" என்றாள் மீனாட்சி தொடர்ந்து, "வெளிநாட்டு மனுஷி இங்கே வந்து இங்க இருக்கிற ஜனங்களுடைய மேம்பாட்டுக்காக உழைச்சு அவங்களுடைய பிரியத்தையும் சம்பாதிக்கணும்னா அது பெரிய சாதனை தான்."

"அம்மாவுக்குத்தான் ஏதும் சாதிச்ச மாதிரி திருப்தி ஏற்படலே, மீனாட்சி! சிலசமயம் ரொம்ப வருத்தப்படறாங்க. இருபத்தி அஞ்சு வருஷத்திலே எந்த மாறுதலையும் கொண்டு வர முடியல்லேன்னு. பெண் குழந்தைகளைக் கொல்றது குறைஞ்சிருக்கா?"

"அது அதிகமாயிட்டுதான் வரும். ஏதாவது ஒரு வகையிலே!" என்றாள் மீனாட்சி, சாதாரணமாக. "பெண்ணுக்கு மதிப்பே இல்லாத சமூகம் இது, மஞ்சு!" என்றாள் வெறுப்புடன். "படிச்ச

ஆண்களே, அது என்னவோ ரொம்ப லேசான, ஒதுக்கப்பட வேண்டிய விஷயம்போலப் பேசறாங்க. ஆஸ்பத்திரிலேயே இன்னிக்குப் பெண் குழந்தை பிறந்தா மறுநாளைக்குக் காலையிலே டாக்டர் ரவுண்டுக்கு வர்றதுக்கு முந்தி பெத்தவ கம்பி நீட்றாளாம். வீட்டிலே குழந்தை இறந்துடும் நிச்சயமா. அரசாங்கம் செய்யற குடும்பக் கட்டுப்பாட்டைவிட இது ரொம்ப கெட்டிக்காரத்தனமானதுன்னு ஆண் லெக்சரர் சிரிக்கிறாங்க. கண்டதை மாட்டிக்கிற அவஸ்தையோ அல்லது ஆபரேஷன் செஞ்சுக்கற தொந்திரவோ இல்லே. செலவு வெக்கிற பெண் குழந்தையை மட்டும் தீத்துக்கட்டி, ஆண் குழந்தையைத் தங்க வெச்சுக்கறதும் குடும்பக் கட்டுப்பாடாம்..."

அவள் பேசுகையில் என் மனசு எங்கேயோ சென்றுவிட்டது. நெஞ்சுக்குள்ளே வேதனையாம், நெரிஞ்சிப்பூ சல்லடையாம் என்று தொம் தொம் என்ற உலக்கைச் சத்தம் கேட்கிறது. இதையும் கொல்லப் பார்த்தேன். இது சாவல்லே என்கிற வார்த்தைகளைக் கேட்டுக்கொண்டு சிரிக்கிறது, சின்னப் பெண். 'போலீஸிலே சேரப் போறேன்!' என்கிறது.

"கூடிய சீக்கிரத்திலே இங்கே கல்யாணம் கட்டப் பெண்கள் இருக்கப் போறதில்லே. வெளியூரைத் தேடித்தான் போக வேண்டியிருக்கும்" என்றாள், மீனாட்சி கோபத்துடன்.

நான் கனவில் நடப்பவள்போல் அவளுடன் நடந்தேன்.

"பெண்ணுக்குப் பிறந்ததிலேருந்து செய்முறை செஞ்சே நொடிச்சுப் போவுதுங்கறாங்க. கூலி வேலை செய்யற பொம்பளை என்னாலே முடியுமாங்கறா. வசதி உள்ளவன் வசதி பெருகப்பெருக செய்முறை பெருகுதேங்கறான். யாரு செய்யச் சொன்னது இவங்களை? எல்லாருமா கூடி, 'இதப் பாருங்க, இந்தப் பழக்கமெல்லாம் வேணாம், பெண்ணைக் கொலை பண்ணறதும் வேணாம்!'னு முடிவெடுக்கக் கூடாது? பிள்ளையைப் பெத்தவ கிடைச்ச மட்டும் கிடைக்கட்டுமேன்னு சுருட்டிக்கப் பார்க்கறா. சே, எல்லாம் ஒரு திருட்டு வியாபாரமாப்போச்சு.

படிச்சவங்க, படிக்காதவங்க எல்லோருக்கும் ஒரே சிந்தனைதான். உங்கம்மாவுக்கு வெறுத்துப் போவுதுன்னா நியாயம்தான் மஞ்சு. எனக்கே எங்கேயாவது கண் காணாத தேசத்துக்கு ஓடிடலாமான்னு தோணுது."

நான் சடக்கென்று அவளைத் திரும்பிப் பார்த்தேன். தழுதழுத்த அவள் குரலைக் கவனித்தேன். நீர் திரையிட்ட கண்கள் எங்கோ கோபத்துடன் பார்த்தன. என்னையறியாமல் மெல்லக் கேட்டேன்:

"இந்த வரதட்சணைத் தகராறுனாலேதான் உனக்குக் கல்யாணமாகல்லியா?"

"ஆமாம்" என்றாள் அவள் வெறுப்புடன்.

"வரதட்சணை கொடுத்துக் கல்யாணம் கட்டக் கூடாதுன்னு நா உறுதியா இருக்கேன். அம்மாவுக்கு ஒரே கவலை. ஊரிலே கண்டபடி பேசறாங்களாம். பேசட்டும். சனி ஞாயிறுகூட எனக்கு ஊருக்குப் போகப் பிடிக்கமாட்டேங்குது. டில்லி, பாம்பேன்னு எங்கேயாவது வேலை கிடைச்சா போயிடலாம்."

மீனாட்சியின் பேச்சில் அதிசயமான வேகம் இருந்தது.

"எதுக்காகவது அப்ளை பண்ணிப்பாரு. கிடைச்சாலும் கிடைக்கும்!" என்றேன் நான், சமாதானமாக.

"எனக்குச் சிலசமயம் என்ன தோணுது தெரியுமா, மஞ்சு? வேறு மாநிலத்துக்காரன் யாரையாவது கல்யாணம் செய்துகிட்டாத்தான் நமக்கு விமோசனம்னு தோணுது. நம்மோடு இந்த இடத்து ஞாபகம் போயிடணும். இந்தப் பாவச்சுமை போயிடணும். நம்ம சந்ததிகளுக்குத் தொடரக்கூடாது..."

மீனாட்சிக்குள் இத்தனை துடிப்பு இருக்கும் என்பது எனக்குத் தெரியாது. இன்று ஒரு புதிய சினேகிதம் ஆனாற்போல் இருந்தது.

அவள் பெண்கள் விடுதிக்குச் செல்ல, நான் பஸ் நிலையத்துக்குச் சென்று, பஸ் வந்ததும் ஏறி வீட்டிற்குப் பயணமானேன். ஆனால் நான் இறங்க வேண்டிய ஸ்டாப்பின் முந்தைய ஸ்டாப்பில் இறங்கிப் பொன்னுத்தாயி வசித்த கிராமத்தை நோக்கி நடந்தேன்.

காலை முழுவதும் பெய்திருந்த மழையில், வயல்கள் தூய்மையோடு தெரிந்தன. சாலையோர மாமரத்து இலைகளில் இன்னும் ஈரம் இருந்தது. 'இந்தப் பூமிக்குச் சொந்தக்காரி நான்' என்கிற பிரமையுடன் நான் நடந்தேன். எங்கேயாவது பாட்டோசை கேட்கிறதா என்கிற ஆவலுடன் காதைத் தீட்சண்யமாக்கிக்கொண்டு சுற்றுப்புறத்தைப் பார்வையால் துழாவியபடி செல்லும்போது, என்னைப் பொன்னுத்தாயி பார்த்தாளானால் என்ன நினைப்பாள் என்கிற கேள்வி இடையிடையில் எட்டிப் பார்த்தது.

எனக்கே புரியவில்லை, நான் எதற்காக இங்கு வந்திருக்கிறேன் என்று. என் மூளைக்கும், கால்களுக்கும் சம்பந்தமில்லாததுபோல் உடம்பு தானாக இயங்கி வந்திருப்பதாகப் பட்டது.

'என்ன விஷயம்?' என்று அவள் கேட்டாளானால் எனக்குப் பதில்சொல்லத் தெரியாது. 'படிச்ச பொம்பளையாகத் தெரியறே. ஏட்டறிவில்லாத அன்னாடங்காய்ச்சிகிட்ட என்ன தெரிஞ்சுக்க வந்தே?' என்று கேட்கலாம். உன் பாட்டைக் கேட்க வந்தேன் என்றால் சிரிப்பாள். உன் வெள்ளைச் சிரிப்பைப் பார்க்க வந்தேன் என்று சொன்னால் நம்பமாட்டாள். சும்மா உன்னையும், கருப்பாயியையும் பார்க்க வந்தேன் என்றால் அவளுக்குப் புரியாது. எனக்கே புரியாதபோது அவள் எப்படிப் புரிந்துகொள்வாள்?

என்னுள் திடீரென்று ஒரு தயக்கம் புகுந்துகொண்டது. திரும்பிப்போய் விடலாமா என்று யோசனை தோன்றிற்று. மழை பெய்திருந்ததில் சேறும் சகதியுமாக இருந்தது. தெருவில் யாரையும் காணோம். இன்னும் காட்டு வேலையிலிருந்து திரும்பியிருக்க மாட்டார்கள்.

பொன்னுத்தாயிகூட வீட்டில் இருக்கமாட்டாள். 'பின் எதற்காகப் போறே?' என்று நையாண்டி செய்த மஞ்சுவை நான் கவனிக்காமல் இயந்திர கதியில் பொன்னுத்தாயி இருக்கும் சந்திற்குள் நுழைந்தேன். உலக்கைச் சத்தம் கேட்கும் என்று எதிர்பார்த்துக் கேளாமல், மெல்லிய ஏமாற்றத்துடன் முன்னால் நடந்தபோது, கருப்பாயி குனிந்த தலை நிமிராமல்

கேப்பையையோ, வேறு எதையோ அரைத்துக்கொண்டிருந்தது தெரிந்தது. அடிவயிற்றில் இனம்புரியாத சங்கடம் தோன்றிற்று. கைப்பிடிக்குள் அடங்கிவிடும் போலிருந்த இடுப்பைச் சுற்றிய சாயம்போன பாவாடை மேல் மெல்லிய சட்டையைத் துருத்தியபடி முதுகு, விலா எலும்புகள். என் கண்ணில் நீர் திரையிட்டது. இத்தனை கடினமான வேலையை இந்தப்பெண் எப்படிச் செய்கிறது என்று மனசு பதைத்தது.

“கருப்பாயி!” என்றேன். வெறுங்கையுடன் வந்து நிற்பது அப்போதுதான் கூச்சத்தை ஏற்படுத்திற்று. அது நிமிர்ந்தது. என்னைப் பார்த்துப் பிரசன்னமில்லாமல், “வாங்க!” என்றது. கை நிற்காமல் கேப்பையைத் திரித்தது.

“அம்மா இல்லையா?” என்றேன்.

“இல்லே” என்றாள் அவள், தலையை நிமிர்த்தாமல்.

“இன்னும் காட்டு வேலையிலேருந்து வரல்லியா?”

“இந்த மழையிலே என்ன வேலை செய்ய முடியும்?” என்று அவள் திருப்பிக் கேட்டாள். பெரிய மனுஷி போல.

எனக்குச் சிரிப்பு வந்தது. ஆனால், அவள் முகத்தில் இன்று உற்சாகமில்லை.

“பின்னே எங்கே காணோம் உங்கம்மாவை?” என்று நான் அவள் உட்கார்ந்திருந்த தாழ்வாரத்தின் ஓரமாக அமர்ந்தேன்.

“எங்கேயோ போயிருக்காங்க” என்றாள் அவள், சுரத்தில்லாமல், நிமிரவே நிமிராமல் வயதுக்கு மீறிய பொறுப்புடன் அவள் தொடர்ந்து அரைப்பதை நான் மௌனமாகச் சற்றுநேரம் பார்த்துக் கொண்டிருந்தேன். அவள் நான் அமர்ந்திருந்ததையே மறந்துபோனவள் போல் தென்பட்டாள்.

“ஸ்கூலுக்குப் போகல்லியா இன்னிக்கு?” என்று நான் கேட்டதற்கு, “போனேன்” என்றாள் இயல்பாக.

“எதுக்கு அரைக்கறே?” என்றேன், பேச்சுக் கொடுப்பதற்காக.

“களி செஞ்சு சாப்பிடப் போறேன். பசிக்குது. வீட்டிலே சோறே ஆக்கல்லே போலேயிருக்கு இன்னிக்கு.”

“அரைச்சு களி செய்யறது கஷ்டமில்லே?” என்றேன், வியப்புடன்.

“இல்லே. நெல்லு குத்தி சோறாக்கறது அதைவிடக் கஷ்டம்.”

இவளுடைய வயதில் எனக்கு இந்த விவரங்கள் எல்லாம் தெரியாது என்ற பிரமிப்புடன் புன்னகைத்தேன்.

“நீ செய்யற களியிலே எனக்கு ஒரு பங்கு கிடைக்குமா?”

அவள் சடக்கென்று என்னை நிமிர்ந்து பார்த்தாள். லேசாக அதரங்களில் புன்னகை மலர்ந்தது.

“சாப்பிடுவீங்களா?”

“குடுத்தா சாப்பிடுவேன், ஆனா நேரமாகுமோ?”

“இல்லே, சடுதியா செஞ்சுறலாம்.”

அவள் சுறுசுறுப்புடன் எழுந்து சுள்ளிகளை வைத்து அடுப்பு மூட்டி, சட்டியில் மாவைக் கரைத்து வைத்தாள். தினம் தினம் செய்யும் லாவகத்துடன் ஆப்பையைப் போட்டு அவள் கிளறுவதைப் பார்த்தபடி, “உங்கம்மா இன்னும் வரல்லியோ” என்றேன்.

“வர நேரமாகும். எழவு வீட்டுக்குப் போயிருக்காங்க.”

“யாராவது இறந்துட்டாங்களா?”

“ஆமாம், எங்க ஆயா.”

நான் வியப்புடன் அவளைப் பார்த்தேன். “நீ போகல்லியா சாவுக்கு?”

“இல்லே. எனக்கு ஆயாவைக் கண்டா பிடிக்காது!” என்றபடி அவள் சூடான களியைக் கொஞ்சம் எடுத்து இரண்டு வாழை இலைத் துண்டுகளில் வைத்து, சிறிது வெல்லமும் கூட வைத்து ஒன்றை என் முன்னிலையில் கொண்டு வைத்தாள். ‘சாப்பிடுங்க!’

என்று சொல்லிவிட்டு எனக்காகக் காத்திராமல் சாப்பிட ஆரம்பித்தாள். அவளுக்கு நல்ல பசியாக இருக்க வேண்டும். வேக வேகமாகச் சாப்பிட்டு, பானையிலிருந்து நீரை மொண்டு குடித்து, “அப்பாடா!” என்று என்னைப் பார்த்துச் சிரித்தாள்.

“சாப்பிடுங்கக்கா!” என்றாள். “தெனமும் துவையலோ, மீன் குளம்போ இருக்கும். இன்னிக்கு ஒண்ணுமில்லே.”

வக்கணையாகச் சாப்பிட்டுப் பழகிப்போன நாவிற்குக் களி ருசிக்கவில்லை. இருந்தும் அவளுக்காகச் சாப்பிட்டேன்.

“ஏன் உங்க ஆயாவைக் கண்டா உனக்குப் பிடிக்கல்லே?”

அவள் அரைத்த மாவை ஒரு பழைய தகர டப்பாவில் போட்டு மூடி, இயந்திரத்தை ஓரமாக உருட்டி வைத்தாள். துடைப்பத்தைக் கொண்டு வந்து இடத்தைச் சுத்தம் செய்துவிட்டுக் கீழே உட்கார்ந்து கொண்டாள்.

“ஆயாவைப் பிடிக்காது!” என்றாள், அழுத்தமாக. “அவங்கதான் என் அக்காமார்களைக் கொன்னது.”

என் உடலில் ஒரு சிலிர்ப்பு ஓடியது. உனக்குள் இத்தனை கோபமா? ‘இவளையும் கொல்லப் பார்த்தேன்!’ என்று அன்று உன்னைப் பெற்றவள் சொன்னபோது சிரித்துக்கொண்டு உட்கார்ந்திருந்தியே!

“உனக்கெப்படித் தெரியும்?”

“எல்லாருக்கும் தெரிஞ்ச விஷயம்தான்!” என்றாள், கருப்பாயி சாதாரணமாக. இந்த ஊரிலே இருக்கிற மத்த வீடுகள்ளயும், பெண் பிறந்தா அதை முடிச்சுப்புட இதைத்தான் கூப்பிடுவாங்க. ஒரு வேடிக்கை, ஒப்பாரி பாடவும் ஆயாவைத்தான் கூப்பிடுவாங்க. இது நல்லா ராகத்தோட பாடும். கண்ணுலேருந்து தண்ணிகூட வரும்.”

எனக்கு உடம்பு நடுங்கிற்று.

"சூரியனைக் காவல் வெச்சம்
இந்திரனைக் காவல் வெச்சம்
இத்தனைபேர் காவலிலே
யமன் வந்தான் காணல்லியே!"

அந்தக் கும்பலில் இந்த ஆயா இருந்திருப்பாளா? இவளைப்போல் எத்தனை பேர்?

"இன்னிக்கு ஆயாவுக்கு ஒப்பாரி பாட யாரும் இருக்கமாட்டாங்க."

நான் பிரமை நீங்காமல் கருப்பாயியைப் பார்த்தேன்.

"நல்ல வேளை, ஒழிஞ்சானு இனிமே பொறக்கப்போற பொண் குழந்தைங்க எல்லாம் சந்தோஷப்படும்."

எனக்குத் தூக்கிவாரிப் போட்டது.

இது என்ன மனிதக் குழந்தையா, யட்சணி தேவதையா என்று சிலிர்த்துப் போயிற்று.

"உங்க ஆயா மாதிரி எத்தனையோ பேர் இருப்பாங்க" என்றேன், பலவீனமாக.

"இந்த இடத்திலே இவங்கதான்" என்றாள் அவள், அழுத்தமாக.

"அவங்க இடத்திலே வேற ஒரு ஆயா வருவாங்க" என்றேன், விடாப்பிடியாக திடீர் வேகத்துடன். "உங்க அம்மாவே அதைத் தொடரலாம்."

"எங்க ஆத்தாவ அப்படிச் செய்ய விடமாட்டேன்!" என்றாள் அவள், ஆவேசத்துடன். "அப்படி செஞ்சாங்கன்னா, ஆத்தான்னுகூட பார்க்காம போலீசுலே புடிச்சுக் குடுப்பேன்."

நான் சிரித்தேன், எனக்குப் புரியாத வேதனையுடன்.

"உங்க அம்மா அப்படியெல்லாம் செய்யமாட்டாங்க. நீ நல்லா படிச்சு போலீசுலே சேரு. அப்புறம் செய்ய வேண்டியதைச் செய். ரொம்ப ஆத்திரப்படாதே."

“ஆத்திரம்தான் வருது. பொண் பிறந்தா என்னவாம்? படிக்க வெக்கறது! பொம்பளைக் கொளந்தைங்களை இஸ்கோல்லே சேர்த்துட்டு, இலவச சாப்பாட்டு சமயத்துக்கு மாத்திரம் அனுப்புவாங்க. மத்த சமயமெல்லாம் வீட்டு வேலை செய்யணும். ஆடு மேய்க்கணும். கைக் கொளந்தை தம்பியைப் பாத்துக்கணும். நல்லவேளை, நானும் ஆத்தாவும் மட்டும் இருக்கோம், என்னாலே படிக்க முடியுது.”

“நல்லா படி!” என்றேன் நான், கனிவுடன். “நிஜம்மாவே நீ போலீசுலே சேரணும். உனக்குப் படிப்புக்காக என்ன உதவி வேணும்னாலும் நா செய்வேன். ஏதாவது பிரச்சினைன்னா, என்னுடைய விலாசம் தரேன். பஸ் ஏறினா அடுத்த ஸ்டாப்தான். எங்க ‘இல்ல’த்துக்கு வந்து சொல்லு, மஞ்சு அக்கான்னா எல்லாருக்கும் தெரியும்.”

கருப்பாயி என்னை நிமிர்ந்து பார்த்தாள். “ஒரு வெள்ளைக்கார அம்மாள் நடத்தறாங்களே அந்த இல்லமா?”

“ஆமாம்.”

என்னைக் கூர்ந்து பார்த்துவிட்டுக் கருப்பாயி தலையைக் குனிந்து கொண்டாள்.

“அங்கெல்லாம் ஆத்தா என்னைப் போகவிடாது.”

“ஏன்?”

அவள் அதற்குப் பதில் சொல்லவில்லை. தெருவைப் பார்த்துத் தனக்குள் பேசிக்கொள்பவள் போல் சொன்னாள்: “ஆத்தா வர்றாங்க...”

***

18

நான் திரும்பினேன். பொன்னுத்தாயியின் முகம் பயங்கரமாக இருந்தது. அழுதழுது வீங்கியிருந்தது. குளித்த தலை ஈரம் சொட்ட ஈரப் புடவையுடன் வீட்டின் முகப்பில் நின்று, "தண்ணி ஊத்து" என்று கருப்பாயிக்குக் குரல்கொடுத்தாள். ஒரு குடம் தண்ணி ஊற்றியதும் தலைப்பைப் பிழிந்து முகத்தைத் துடைத்துவிட்டு என்னப் பார்த்து, "என்ன விஷயம்?" என்றாள்.

"சும்மா பார்க்க வந்தேன்..."

"இன்னிக்குப் பாட எல்லாம் முடியாது, கண்ணு" என்றாள் அவள், சோர்வுடன். "பெத்தவளை அனுப்பிச்சுட்டு வந்தேன்."

"என்ன வயசிருக்கும்?" என்றேன் ஒப்புக்கு.

"அறுபது, எழுபது இருக்கும்!" என்றாள் அவள், நிச்சயமில்லாமல். "எத்தனை வயசானா என்ன, பெத்தவ பெத்தவதானே?"

"இல்லே!" என்றது, கருப்பாயி. "வளர்க்கிறவதான் பெத்தவ. கொல்றவ இல்லே!"

"தே! சும்மா இரு களுதே!" என்று பொன்னுத்தாயி பல்லைக் கடித்தாள். "ஆயா பொணத்தைக்கூடப் பார்க்க வராத ராங்கிக்காரின்னா நீ? கல் நெஞ்சில்லே அது?"

அவர்களுடைய மோதலைப் பார்க்க விருப்பமில்லாமல் நான் எழுந்தேன்.

"இன்னொரு நாளைக்கு வர்றேன். இன்னிக்கு நேரம் சரியில்லேதான்" என்று எழுந்தேன்.

"அன்னிக்குக் கூட வந்தாங்களே, அந்த ஐயா வரல்லியா இன்னிக்கு?"

"இல்லே" என்றபடி கிளம்பினேன்.

"கண்ணாலம் ஆயிட்டுதா?"

"இல்லே."

"ஒரு வெள்ளைக்கார அம்மா இல்லம் நடத்தறாங்களே, அங்கே இருக்காங்க இந்த அக்கா" என்றாள் கருப்பாயி.

நான் பொன்னுத்தாயியைக் கவனித்தேன். அவள் நிதானமாக என்னைப் பார்த்தாள். சலனமேதும் தெரியவில்லை.

இரண்டு பேரையும் பார்த்து, "வர்றேன்" என்று தலையசைத்துவிட்டு நான் தெருவில் நடந்தேன். முனை திரும்பும் சமயத்தில் கருப்பாயி ஓடி வந்தாள்.

மூச்சு வாங்கச் சொன்னாள்:

"இனிமே இங்கே வரவேண்டாம்னு சொல்லுது, ஆத்தா."

நான் திடுக்கிட்டு வீட்டை நோக்கினேன். பொன்னுத்தாயி உள்ளே சென்று விட்டிருந்தாள். என் திகைப்பை விழுங்கிக்கொண்டு மெல்லிய புன்னகையுடன்,

"ஏன்?" என்றேன்.

"தெரியாது."

"நீயும் இல்லத்துக்கு வரமாட்டே, நானும் இங்கே வரக்கூடாதா?"

கருப்பாயி பதில் சொல்லவில்லை.

"கருப்பாயி!" என்ற குரலுக்குக் கட்டுப்பட்டு அவள் மறுமொழி சொல்லாமல் ஓடிச் சென்றாள். பஸ் ஸ்டாப்பை நோக்கிச் செல்லும்போது

இதயம் வெகு வேகமாக அடித்துக்கொண்டது. காரணம் இல்லாமல் ஒருத்தி அப்படிச் சொல்வாளா? நான் அன்று சந்தேகப்பட்ட மாதிரி இவள்தான் என்னைப் பெற்றவளா? நான் பதட்டத்துடன் நினைவைத் துழாவிப் பார்த்தேன். 'இந்த அக்கா இல்லத்திலே இருக்காங்க!' என்ற வார்த்தைகள் அவள் முகத்தில் எந்தச் சலனத்தையும் ஏற்படுத்தவில்லை மாறாகச் சலனமற்று உறைந்து போயிற்று.

பஸ்ஸைப் பிடித்து இல்லத்துக்கு எப்படி வந்து சேர்ந்தேன் என்று சத்தியமாய் எனக்குத் தெரியவில்லை. மனசு மிகப்பெரிய அதிர்ச்சியில் இருந்தது. முன்பு இவள்தான் என்னைப் பெற்றவளோ என்ற சம்சயம் ஏற்படுத்தின அதிர்ச்சிக்கும், இன்றைக்கு ஏற்பட்டிருப்பதற்கும் வித்தியாசம் உண்டு. அன்று ஆத்திரத்தில் சிறகடித்துப் படபடத்தது. இன்று படபடக்கவில்லை. சிறகு ஒடிந்ததுபோல் ரணமாக வலித்தது.

'இனிமே இங்கே வரவேண்டாம்னு சொல்லுது ஆத்தா!' - இது ஒரு மறைமுகக் கொலை. கொலை செய்வது அவர்களுக்குச் சுலபமாக வருவது. சங்கடங்களைத் தவிர்க்கும் கொலைகள், இல்லத்தின் பெரிய இரும்புக் கிராதிக் கதவுகளைக் கடக்கும்போது நான் யார் என்று புரியவில்லை, எனக்கென்று ஒரு முகம் இருப்பதாகத் தெரியவில்லை. நான் இறந்து போனதுபோல், வெறும் என் கூடு நடப்பதைப் பின்னால் நின்று பார்ப்பதுபோலத் தோன்றிற்று. 'நீ இன்று கொலை செய்யப்பட்டாய்!' என்றாள் மஞ்சு.

இருள் படர்ந்திருந்தது. இல்லத்தைச் சுற்றி ஓடிய தாழ்வாரத்தில் முகப்பு விளக்கு எரிந்து கொண்டிருந்தது.

"ஏன் மஞ்சு இவ்வளவு லேட்?" என்ற அம்மாவின் குரல் கேட்டுத் திரும்பினேன். ஒரு ஓரமாக நாற்காலியில் அமர்ந்திருந்தார். எனக்காகக் காத்திருந்திருக்க வேண்டும். நாபியிலிருந்து என்னுள் ஒரு துக்கம் பொங்கிற்று. நான் அவர் அருகில் சென்று அவரது கையைப் பற்றினேன். "ஏதோ வேலை இருந்தது" என்றேன். "நான் இருந்த இடத்திலே டெலிபோன் வேலை செய்யல்லே!" என்று மேலும் புளுகினேன். "எப்படியிருக்கீங்க?"

“எனக்கு ஒண்ணுமில்லே, நீ போய் ஏதாவது சாப்பிடு. முகம் வாடியிருக்கு.”

மீண்டும் துக்கம் பொங்கித் தொண்டையை அடைத்தது. அவர் கையை மெல்லத் தட்டி உள்ளே சென்றேன்.

‘வளர்க்கிறவதான் பெத்தவ.’

கருப்பாயியின் நாக்கில் இருப்பது ஏதோ யட்சிணிதான். இன்றைக்கு எனக்கு ஏற்பட்ட அனுபவத்தை அம்மாவிடம் சொல்வதில் ஏதும் அர்த்தமில்லை. என்னைப் பெற்றவள் உயிரோடு இருப்பதும் இல்லாததும் ஒன்றுதான். ஏனென்றால் நான் கொலை செய்யப்பட்டவள்.

நான் நேராக அறைக்குச் சென்று புத்தகங்களை மேஜைமேல் வைத்துவிட்டு முகம் கழுவும்போது, செத்துப்போன எனக்காக அழுகை வந்தது. அறைக்கதவை யாரோ தட்டினார்கள். நான் அவசரமாகத் துண்டால் முகத்தை அழுந்தத் துடைத்துக்கொண்டு வந்து அறைக் கதவைத் திறந்தேன்.

சாரதா நின்றிருந்தாள்.

“என்னக்கா, முகமெல்லாம் ஒரு மாதிரி இருக்கு? உடம்பு சரியாயில்லையா? ஏன் வர்றதுக்கு இவ்வளவு லேட்டாகி விட்டது?” என்றபடி உள்ளே வந்தாள்.

“ஏதோ வேலை இருந்தது சாரதா. உடம்புக்கு ஒண்ணும் இல்லே” என்றேன். கண்ணாடியைப் பார்த்துத் தலைசீவி ஸ்டிக்கரை வைத்துக்கொண்டேன்.

சாரதா கட்டிலின் மேல் உட்கார்ந்து கொண்டாள்.

“உங்களுக்கு ஒரு லெட்டர் வந்திருக்கு” என்றாள் மெல்லிய குரலில் ரகசியம் பேசுவது போல. நான் சட்டென்று திரும்பிப் பார்த்தேன். இதுவரை எனக்கு யாரும் கடிதம் எழுதினதில்லை.

“யார்கிட்டேருந்து?” என்று அவள் நீட்டிய மஞ்சள் உறையை வாங்கிக் கொண்டேன். பரிச்சியமில்லாத கையெழுத்தாக இருந்தது.

“பீட்டர் கிட்டேருந்துன்னு நினைக்கிறேன்” என்றாள், சாரதா.

மார்பு வேகமாக அடித்துக்கொண்டது. “எப்படித் தெரியும் உனக்கு?” என் குரல் தெளிவாக இல்லை.

“அம்மாவுக்கும் ஒரு கடிதம் வந்திருக்கு. இந்தக் கையெழுத்துதான். நீங்க படிங்க” என்று சாரதா எழுந்து வெளியேறினாள். கடிதத்தில் என்ன இருக்கிறது என்று அவள் ஆர்வம் காட்டாதது ஆச்சரியமாக இருந்தது.

கடிதத்தைப் படித்து முடிப்பதற்குள் ஏற்பட்ட படபடப்பு எனக்கு நூதனமானது. நெற்றி வியர்த்து கண்கள் கசிந்தன. மிகச் சிரமப்பட்டு நான் என்னை ஆசுவாசப்படுத்திக் கொண்டேன்.

சுருக்கமான கடிதம். ஆரம்பமே,

‘நான் உன்னை நேசிக்கிறேன், மஞ்சு!’ இன்றைக்கு ஏற்பட்ட அனுபவத்தில் இந்த வாக்கியம் மிக அபத்தமானதாக - நாடகத்தனமாகக் கண்களில் நீரை வரவழைத்தது.

‘இல்லை, இது பச்சாதாபத்தினால் ஏற்பட்ட கருணை உணர்வு என்று நினைக்காதே. உன் புற அழகு என்னை முதலில் கவர்ந்தது உண்மைதான். ஆனால் மெல்ல மெல்ல உனது நளினம், மென்மை, உணர்வுகளின் துல்லியம் எல்லாம் என்னைக் காதல்கொள்ள வைத்தது. ஆயுசு முழுவதும் உன் அண்மை வேண்டும் என்கிற என் பேராசையை உன்னிடம் தெரிவிக்க எனக்குக் கூச்சமாக இருந்தது. நீ என்னைத் தவறாக எடுத்துக்கொள்வாய் என்ற பயத்தில் அம்மாவிடம் சொல்லிவிட்டு உனக்குத் தெரிவிக்கலாம் என்று நினைத்தேன். உனக்குத் திருமணத்திலேயே நாட்டமில்லை என்று அவர் சொன்னார். சேவை செய்வதற்காக உன்னை அர்ப்பணித்துக் கொண்டிருப்பதாகச் சொன்னார். சேவை என்பது ஒரு தவம். அதில் நான் குறுக்கிடுவது தவறு என்று நான் என்னைக் கட்டுப்படுத்திக் கொண்டேன்.

இப்பொழுது வடக்கே சுற்றுப்பயணம் செய்யும்போது உன் நினைவாகவே இருக்கிறது. என் எண்ணத்தை உன்னிடம் தெரிவிக்காமல் வந்தது தவறு என்று தோன்றுவதால் இந்தக் கடிதத்தை எழுதுகிறேன். இதனால் உன் முடிவு மாறாமல் போனாலும், தெரிவித்தேன் என்கிற சமாதானம் எனக்கு.'

நான் கட்டிலில் அமர்ந்து முழங்கால்களுக்குள் முகத்தைப் புதைத்துக் கொண்டேன். சின்னப் பெண்ணைப் போல விசித்து விசித்து அழுதேன். அருகில் யாருமில்லை என்கிற தைரியத்தில் அம்மாவின் மேல் பொங்கிப் பொங்கி ஆத்திரம் வந்தது. 'சேவை செய்ய அர்ப்பணித்துக் கொண்டிருப்பதாய்' - அப்படிப்பட்ட மூளைச் சலவையை அவர் செய்து வருகிறார் என்று எனக்குத் தெரியாது. உடனடியாக அவரிடம் சென்று அவரது தோள்களைப் பற்றிக் குலுக்கிக் கத்த வேண்டுவது போல் இருந்தது. "நீங்க, என்னைக் காப்பாத்தி வளர்த்ததாலே அடிமைப்பத்திரம் எழுதிக் கொடுத்திருக்கேனா? உங்க மகள் என்கிற கௌரவத்தைக் கொடுத்திருக்கிறதாவே நீங்க செய்யற வேலையைத்தான் நானும் செய்யணும்னு நீங்க எப்படி என்னைக் கட்டாயப்படுத்தலாம்?"

'சேவை என்பது ஒரு தவம்!' எனக்கு மகா எரிச்சல் வந்தது. 'அம்மா உன்னைப் பெரிய இக்கட்டிலே மாட்டி வெச்சிருக்காங்க!' என்று மஞ்சு எச்சரித்தாள். அம்மா செய்யற வேலையை என்னாலே செய்ய முடியாதுன்னு நீ சொன்னியானா, நீ ஒரு சுயநலக்காரின்னு உலகம் சொல்லும். நன்றிகெட்டவள்னு சொல்லும். ஒரு வெள்ளைக்காரிக்கு இருக்கிற கருணை நம்ம ஊர்ப் பெண்ணுக்கு இல்லேன்னு நொடிக்கும். நாயைக் குளிப்பாட்டி நடுக்கூடத்தில் வெச்சாலும்னு நீட்டி முழக்கும்.

'இவங்களை யார் நடுக்கூடத்திலே வெக்கச் சொன்னது? என்னை என் ஆயா கொன்னுருந்தா இவங்களுக்கு என்ன? உயிர்

தப்பணும்னு இருந்தா எப்படியோ தப்பியிருப்பேன். கருப்பாயி தப்பின மாதிரி அவளுடைய எல்லைக்குத்தான் கருப்பாயியின் ஆசைகள் அடங்கும். இப்போது என் எல்லைகள் விரிந்துவிட்டன. என் படிப்பை வைத்துக்கொண்டு நான் வெளிநாடு செல்ல முடியும். வெள்ளைக்காரனைக் கல்யாணம் செய்துகொள்வதும், மறுப்பதும் என் சுதந்திரம். படிப்பு தந்த சுதந்திரம். அதை எப்படி அம்மா மறுக்க முடியும்?' அம்மாவுக்கு என் மனசிலிருக்கும் வேதனைகள், அவமானங்கள் தெரியாது. அதனால்தான், 'இங்கேயே யாராவது உன் மனசுக்குப் பிடிச்சவனைப் பார்த்துப் பண்ணிக்கோ!' என்று சொல்லத் தோன்றுகிறது.

'நம்மோடு இந்த இடத்து ஞாபகம் போயிடணும், இந்தப் பாவச்சுமை போயிடணும். நம்ம சந்ததிகளுக்குத் தொடரக்கூடாது!' என்ற மீனாட்சியின் துயரம் புரியாது. மெல்லிய உணர்வுகளை வருடிக்கொடுக்க அவருக்கு நேரமில்லை. அது அநாவசியமான வேலை.

கண்ணீர் வற்றிவிட்டது. காயம் பட்டதுபோல் மனசுக்குள் வலித்தது. ஊமைக்கோபம் கனமாக அதன்மேல் அழுத்திற்று. கடிதத்தைப் பலமுறை படித்தேன். ஒவ்வொரு முறையும் மார்பு படபடத்து, அடிவயிறு துவண்டது. தில்லியில் ஏதோ ஒரு விலாசம் கொடுக்கப்பட்டிருந்தது. அவன் எத்தனை நாள் அங்கு இருப்பான் என்று குறிப்பிடப்படவில்லை.

இவன் இப்பொழுது இந்தக் கடிதத்தை எழுதியதன் நோக்கமென்ன என்று புரியவில்லை. ஆனால், அதை உள்ளங்கையில் மடித்து வைத்தபடி கண்களை மூடிப் படுத்தபோது மெல்ல மெல்ல ஒரு அமைதி என்னைத் தழுவுவது போல் இருந்தது. இரண்டு மணி நேரங்களுக்கு முன் பொன்னுத்தாயியின் கிராமத்தை விட்டுக் கிளம்பியபோது ஏற்பட்ட காயத்திற்கு ஒத்தடம் கிடைத்ததுபோல.

பலமாகக் கதவு தட்டப்படும் ஓசை கேட்டு விழித்துக்கொண்டேன். தூங்கிப் போயிருந்ததை அப்பொழுதுதான் உணர்ந்தேன்.

உள்ளங்கையிலிருந்த கடிதம் நழுவிக் கீழே விழுந்திருந்தது. அதை எடுத்து அலமாரியில் புடவைகளுக்கு அடியில் வைத்து, 'வரேன், வரேன்' என்று குரல் கொடுத்துவிட்டுக் கதவைத் திறந்தேன்.

***

19

கதவுக்கப்பால் கப்பு நின்றிருந்தாள். அழுதவள்போல் முகம் உப்பிக் கண்கள் சிவந்திருந்தன. கடவுளே, இவளுக்கு என்ன ஆச்சு என்ற சோர்வுடன்,

“என்ன கப்பு?” என்றேன்.

அவள் உள்ளிருந்து வெடிக்கும் துக்கத்தை அடக்க முடியாதவளாகச் சுவரில் சாய்ந்து கைகளால் முகத்தை மூடிக்கொண்டு ‘ஓ’வென்று அழ ஆரம்பித்தாள். மறுபடியும் பவானியுடன் தகராறாக இருக்கும் என்கிற அலுப்பை வெளியில் காண்பிக்காமல் அவளருகில் சென்று தோளைத் தொட்டு, “அழாதே, என்ன விஷயம்?” என்றேன் மெல்ல. அவள் இன்னும் பெரிதாக விசும்பினாள்.

“உக்காரு” என்று அவள் தோளை அழுத்தி நாற்காலியில் உட்கார வைத்தேன். நான் கட்டிலில் அமர்ந்து, அவளது அழகை முடிவதற்காகக் காத்திருந்தேன். முடிவே இல்லாத அழுகைபோல் இருந்தது.

“என்ன கப்பு? என்ன விஷயம்? யாரானும் ஏதாச்சும் சொன்னாங்களா? சொல்லாமயே அழுதா எனக்கு எப்படிப் புரியும்?” என்றேன், பொறுமையில்லாமல்.

விசும்பலை நிறுத்தி, கப்பு முகத்தைத் தலைப்பால் அழுத்தித் துடைத்துக் கொண்டாள்.

“எங்கம்மா இறந்துட்டாங்களாம்!” என்றாள், பெரிய கேவலுடன்.

நான் அதிர்ந்து அவளைப் பார்த்தேன். தேய்ந்த உடம்பாய் நொடித்துப்போன மனசு பார்வையில் நிழலாட, அவளுடைய அம்மா எதிரில் நிற்பதுபோல் இருந்தது.

நான் எழுந்து அவள் தோளைட் பற்றினேன். அவளது துக்கம் எனது துக்கம்போலக் கண்களில் நீர் படர்ந்தது.

“எப்ப இறந்தாங்களாம்? நீ போய்ப் பார்த்தியா?”

அவள் கேவலுடன் சொன்னாள்: “இறந்து பத்து நாள் ஆச்சாம். இப்பத்தான் சொல்றாங்க.”

“யார் வந்து சொன்னது?” என்றேன், வியப்புடன்.

“எங்க அண்ணன்!” என்றாள் கப்பு. வெறுப்புடன், “ஏன் உடனே வந்து தெரிவிக்கல்லேன்னேன், வீட்டிலே என்ன ஆளும் தேளுமா இருக்கு, சேதி வந்து சொல்லங்கறான்? அவன் கூடப்பிறந்த தங்கை நான், அம்மாவுடைய முகமுழி கூட எனக்குக் கிடைக்காமப் பண்ணிட்டான். நீ வந்து என்ன ஆகப் போகுதுங்கறான்! போன்லே சேதி சொல்லியிருக்கலாமே, யாரையாவது துணைக்குக் கூப்பிட்டுக்கிட்டு நா வந்திருப்பேனேன்னதுக்கு.”

நான் துயரத்துடன் அவளை அணைத்துச் சமாதானப்படுத்தினேன்.

“அழாதே!” என்று அவள் முதுகைத் தடவிக்கொடுத்தேன். தாயின் மரணத்தை விடக் குடும்பத்தின் நிராகரிப்புத்தான் அவளுக்கு அதிகத் துக்கத்தைக் கொடுக்கிறது என்று தோன்றியது. ஒவ்வொரு நிராகரிப்பும் ஒரு கொலைக்குச் சமானம் என்று தோன்றியது. அரை மணி நேர பஸ் பயண தூரத்தில் இருக்கும் இரத்த சம்பந்தமுள்ள அண்ணன், ‘நீ வந்து என்ன ஆகும்?’ என்று சொல்லும் வார்த்தைகள் வாளின் கூர்மையைக்கொண்டவை. அதிகச் சாமர்த்தியமில்லாத கப்புவின் மனத்தில் ஆறாத ரணத்தை ஏற்படுத்தக் கூடியவை. அதைப்பற்றி அவனுக்கு அக்கறையில்லை, அவன் கண்களுக்கு அவள் ஒரு

அவமானச் சின்னம். மானசீகமாய் அவளைப் பலமுறை கொலை செய்தவன்.

இந்தக் கொடூரங்கள் எல்லாம் இந்த மண்ணில்தான் நடக்கும் என்று என்னுள் ஆத்திரம் பொங்கிற்று. கப்பு தன் அம்மாவைப் பற்றி நினைத்து நினைத்து அரற்றிக் கொண்டிருந்தாள். 'அம்மா செய்யற இட்லி மல்லிப்பூ மாதிரி இருக்கும். இடியாப்பம் பஞ்சு மாதிரி இருக்கும்...'

சாப்பாட்டைத் தவிர இவளுக்கு எதுவுமே ஞாபகமில்லாததற்கு இவள் காரணமில்லை என்று நான் நினைத்துக்கொண்டேன். வலிப்பு வருகிறது என்று பள்ளிக்கு அனுப்பவில்லை. பாட்டு க்ளாசுக்குக்கூட அனுப்பவில்லை. சமையற்கட்டிலேயே அடைக்கப்பட்டவளுக்கு வேறு என்ன சிந்தனை இருக்கும்?

"உங்கப்பா எப்படியிருக்காங்களாம்?" என்றேன், பேச்சை மாற்ற.

"அப்பாவும் வந்திருந்தாங்க, அண்ணனோட இளைப்பாத்தான் இருக்காங்க. அவங்களும் செத்துருவாங்க சீக்கிரம். அதுக்கும் சொல்லியனுப்பமாட்டான் அண்ணன்."

நான் திகைப்புடன் கப்புவைப் பார்த்தேன். இப்போது கண்ணீர் இல்லை. தெளிவாகப் பேசினாள். அம்மாவிடம் இருந்த நெருக்கம் அப்பாவிடம் இல்லை என்று தோன்றிற்று. தன்னுடைய உரிமையை அண்ணன் மறுக்கிறான் என்ற கோபம் தெரிந்தது.

"உன்னுடைய வருத்தம் எனக்குப் புரியுது கப்பு!" என்றேன், மெல்ல. "மெதுவாகத்தான் சமாதானமாகும். நாங்க இத்தனை பேர் உனக்குத் துணையா இருக்கோம், உங்கம்மாவுக்குப் பதிலா. வருத்தப்படாதே. தையல், பாட்டு, தோட்ட வேலை இதிலெல்லாம் வழக்கம்போல் கவனத்தைச் செலுத்து. வருத்தம் குறையும்."

"இப்பவே கொஞ்சம் குறைஞ்சுட்டது!" என்று கப்பு எழுந்தாள். "உங்ககிட்டதான் பேசணும்போல இருக்கு. மத்தவங்க எல்லாம் என்னைக் கேலி செய்யறாங்க."

நான் புன்னகைத்தேன். "கேலியில்லே கப்பு, அதெல்லாம் விளையாட்டு. எல்லாரும் நல்லவங்க. உடம்பு எப்படியிருக்கு?"

"உடம்புக்கு ஒண்ணுமில்லே, நல்லாயிருக்கேன். ஆனா, பவானி இன்னும் அளவாத்தான் சாப்பாடு போடறா."

நான் சிரித்தேன். "அதனாலேதான் உடம்பு நல்லாயிருக்கு! பார்க்கவும் நல்லாயிருக்கே."

கப்புவின் முகத்தில் சட்டென்று ஒரு மலர்ச்சி தோன்றிற்று. உண்மையிலேயே முகத்துக்கு அழகு கூடிற்று.

"பிறந்தபோது நல்ல நிறமா இருப்பேனாம். அம்மா சொல்லுவாங்க. பிறகு உடம்புக்கு வந்து கறுத்துப் போயிட்டேன்."

தன்னுடைய கோதுமை நிறக் கைகளை ஒருமுறை பார்த்துக்கொண்டு நிமிர்ந்து சிரித்தாள். "இப்பவும் உங்களைவிட நிறம்தான்."

திடீரென்று என்னுடைய பொறுமை நழுவிற்று. "அதிலே சந்தேகமே இல்லை, கப்பு. நீ இப்படிக் கிளம்பறியா? எனக்கு வேலை இருக்கு."

"சரிக்கா, நா கிளம்பறேன். ஒரு நாளைக்கு சாவகாசமாக என் வீட்டுக் கதையைச் சொல்றேன்."

"சரி, சமயம் கிடைக்கும் போது."

அவள் சென்றதும் கதவைத் தாழ்ப்பாள் போடும்போது, யார் மீது என்று புரியாமல் மனசில் கோபம் கொப்பளித்தது. எல்லாரையும் மொத்தமாகச் சபித்து பஸ்பமாக்க வேண்டும்போல் இருந்தது. நான் 'கறுப்பாயிருந்தா உனக்கென்ன?' என்று கால்களை இடறிய ஏதோ ஒன்றை எட்டி உதைத்தேன். கறுப்பும், குரூபமும் ஒன்று என்றால் நான் குரூபிதான், எங்கிட்ட ஏன் வர்றே? உனக்கு நான்தானே வேண்டியிருக்கு?

அவளுடைய வியாதிக்கு அவள் அண்ணன் அவளைக் குற்றவாளியாக்கின மாதிரி, என் நிறத்துக்கு இவள் என்னைக்

குற்றவாளியாக்குகிறாள். அவள் அண்ணனுக்கும், இவளுக்கும் அதிக வித்தியாசமில்லை. திடீரென்று கப்புவின் அசட்டுத்தனம் விசுவரூபம் எடுத்ததுபோல் இருந்தது. அதில் என்னைச் சுற்றி இருக்கும் உலகம் அடக்கம் என்று தோன்றிற்று. இங்கு எனக்கு இடமில்லை. மீனாட்சி சொன்னதுபோல எங்கேயாவது கண்காணாத இடத்துக்குப் போய்விட வேண்டும். இந்தக் கொடூரங்கள் இல்லாத இடத்துக்கு. நீ பெண். நீ கறுப்பு. நீ கீழ் ஜாதி. நீ அநாதை என்னைக் குறிவைக்கும் ஆள்காட்டி விரல்களை ஒதுக்கித் தள்ளி ஓடிவிட வேண்டும் - என் முதுகில் இருக்கும் பாபச் சுமைகளை ஒதுக்கி.

நான் பரபரவென்று பீட்டரின் கடிதத்தை எடுத்து மறுபடி படித்தேன். 'உன்னை நேசிக்கிறேன் - உனக்காகவே.' இந்த ஜன்மத்தில் நான் மறுபடி இப்படிப்பட்ட வார்த்தைகளைக் கேட்கமாட்டேன். அன்பைக் காண மாட்டேன். அதை அனுபவிக்காமல் செத்துப்போனாலும் போவேன். அது என்ன என்று தெரியாமலே சமூக சேவகி ஆவேன் - அது வேறு ஒரு விதமான கொடுமை.

நான் வெறிகொண்டவள் போல் பீட்டரின் கடிதத்தில் கண்ட விலாசத்திற்கு உடனடியாகப் பதில் எழுத அமர்ந்தேன்.

எடுத்த எடுப்பிலேயே, 'அம்மா சொல்வதை நம்பாதே!' என்று ஆரம்பித்தேன்.

'நான் தவம் செய்ய விரும்பவில்லை. நான் வாழ ஆசைப்படுகிறேன். நீ என்னிடம் நேரிடையாகப் பேசியிருந்தால் நானும் என் நேசத்தைத் தெரிவித்திருப்பேன். நீ காலத்தைத் தவற விட்டுவிட்டாய். இப்போதுதான் நான் தவம் செய்ய வேண்டிய கட்டாயத்திற்கு ஆளாகிவிட்டேன்.'

கடிதத்தை நீட்ட எனக்கு இஷ்டமில்லை. அதனால் எந்த லாபமும் இல்லை. இந்தக் கடிதம்கூட அவன் கைக்கு எட்டுமா

என்பது நிச்சயமில்லை. எழுதி முடித்து உறையில் போட்டு அவன் விலாசத்தையும் எழுதி ஒட்டிய பிறகு சற்று சமாதானமாக இருந்தது. அவன் கைக்கு அது கிடைத்துவிட்டது போல் தோன்றிற்று.

கதவு தட்டப்பட்டு, 'சாப்பிட வரல்லியாக்கா?' என்ற பவானியின் குரல் கேட்ட பிறகுதான், அம்மாவுக்கு எட்டு மணிக்கு ஆகாரம் கொடுக்க வேண்டுமே என்ற ஞாபகம் வந்தது. கதவை அவசரமாகத் திறந்து, "அம்மா சாப்பிட்டாங்களா?" என்றேன்.

"ஓ, சாப்பிட்டாச்சு. இப்ப ஒம்பது மணி ஆகுதே! நீங்க என்ன தூங்கிட்டிங்களாக்கா?"

"ஆமாம், என்னவோ அசதி!" என்றேன். குற்ற உணர்வுடன். "யார் கொடுத்தது?"

"அவங்க கூப்பிட்டு அனுப்பிச்சாங்க. நான் கொண்டுபோய்க் கொடுத்தேன். மஞ்சு அக்காவைக் கூப்பிடவான்னு கேட்டேன். வேண்டாம், தொந்தரவு பண்ணாதேன்னாங்க."

எனக்குச் சாப்பாடு உள்ளே இறங்கவில்லை. ஆஸ்பத்திரியிலிருந்து திரும்பியதிலிருந்து ஒரு நாள்கூட நான் அம்மாவுக்குச் செய்யும் பணிவிடைகளில் தவறவில்லை. இன்று ஏதோ ஒரு சாத்தான் என்னுள் புகுந்து ஆட்டி வைக்கிற மாதிரி இருந்தது. பீட்டருக்கு ரகசியமாகக் கடிதம் எழுதிய விரல்கள் கனத்துப்போனது போல் பிரமை ஏற்பட்டது.

"வர வர என்னவோ மாதிரி ஆயிட்டீங்க!" என்றாள், பவானி.

நான் சுய நினைவுக்கு வந்து நிமிர்ந்தேன். "என்ன மாதிரி?"

"என்னத்தையோ பறிகொடுத்துட்ட மாதிரி."

"அதெல்லாம் ஒண்ணுமில்லே, பவானி."

"அம்மாவைப் பத்திக் கவலை போல. நல்லா ஆயிடுவாங்கக்கா, கவலைப்படாதீங்க. இத்தனை ஏழைங்களோட பிரார்த்தனை வீணாப்போகாது."

"அதைப் பத்தி எனக்குச் சந்தேகமில்லை பவானி" என்று நான் புன்னகைத்தேன்.

கையைக் கழுவிக்கொண்டு பிரதான கட்டிடத்தையும், சமையல்கட்டையும் பிரித்த தாழ்வாரத்தைக் கடக்கையில் கலாவதியின் தாலாட்டு கேட்டது.

"காணிக்கை கொண்டு நான்
கடைத்தெருவே போகையிலே
மாணிக்கம் போல – வேலவர்
மடிப்பிச்சை தந்தாரோ?"

நெஞ்சு குலுங்கிற்று. கடைத்தெருவில் கிடைத்த பிச்சை நான்தான் என்று தோன்றிற்று. என்னோடு இந்தச் சரித்திரம் நிற்காது. எனக்கடுத்து மீனா வந்திருப்பதுபோல், அவளுக்கு அடுத்து சங்கிலி தொடரும். இன்று கலாவதி பாடுகிற பாட்டை ஒரு லீலாவதி பாடப்போகிறாள்.

நான் அம்மாவின் அறைக்குச் சென்றபோது அம்மா தூங்கி விட்டிருந்தார். நான் ஓசைப்படுத்தாமல் எனது கட்டிலில் படுத்துக்கொண்டேன்.

மறுநாள் கல்லூரிக்குச் செல்லும்போது பீட்டருக்கு எழுதிய கடிதத்தைத் தபாலில் சேர்க்கையில் விரல்கள் லேசாக நடுங்கின. அதற்குப் பிறகு நகர்ந்த நாட்கள் கிணற்றில் போட்ட கல்லாய் அவனிடமிருந்து எந்தப் பதிலும் வராது சூன்யத்தில் நகர்ந்தன. அவன் கிளம்பிப் போயிருப்பான். அம்மா துரிதமாகத் தேறியது ஆச்சரியமாக இருந்தது. ஒரு விதத்தில் நிம்மதியாக இருந்தது.

நான் பழைய நிலைக்குத் திரும்பினேன். பவானியின் சமையல் ருசித்தது. கப்பு தன் அண்ணனைப் பற்றிப் புகார் சொல்வது நின்றது. கலாவதி வாயைத் திறந்தால், மீனாவின் பெருமைதான் பாடினாள். மீனாட்சியை அம்மாவுக்கு அறிமுகப்படுத்த நான் அவளை இல்லத்திற்கு அழைத்து வந்த அன்று இல்லத்தின் தாழ்வாரத்தில் பீட்டர் தனியாக உட்கார்ந்திருந்தான்.

***

20

என்னால் நம்ப முடியவில்லை. மூளை செயலிழந்து நரம்புகளுக்குச் செய்தி செல்லாமல் கால்கள் பின்னிக்கொண்டு நின்றன. உட்கார்ந்திருப்பது பீட்டரா அல்லது அது என் பிரமையா என்றுகூடச் சந்தேகம் வந்தது.

“யாரது?” என்ற மீனாட்சியின் குரல் கேட்டுச் சுயநினைவு வந்தது. பிரமை இல்லை நிஜம் என்று புரிந்தது. புரிந்தவுடன் பிரவாகமாய் சந்தோஷம் பொங்கிற்று. புன்னகை விரிந்தது!

“அம்மாவுக்குத் தெரிஞ்சவங்க!” என்றேன், முகத்தைத் திருப்பாமல். எங்களைப் பார்த்து பீட்டர் எழுந்தான். அவன் என்னைப் பார்த்து புன்னகைத்தபடி நின்றது. மனத்தை அள்ளிக்கொண்டு சென்றது. இதுவரை உணராத நூதன உணர்வு.

மீனாட்சி எங்களை உன்னிப்பாகக் கவனித்த அத உணர்ந்து பீட்டரைப் பார்த்துச் சிரித்து, “உன்னை நான் எதிர்பார்க்கவில்லை!” என்றுவிட்டு, மீனாட்சியை அவனுக்கு அறிமுகப்படுத்தினேன்.

மீனாட்சியை இன்றைக்கு என்று பார்த்து அழைத்து வந்தது இக்கட்டாகிப் போனதுபோல் தோன்றிற்று. அவள் இல்லாமல் இருந்திருந்தால் எங்கள் சந்திப்பு வேறு மாதிரி இருந்திருக்கும். கதைகளில், சினிமாக்களில் வரும் கதாநாயகனைப்போல் அவன்

என்னை ஆர்வத்துடன் பார்த்திருப்பான். அருகில் வந்து என் கரங்களைப் பற்றியிருப்பான்.

எனக்குப் பதிலாக மீனாட்சி அவனிடம் பேசிக்கொண்டிருந்தாள். அதாவது அவன் பேச்சைப் பிரமிப்புடன் கேட்டுக் கொண்டிருந்தாள். தட்டுத் தடுமாறாமல் அவனுடைய கேள்விகளுக்குப் பதில் சொன்னாள். சாரதாவைப் போல் இவளும் அவன் உருவத்தைக் கண்டு வசீகரப்பட்டுப்போனது அவள் பார்வையில் தெரிந்தது. அம்மாவைக் காண வந்ததையே மறந்துவிட்டாள் என்று தோன்றிற்று.

"அம்மா இல்லையா?" என்றேன், பீட்டரிடம்.

"இல்லை, வெளியில் எங்கோ போயிருக்கிறார். அடுத்த கிராமத்தில் ஏதோ அவசர வேலை போலிருக்கிறது. நானே இன்னும் பார்க்கவில்லை."

நான் மீனாட்சியைச் சங்கடத்துடன் பார்த்தேன்.

"ஸாரி, மீனாட்சி. உன்னை அழைச்சிட்டு வர்றதா அம்மாகிட்ட சொல்லியிருந்தேன். திடீர்னு ஏதாவது வேலை வந்திருக்கும்."

"பரவாயில்லை, மஞ்சு. இன்னொரு நாளைக்குப் பார்க்கறேன். அதனாலே என்ன?" என்றாள், ஆனால் கிளம்பாமல் உட்கார்ந்திருந்தாள்.

"உட்கார்ந்திரு, இதோ வர்றேன்" என்று நான் பவானியிடம் காப்பி டிபனுக்குச் சொல்லச் சென்றேன்.

"அந்த பீட்டர் வந்திருக்காங்க!" என்றாள் பவானி, என்னைப் பார்த்ததும் முகம் மலர்ந்து.

"தெரியும், பார்த்தேன்" என்றேன் புன்னகையுடன். "என் சினேகிதி வந்திருக்கா, பவானி, பீட்டருக்கும் சேர்த்து மூணு காப்பி கொண்டா. டிபன் இருந்தா அதையும் கொண்டா."

'சரி' என்ற பவானி அருகில் வந்து ரகசியம் பேசுபவள் போலக் குரலைத் தாழ்த்தி, "பீட்டரைக் கண்டதும் சாரதாவுக்குத் தலைகால் புரியலே!" என்று சிரித்தாள். "அந்த ஆளுக்கும், இவளுக்கும்

என்னவோ இருக்குக்கா. அதனாலேதான் அம்மாவுக்கு அன்னிக்குக் கோபம் வந்ததுன்னு இங்கே பராபரியாக் காதிலே விழுது. மறுபடியும் வரப்போறதில்லேன்னு சொல்லிட்டுப்போன ஆள் எதுக்கு வர்றான்? என்னவோ இருக்கு."

என் திகைப்பைக் காண்பிக்காமல், நான் புன்னகையுடன் சொன்னேன்: "என்ன இருந்தா உனக்கும் எனக்கும் என்ன? காப்பி டிபன் கொடு, பசிக்குது."

"நானே கொண்டு வரேன்க்கா. நீங்க போய் முகம் கழுவுங்க" என்று அடுப்படிக்குப் பவானி விரைந்தாள்.

"சாரதா மேல பீட்டருக்குப் பிரியம்னு நீ நினைக்கறியா... பவானி" என்றேன் மெல்ல.

"தெரியாதுக்கா. அந்த ஆளு எல்லாரையும் பார்த்துப் பிரியமா சிரிக்கிற மாதிரி இருக்கு!" என்று அவள் சொன்னதும், நான் பக்கென்று சிரித்தேன்.

அவளும் சிரித்து, "ஆனா அவ மேல ஸ்பெஷல் பிரியம் இருந்தா ஆச்சரியப்பட மாட்டேன்!" என்றாள். "எல்லோரையும் விடப் பளிச்சுனு இருக்கா. கலகலன்னு சிரிச்சுப் பழகறா, அவளைப் போட்டோ எல்லாம் புடிச்சாங்களாமில்லே?"

சரசரவென்று என்னுள் ஒரு சோர்வு ஏற்பட்டது. காதலிக்கு வேண்டிய தகுதி என்னிடம் இல்லை என்கிற தீர்மானத்தில் இவள் என்னைப் பற்றி நினைத்தே பார்க்கவில்லை.

'எல்லாரையும்விடப் பளிச்சினு இருக்கா!'

அது உண்மைதான். மாநிறத்துக்கும் சற்று மேலான நிறம். அவளது கலகலப்பு, அவளுடைய கவர்ச்சி, வாழ்வில் முன்னேற வேண்டும் என்கிற துடிப்பு அவளது ஒவ்வொரு செயலிலும், வெளிப்பேருடன் அவள் பழகும்போதும் தெரியும்.

"அவளுக்கு பீட்டர் மேல் ஆசை இருக்குங்கறே?"

“கண்டிப்பா!” என்றாள் பவானி. “நல்லாத்தான் இருக்காருக்கா அந்த ஆளு, வடக்கத்தி சினிமா ஸ்டார் கணக்கா, எனக்கே ஆசை வருது!”

நான் சிரித்தேன். “சொல்றேன், பீட்டர்கிட்டே!”

“ஐய்யய்யோ!” என்று பவானி பதறினாள். “ஒரு வேடிக்கைப் பேச்சுக்குச் சொன்னேன், நிஜமில்லே.”

“நிஜமா இருந்தாதான் என்ன பவானி, தப்பில்லையே!”

“அது சரி!” என்று சிரித்து, “நான் கொண்டாறேன்க்கா, நீங்க போய் முகம் கழுவிட்டு வாங்க அங்கே” என்றாள்.

அதுவும் சரிதான் என்று நான் அறைக்குச் சென்று முகம் கழுவிக்கொண்டேன். சாரதாவைப் பற்றி பவானி சொன்னது நமநமவென்றது. என்னை விடப் ‘பளிச்சென்று’ இருப்பது மட்டுமல்ல. நல்ல நிர்வாகத் திறமை உண்டு. வசதியுள்ள குடும்பத்தில் பிறந்திருந்தால் பெரிய படிப்புப் படித்து பெரிய உத்தியோகத்தில் இருந்திருப்பாள். அவளுடைய இருபத்து நாலு மணி நேர உற்சாகம் எனக்குச் சிலசமயம் எரிச்சல் ஏற்படுத்தினாலும், எனக்கு அவளிடம் நிறைய அபிமானமும், தோழமையும் உண்டு. பீட்டர் என்னைத் திருமணம் செய்துகொள்ள ஆசைப்படுகிறான் என்றால், அவளுக்கு எப்படி இருக்கும் என்று நினைத்துச் சங்கடமாக இருந்தது. பொறாமை ஏற்படுமா? ஏற்படலாம். அவள் இடத்தில் நான் இருந்திருந்தால் எனக்கு ஏற்பட்டிருக்கும். குறைந்தபட்சம் வருத்தமாவது இருந்திருக்கும். அவளுக்கு அவன்மேல் நிச்சயமாக ஆசை என்கிறாள் பவானி. அவன் அதற்கு மறைமுகமாக ஆதரவு கொடுத்திருப்பானா? எனக்குப் பவானி சொன்னது ஞாபகத்துக்கு வந்து சிரிப்பு வந்தது. ‘அந்த ஆளு எல்லாரையும் பார்த்துப் பிரியமா சிரிக்கிற மாதிரி இருக்கு.’ அவனுடைய அழகைக் கண்டு தானே மயங்கியதாகச் சொல்கிறாள்.

கவர்ச்சியானவன் தான். அவனைக் கண்டவுடனேயே மீனாட்சி மயங்கி உட்கார்ந்திருக்கிறாள். எல்லாரும் மயங்கக்கூடிய

வசீகரம் கொண்ட ஒரு வெள்ளைக்காரன் எல்லாரையும் விட்டுவிட்டு என்னைத் தேர்ந்தெடுத்தான் என்றால் பவானியே அதிர்ச்சியடையப் போகிறாள். 'அவன் நிறமெங்கே, உங்க நிறமெங்கே' என்று வாயைப் பிளக்கப் போகிறார்கள் எல்லாரும், கப்பு உள்பட.

'பிளக்கட்டும்' என்று நான் வீம்புடன் சொல்லிக்கொண்டேன். 'பொறாமைப் படட்டும்' என்று சிரித்துக்கொண்டேன். 'கல்யாணமே நடந்துட்டதா பெருமைப்பட்டுக்காதே!' என்று மஞ்சு இடையே எட்டிப் பார்த்து எச்சரித்தாள். 'அம்மா என்ன சொல்வாங்கன்னு தெரியாது. இப்பவும் நீ அவனைக் கட்டிக்கக் கூடாதுன்னு தடை விதிச்சாங்கன்னா என்ன செய்யப்போறே? அவரை மீறிக் கல்யாணம் செய்துக்குவியா?'

தலையை வாரி நெற்றியில் ஸ்டிக்கரை வைத்துக்கொள்ளும் போது விரல்கள் நடுங்கின. அதைப் பற்றி நினைத்துப் பார்க்கவே பயமாக இருந்தது. அம்மாவின் நினைவே இதுவரை ஏற்படாதது வினோதமாக இருந்தது. அதை எப்படி மறந்துபோனேன்? பீட்டர் வருவதைப் பற்றி அவருக்குத் தெரிந்திராது. அவன் வந்திருக்கும் நோக்கத்தை உணர்ந்ததும், அவருக்கு மறுபடி உடல்நலக் குறைவு ஏற்பட்டால் என்ன செய்வது என்று மஞ்சு வருத்தப்பட்டாள். 'ஆனா எல்லா இக்கட்டும் வந்த மாதிரியே விலகியும் போகும்!' என்று சமாதானப்படுத்தினாள்.

நான் வெளித் தாழ்வாரத்துக்குச் சென்றபோது மீனாட்சியும், பீட்டரும் எதற்கோ சிரித்துக்கொண்டிருந்தார்கள். இவனால் எப்படி இத்தனை சரளமாக எல்லாருடனும் சினேகிதம் செய்துகொள்ள முடிகிறது என்று எனக்கு ஆச்சரியமாக இருந்தது. சற்று எட்டி பவானியும் நின்றிருந்ததை அப்பொழுதுதான் பார்த்தேன். என்னைக் கண்டதும் பவானி புன்னகைத்து, "அவங்களுக்கு பஜ்ஜி எப்படிச் செய்யறதுன்னு சொல்லித் தரணுமாம்!" என்றாள்.

"இது ரொம்ப நன்றாக இருக்கிறது!" என்று பீட்டர் தட்டிலிருந்த பஜ்ஜியைச் சுட்டிக்காட்டி என்னைப் பார்த்துப் புன்னகைத்தான்.

“நம்ம ஊர் சாமானுக்கெல்லாம் இங்கிலீஷ் பெயர் சட்டுனு ஞாபகத்துக்கு வரமாட்டேங்குது!” என்று மீனாட்சி சிரித்தாள்.

நான் ஒப்புக்கு அவர்களுடன் சேர்ந்து சிரித்தேன்.

காரணம் புரியாமல் மார்பு படபடத்த வண்ணம் இருந்தது. பீட்டருடன் தனியாகப் பேசும் சந்தர்ப்பம் கிடைக்காமல் போகும் என்ற பயமேற்பட்டது. மீனாட்சி சாவகாசமாக பஜ்ஜி சாப்பிட்டாள். ‘சூடா காப்பி சாப்பிட மாட்டேன்!’ என்று ஆற வைத்துக் குடித்தாள். அவள் கிளம்ப ஆயத்தமாவதற்குள் நான் பயந்ததுபோல் அம்மா வந்து சேர்ந்தார். கூடவே, சாரதாவும் வண்டியிலிருந்து இறங்கியது ஆச்சரியமாக இருந்தது.

அம்மா அவளைப் பின்னால் வந்து சேர்ந்துகொள்ளும்படி சொல்லிவிட்டுப் போயிருப்பார் என்று நினைத்துக் கொண்டேன். பீட்டர் வந்திருக்கும் விஷயத்தைச் சாரதா அம்மாவிடம் சொல்லியிருப்பாள் என்பது எனக்கு லேசான சமாதானத்தைக் கொடுத்தது. அவனைக் கண்டு இப்பொழுது திடீரென்று அதிர்ச்சி ஏற்படாது.

அம்மா வருவதைக் கண்டு பீட்டர் எழுந்தான். கூடவே மீனாட்சியும் எழுந்தாள். அம்மாவை ஆர்வத்துடன் பார்த்தபடி. அம்மாவின் பார்வை பீட்டரின் மேல் நின்றது. என்னை வேண்டுமென்றே தவிர்த்ததுபோல் இருந்தது. அவனிடம் ஜெர்மன் மொழியில் அதிகம் பிரசன்னமில்லாத முகத்துடன், ‘என்ன திடீர் விஜயம் இது?’ என்கிற அர்த்தத்தில் கேட்டார். லேசான தயக்கத்துடன் அவன் சிரித்து, “உங்களைப் பார்க்கத்தான் வந்தேன். உடம்பு எப்படியிருக்கிறது?” என்று சொன்னதாக நான் அரைகுறையாகப் புரிந்துகொண்டேன்.

“இதுவரை நன்றாக இருக்கிறது!” என்று விட்டு, என்னைப் பார்த்தார். அந்தத் துளைக்கும் பார்வையில் என் அடிவயிறு துவண்டது. எனக்குத் தெரியாமல் ஏதாவது திரிசமன் செய்கிறாயா என்பதுபோல் இருந்தது.

மீனாட்சியின் நினைவே மறந்து போயிருந்த நிலையில், “இவள்தான் நீ சொன்ன பெண்ணா?” என்றார் என்னைப் பார்த்து.

வெகு இயல்பாக அவர் நடந்துகொண்ட சாதுர்யம் என்னை முட்டாளாக்கியது. நான் என்னைச் சமாளித்துக்கொண்டு, "ஆமாம், மீனாட்சி!" என்று அறிமுகப்படுத்தினேன். "உங்களைக் கண்டு இவளுக்கு ரொம்பப் பிரமிப்பு. உங்களைப் பார்க்கணும்; உங்களோடு பேசணும் என்கிறதே இவளுடைய லட்சியம்!" என்று சிரித்தபோது மீனாட்சி கூச்சத்துடன் புன்னகைத்தாள்.

அம்மா அவளை எடைபோடுவதை நான் உணர்ந்தேன். தாழ்வாரத்தில் இருந்த பிரம்பு நாற்காலியில் அமர்ந்து, "எங்கே இருக்கே?" என்றார்.

"ஹாஸ்டல்லே!" என்றாள் மீனாட்சி. தொடர்ந்து, "சமூக சேவையிலே எனக்கு ரொம்ப ஆர்வம் உண்டு. உங்ககூட வேலை செய்ய முடிஞ்சா எனக்கு சந்தோஷமா இருக்கும்" என்றாள்.

நான் வியப்புடன் அவளைப் பார்த்தேன். இப்படி ஒரு விண்ணப்பத்துடன் அவள் வந்திருப்பாள் என்று எனக்குத் தெரியாது. அம்மாவின் முகத்தில் யோசனை தெரிந்தது. ஒரே ஒரு நொடிப்பொழுது என்மேல் பார்வை பதிந்து விலகியது. இதுவும் என்னுடைய முன்னேற்பாடான திட்டம் என்று அவர் நினைக்கலாம் என்கிற கூச்சத்துடன் நான் தலைகுனிந்து நின்றிருந்தேன். என்னைப் போலவே தவிப்புடன் பீட்டர் அமர்ந்திருந்தான்.

மீனாட்சியைப் பார்த்து அம்மா மெலிதாகப் புன்னகைத்தார். "குட்!" என்று பாராட்டினார். "படிச்சவங்களுக்கு இந்த மாதிரி ஒரு ஆர்வம் இருந்தாத்தான் இந்த நாடு முன்னேறும். அநேகம் படிச்ச பெண்களுக்குத் தன் கால்லே நிக்கணும், உத்தியோகம் பார்க்கணும் என்கிற எண்ணம்கூட இல்லே. படிப்பு முடிஞ்சதும் கல்யாணம் செய்துக்கணும்னு ஆசை வந்துடுது."

இதையெல்லாம் இவர் எனக்காகச் சொல்கிறார் என்று எனக்குக் கோபம் வந்தது. என்னுடைய மனோநிலையை, எனது உள்ளார்ந்த தவிப்புகளை இவர் என்றும் புரிந்துகொள்ள மாட்டார் என்று வருத்தமேற்பட்டது.

மீனாட்சி பதில் ஏதும் சொல்லாமல் பாராட்டு கிடைத்துவிட்ட பரவசத்துடன் அமர்ந்திருந்தாள்.

"கல்யாணம் செய்துக்கணும்னு ஆசைப்படறது குற்றம்னு நான் சொல்லலே. ஆனா வேற யோசனையே இல்லாம, அது ஒண்ணே இங்கே லட்சியமாகப் போயிடுது!" என்றார் மெல்லிய கோபத்துடன். அவர் தமிழில் பேசியதால் பீட்டர் புரியாமல் என்னைப் பார்த்துப் புன்னகைத்தான். நான் அதைப் பார்த்தும் பாராதவள்போல் அமர்ந்திருந்தேன். மீனாட்சியை இன்னொரு நாளைக்கு வா என்று சொல்லாமல் அம்மா வேண்டுமென்றே நேரத்தை இழுத்தடிப்பது போல் இருந்தது.

"நீங்க சொல்றது ரைட்டுதான்!" என்றாள், மீனாட்சி. "ஆனா வீட்டிலே பெரியவங்களும் வற்புறுத்தறாங்களே, என்ன செய்யறது?"

எனக்கு இவர்களது சம்பாஷணை அலுத்தது. நான் மீனாட்சியைப் பார்த்து, "நீங்க பேசிக்கிட்டிருங்க" என்றேன். "நாளைக்குக் காலேஜிலே பார்க்கறேன். இப்ப எனக்கு வேலையிருக்கு" என்றுவிட்டு அவள் தலையசைப்புக்குப் புன்னகைத்து கிடுகிடுவென்று என்னுடைய அறையை நோக்கி நடந்தேன். அம்மா என்னைக் குற்றவாளியாக்கப் பார்க்கிறார் என்ற எண்ணம் என்னைப் பலவீனப்படுத்திற்று. 'ஏன் இப்படி பயந்து சாகறே?' என்று மஞ்சு கோபித்தாள். 'என்ன தப்பு செஞ்சே?'

எது சரி, எது தப்பு என்று புரியாததுதான் பயத்தை அளித்தது. எனது பிறப்பு, என்னைத் தீராத கடனாளியாக்கி இருப்பதன் பிரக்ஞை எனக்குப் பீதியை அளித்தது.

"கடனாளின்னு நீயா நினைச்சுக்கறே!" என்றாள் மஞ்சு. "உன்னைப் பிழைக்க வெச்சதுக்கு அர்த்தமே, உனக்கு வாழ்வு கொடுக்கணும் என்கிறதுதானே!"

எனக்குப் புரியவில்லை. குழப்பமாக இருந்தது. இந்த பீட்டர் எதற்குத் திரும்பி வந்தான் என்று இருந்தது. நான்

ரகசியமாக அவனுக்குக் கடிதம் போட்டது தவறு. அதுதான் குற்றம். அம்மாவுக்குத் தெரியாமல் எப்பொழுது செய்தேனோ, அப்பொழுதே அம்மாவுக்கு எதிரியானேன்.

நான் அறைக்குச் செல்லாமல் கொல்லைப்புறத் தோப்புக்குச் சென்று மாமரத்துக்கடியில் இருந்த பெஞ்சில் உட்கார்ந்தேன். இன்னும் இருட்டவில்லை. ஆனால் கூட்டுக்கு விரையும் பட்சிகளின் ஆரவாரம் காதைத் துளைத்தது. நான் பெஞ்சின்மேல் கால்களைக் குத்திட்டு மடித்து முகத்தைக் கவிழ்த்துப் புதைத்துக்கொண்டேன். தெளிவாக எந்தச் சிந்தனையும் உருவாகாமல் மனசு பெரிய கொந்தளிப்பில் இருந்தது. என் கடிதத்தைக் கண்டதும் பீட்டர் கிளம்பி வந்தது ஒருபக்கம் பெருமையாக, தன்னம்பிக்கை தருவதாக இருந்தது. ஆனால் அம்மாவுக்கு இஷ்டமில்லாத ஒன்றைச் செய்வது நல்லதற்கா என்று மனசு தவித்தது.

அம்மா அவனுடைய பூர்வோத்திரம் தெரிந்தவர். 'பீட்டர் மட்டும் வேண்டாம்!' என்று சொல்வதற்கு ஏதேனும் காரணம் இருக்குமா என்று மறுபடி மறுபடி கேள்வி குடைந்தது. 'உனக்கு அவனைப் பற்றி என்னதான் தெரியும்?' என்று மஞ்சு குடைந்தாள். தன் பங்கிற்கு.

ஆனால் கடைசியில் மனசு பிடிவாதமாக நின்றது. அவனைப் பற்றி எனக்கு எதுவும் தெரிய வேண்டாம். அவன்தான் வேணும். 'வா' என்றுகூட நான் குறிப்பிடாதபோது என் மனசறிந்து வந்தவன். என்மேல் உண்மையான அன்பில்லாவிட்டால் வந்திருப்பானா? இதுவரை எங்கு கண்டிருக்கிறேன் இப்படிப்பட்ட அன்பை. அம்மாவிற்கு இதில் இஷ்டமில்லாததற்கு ஒரு முக்கிய காரணம், நான் அவரிடமிருந்து விலகி வெளிநாட்டிற்குப் போகவேண்டி வரும் என்பதுதான்.

'இது உண்மையான அன்பு இல்லை, பெண்ணே!'

பின்னே, எது அன்பு? என்னுள் ஏற்பட்டிருக்கும் இந்த ரசாயன மாற்றத்திற்கு என்ன அர்த்தம்?

“மஞ்சு அக்கா! மஞ்சு அக்கா!”

நான் திடுக்கிட்டு நிமிர்ந்தேன். என்னைச் சுற்றி நன்றாக இருள் பரவி இருந்தது. சாரதாவின் குரல் ஒருவிதப் பதைப்புடன் ஒலித்தது.

நான் எழுந்தேன்.

“இங்கேதான் இருக்கேன் சாரதா” - என்றேன் நிதானமாக.

“இங்கேயா?” என்றாள் அவள், ஆச்சரியத்துடன். “என்னக்கா செய்யறீங்க இங்கே? உங்களை எங்கேயெல்லாம் தேடறது? பயந்து போயிட்டேன். அம்மா ஒரேயடியா கவலைப்பட்டுக்கிட்டிருக்காங்க. பீட்டர் வண்டியை எடுத்துக்கிட்டு உங்களைத் தேடப் போயிருக்காங்க...”

‘இதென்ன கூத்து!’ என்கிற நினைப்புடன் நான் அம்மாவைப் பார்க்கச் சென்றேன். “என்ன ஆயிட்டது உங்களுக்கு?” என்றபடி சாரதா என்னைத் தொடர்ந்தாள்.

என்னைக் கண்டதும் அம்மாவின் முகத்தில் நிம்மதி படர்ந்தது. “எங்கே கண்ணு போயிட்டே?” என்று ஆங்கிலத்தில் கேட்டபோது குரல் தழுதழுத்தது. கண்களில் நீர் நிறைந்தது.

நான் அவர் அருகில் சென்று, அவரை அணைத்துக்கொண்டு விம்மினேன். “உங்களை விட்டு நான் எங்கேயும் போகமாட்டேன். உங்களுக்கு மனக் கஷ்டம் கொடுக்க மாட்டேன்.”

முதுகு குலுங்கிக் குலுங்கி விழுந்தது. அம்மா மெல்லத் தடவிக் கொடுத்தார்.

***

21

அம்மாவின் கைகள் என்னை அழுத்தமாகத் தடவிக்கொடுத்தன. அது எந்த வகையிலோ எனது துக்கத்தை அதிகரித்தது. நாபியிலிருந்து பயணித்துக் கேவலாக வெளிப்பட்டது. அப்படிப்பட்ட நிலையிலும் மஞ்சு என்னைப் பரிகசித்தாள்.

“என்ன இது, யாரோ இறந்துட்ட மாதிரி அழறே? ஒப்பாரி வைக்கிற ரத்தம் உள்ளே ஓடுதா?”

என்னுடைய கேவலுக்கிடையில் கருப்பாயியின் கடும்கடுப்பான முகம் ஞாபகத்திற்கு வந்தது. “ஒப்பாரி பாட ஆயாவைத்தான் கூப்பிடுவாங்க... கொலையும் பண்ணிப்புட்டு நல்லா ராகத்தோடு பாடும். கண்ணுலேருந்து தண்ணி கூட வரும்!”

நான் கண்களைத் துடைத்துக்கொண்டேன். எதற்காக இத்தனை கண்ணீர் வருகிறது என்ற கூச்சமேற்பட்டது. ‘நீ அம்மாவை மட்டும் ஏமாத்தப் பார்க்கலே, உன்னையும் ஏமாத்திக்கப் பார்க்கறே!’ என்றாள் மஞ்சு குரூரமாக.

சற்று எட்டி நின்றிருந்த சாரதாவின் முகத்தில், என் அழுகையைக் கண்டு ஏற்பட்ட கலவரம் அப்பட்டமாகப் பதிந்திருந்தது. நான் உணர்ச்சிவசப்பட்டுப் போனதற்காகப் பாதி எனக்காகவும், பாதி பொதுவாகவும் மன்னிப்புக் கோருகிற

பாவனையில், “சாரி!” என்று முணுமுணுத்து விட்டு அங்கிருந்த நாற்காலியில் அமர்ந்தேன்.

என் தொடைமேல் அம்மாவின் வெள்ளைக் கை ஆதரவுடன் அமர்ந்தது. முகத்தைத் தலைப்பால் அழுந்தத் துடைத்துக்கொள்ளும் போது அம்மாவின் மேல் பார்வை பதிந்தது. அம்மாவின் அதரங்களில் மெலிதான புன்னகை இருந்தது. அதில் தெரிவது கனிவா, வெற்றியா என்று எனக்குப் புரியவில்லை.

நான் தடுமாற்றத்துடன் தலையைக் குனிந்துகொண்டேன். தாய்க்கு மேலாகப் பாசம் வைத்து வளர்த்த ஒருவரைப் பற்றின குதர்க்க ஆய்வில் நான் ஆழ்ந்துபோவது எனக்கே வருத்தமேற்பட்டது. மேற்கொண்டு அம்மா எந்தக் கேள்வியையும் கேட்கவில்லை. ‘இத்தனை நேரம் என்ன செய்துகிட்டிருந்தே?’ என்று வற்புறுத்திக் கேட்கவில்லை. விடை தெரிந்தவர்போல் மௌனமாக யோசனையில் ஆழ்ந்துபோனார்.

சாரதா சற்றுநேரம் குழப்பத்துடன் நின்றுவிட்டு, இது ஏதோ அந்தரங்கமான விஷயம் என்று உணர்ந்து உள்ளே சென்றாள். பீட்டர் எங்கே என்று நான் அம்மாவைக் கேட்கவில்லை. அவனைப் பற்றின பேச்செடுக்கவே பயமாக இருந்தது. ‘எனக்குத் தெரியாமல் அவனை வரவழைத்தாயா?’ என்று அவர் கேட்டால், பள்ளிச் சிறுமியைப்போல, “நான் ஒரு தப்பும் செய்யலே!” என்று தண்டனிடும் நிலைமைக்குச் செல்ல வேண்டி வரும். என்னுள் ஏற்கெனவே படர்ந்திருந்த குற்ற உணர்வு என்னைச் சிறுமைப்படுத்திற்று. பேசுவதற்கு விஷயமே கிடைக்காததுபோல் நூதனமாகத் தடுமாற்றம் ஏற்பட்டது. நூதனம்தான்! அம்மாவுடன் சின்ன வயசில் ஓயாமல் பேசுவேன். அவரிடமிருந்து பதிலை எதிர்பார்க்காமலே.

சமீபகாலம் வரைகூட பல்கலைக்கழகத்தில் நடக்கும் விஷயங்களையெல்லாம் அவரிடம்தான் வந்து சொல்வது வழக்கம். ஆனால் கொஞ்ச நாட்களாக சுவர் ஏதோ எழும்பி

வருகிறது. அவருக்கும், எனக்கும் இடையே ஏன் என்று புரியாத ஒரு விலகலுக்கு மனசு தன்னைத் தயார்ப்படுத்திக்கொண்டு வருகிறது. எனக்கு வயசாகி வருவதும் காரணமாக இருக்கலாம்... கூடத்துக் கடிகாரம் ஒருமுறை அடித்து ஓய்ந்தது. நான் திடுக்கிட்டு நிமிர்ந்தேன். "மணி என்ன? எட்டரையா? அம்மா நீங்க சாப்பிடலே?" என்றேன்.

"இப்ப மணி ஒன்பதரை, நான் எட்டு மணிக்கு சாப்பிட்டாச்சு, மருந்தை நேரப்படி சாப்பிடணும் என்கிறதாலே!" என்றார், அம்மா சாதாரணமாக.

நேரம் போனது தெரியாமல் நான் எப்படி அந்த இருளில் அமர்ந்திருந்தேன் என்று எனக்கு விசித்திரமாக இருந்தது. இப்பவும், 'உனக்கு என்ன ஆச்சு இன்னிக்கு?' என்று அம்மா கேட்கவில்லை.

"நீ சாப்பிடப் போயேன்" என்றார்.

"எனக்குப் பசிக்கலே, சாயந்திரம்தான் பஜ்ஜி சாப்பிட்டேன்."

நேரம் இருவருக்கும் இடையே கனமாக நின்றது. அதை வைத்து என்ன செய்வது என்று புரியாமல் இருவரும் விழித்தோம்.

"பீட்டருக்கு நீ கடிதம் போட்டியா?" என்றார், அம்மா - திடுமென்று.

இந்தக் கேள்வி எந்த நிமிஷமும் வரலாம் என்ற எதிர்பார்ப்பில் நான் இருந்தும், சட்டென்று பதில் சொல்ல முடியாமல் திணறினேன். பிறகு சமாளித்துக்கொண்டு, "ஆமாம்" என்றேன். "அவன் போட்ட கடிதத்துக்குப் பதில் எழுதினேன்" என்றேன்.

"எனக்கு ஏன் அதைப்பத்திச் சொல்லலே?" - அம்மாவின் குரலில் கோபத்தைவிட வருத்தம் இருந்ததுபோல் தோன்றிற்று.

நான் தலையைக் குனிந்துகொண்டு, இதைச் சொன்னால் அவரது வருத்தம் அதிகமாகும் என்று தெரிந்தும் சொன்னேன்: "உங்களுக்குத் தெரிவிக்க வேண்டியது அவசியமில்லேன்னு

நினைச்சேன். ஏன்னா அந்தக்கதை அதோடு முடிஞ்சுபோச்சுன்னு நினைச்சேன். பீட்டர் இங்கே மறுபடி வருவான்னு நினைக்கலே!"

அம்மா சற்றுநேரம் பேசாமல் இருந்தார். பிறகு மெல்லச் சொன்னார்:

"அப்படி நினைச்சிருந்தா, அவன் கடிதத்துக்குப் பதிலே போட்டிருக்க வேண்டாமே. ஏன் போட்டே?"

என்னுள் பகபகவென்று ஒரு ஜுவாலை மூண்டது.

"என்னைப் பத்தின பொய்யான எண்ணத்தை அவன் தன்னோடு எடுத்துட்டுப்போகக் கூடாதுன்னு நினைச்சேன்!"

என் வார்த்தைகள் படபடத்து வெளிப்பட்டன. அம்மாவிடம் அதற்கு எப்படிப்பட்ட தாக்கமாக இருந்தாலும் சரி என்கிற திண்ணத்துடன் சீறினேன்.

"எது தப்பானது?" என்றார், அம்மா – தயங்காமல்.

"சமூகத் தொண்டுக்காகவே நான் பிறவி எடுத்திருக்கிறதா... ஸாரி... தப்பித் தவறி பிழைச்சதா நினைச்சு வாழறேன் என்கிற எண்ணம்."

அம்மா இருண்டவெளியைப் பார்த்தபடி சொன்னார்:

"உனக்கு அப்படிப்பட்ட எண்ணம் இல்லேன்னா, நான் அதைப் புகுத்த முடியாதுதான். ஆனா எனக்கப்புறம் இந்த இல்லத்துடைய கதி என்ன ஆகும் என்கிற கவலையும், யோசனையும் எனக்கிருக்கிறது நியாயமில்லையா?"

"நியாயமாயிருக்கலாம். அதுக்காக அந்த வேலையிலே என்னைத் திணிக்கிறது நியாயமில்லை. நிர்ப்பந்தப்படுத்தறது நியாயமில்லே. நீங்க என்னைச் சுயநலக்காரின்னு நினைப்பீங்க; பொறுப்பில்லாதவள்னு நினைப்பீங்க. ஆனா எனக்கு இந்தச் சூழல்லேருந்து வேற எங்கேயாவது போயிடணும் போல இருக்கு. இந்த ஞாபகங்கள்லேருந்து ஓடிடணும் போல, ரொம்ப தூரம் போயிடணும் போல இருக்கு."

"தேசத்தை விட்டே போயிடணுங்கற அளவுக்கு வெறுத்துப்போச்சா?"

நான் சட்டென்று அவரை நிமிர்ந்து பார்த்தேன். அவர் கண்களில் மெலிதாகக் கோபம் தெரிந்தது. நான் சமாளித்துக்கொண்டு பதில் சொன்னேன்:

"இல்லே, தேசத்தை விட்டுப் போகணும் என்கிறது முக்கியமில்லே."

என்னுள் மிதமிஞ்சிய சோர்வு ஏற்பட்டது. தோற்றுப்போனது போல் இருந்தது. இவருடன் மேற்கொண்டு பேச ஏதுமில்லை என்று தோன்றிற்று.

நான் எழுந்தேன்.

"சாப்பிடப்போறேன்" என்று விட்டு, அங்கு நிற்காமல் சாப்பாட்டுக் கூடத்துக்குச் சென்றேன். பவானி படுத்துவிட்டிருந்தாள். அவளை எழுப்ப இஷ்டமில்லாமல், மூடி வைக்கப்பட்டிருந்த இட்லியையும், சட்னியையும் எடுத்துச் சாப்பிட்டுவிட்டு அறைக்குத் திரும்பினேன். விளக்கை ஏற்றாமல் கட்டிலில் படுத்தேன். இன்று அம்மாவின் அறைக்குச் சென்று படுக்க முடியாதுபோல் இருந்தது. அம்மாவின் உடம்பு நன்றாகத் தேறிவிட்டது. என்னுடைய அண்மை அவருக்கு அவசியமில்லை என்று நானாகச் சமாதானப்படுத்திக் கொண்டேன்.

திரும்பத் திரும்ப மனசு குட்டையாகக் குழம்பி நின்றது. இப்போது அம்மா என்ன நடவடிக்கை எடுக்கப்போகிறார் என்று புரியவில்லை. ஏதோ ஒரு பலவீனத் தருணத்தில் உங்களை விட்டுப் போகமாட்டேன் என்று அவரிடம் சொல்லி அழுதது மடத்தனம் என்று இப்போது புரிந்தது. இதையே பீட்டரிடம் சொல்லி, நாளை விடிவதற்கு முன் பீட்டரை இங்கிருந்து அனுப்பிவிடக் காரணம் கொடுத்தது முட்டாள்தனம். பீட்டருடன் மனம் திறந்து பேசும் சந்தர்ப்பத்தை மறுபடி இழந்துவிட்ட முட்டாள் என்று மஞ்சு விடாமல் இடித்துக் காண்பித்தாள். 'பீட்டரை நீ விரும்பறே என்கிறது உண்மையா இருக்கும்போது எதுக்காக அம்மா

கால்லே போய் விழுந்தே?' என்றாள். 'எதுக்காக இந்தத் தியாகம்? சரியான கோழை நீ! வேஷதாரி நீ!'

மஞ்சு சொல்வதெல்லாம் சரி என்று தோன்றிற்று. காதலில் வெற்றி பெறுவதற்கு ஓரளவு சுயநலம் வேண்டும். அதுதான் உறுதியை அளிக்கும். அது நேர்மையானதும் கூட. இல்லாவிட்டால், 'உங்களை விட்டுப் போக மனசில்லே!' என்று வேஷம் போட வேண்டியிருக்கும். காதலில் தோல்வி அடைபவர்கள் எல்லாம் கோழைத்தனத்தால் முக்கியமான தருணங்களை நழுவ விட்டவர்கள்.

நாளைக் காலை விடியும்போது பீட்டர் இருக்கமாட்டான். அவனுடன் இரண்டு வார்த்தை கூடப் பேச முடியவில்லை என்கிற ஏக்கம் தொண்டையில் கனமாக அமர்ந்தது. இனிமேல் சாகிறவரை இதே இடத்தில் ஆணி அடித்ததுபோல் அமரப்போகிறேன். சில ஆண்டுகளுக்குப் பிறகு இந்த இல்லத்து வாசிகளுக்கு அம்மா ஆகிவிடுவேன்.

திடீரென்று சாரதாவின் நினைவு வந்தது. அவள் கண்களில் தெரிந்த குழப்பம் ஞாபகத்துக்கு வந்தது. பவானியின் அனுமானம் உண்மையென்றால், சாரதா பீட்டரை விரும்புகிறாள் என்றுதான் கொள்ள வேண்டும். ஒருவேளை பீட்டர் சாரதாவை விரும்புவதாகச் சொல்லியிருந்தால் அம்மா ஆட்சேபிக்காமலிருந்திருப்பார். பீட்டரின் கடிதத்தை அன்று என்னிடம் கொண்டு வந்து கொடுத்தபோது அவள் முகம் சுரத்தாக இருக்கவில்லை என்பது இப்பொழுது நினைவுக்கு வந்தது. 'அவளுக்காக நீ வருத்தப்பட வேண்டியதில்லே, உன் கதையும் ஒண்ணும் ஒசத்தியா இல்லே!' என்றாள் மஞ்சு.

காலையில் கண் விழித்தபோது ஜன்னலிலிருந்து கட்டில் தலைமாட்டிற்கு வெயில் வந்திருந்தது. நான் பதட்டத்துடன் எழுந்து முகம் கழுவி குளித்து, கல்லூரிக்குச் செல்லத் தயாரானேன். நடுவில் பீட்டரின் நினைவு எட்டிப் பார்த்தபோது பலமாக 'மாங்குயிலே பூங்குயிலே' என்று பாடி அமுக்கினேன்.

"அக்கா... மஞ்சு அக்கா" என்று வெளியிலிருந்து சாரதா குரல் கொடுத்தாள். நான் பாட்டை நிறுத்தி, "என்ன?" என்றேன்.

"கதவைத் திறங்க, எத்தனை நேரம் தட்டறது?" திறந்ததும் என்னை வினோதமாகப் பார்த்தாள்.

"என்ன, பாட்டெல்லாம் அமர்க்களப்படுது? நேத்து மனசு விண்டுபோனாப்பலே அழுதீங்க, இன்னிக்குப் பாடறீங்க?"

நான் புடவைத் தலைப்பைச் சீராக்கி, பின்னைக் குத்தியபடி, "ஆமாம், இதுவும் ஒப்பாரிதானே?" என்று சிரித்தேன்.

"சீ, என்ன பேச்சுக்கா காலங்கார்த்தாலே" என்று கடிந்தாள். "காப்பி டிபன் எதுவும் சாப்பிடலியே இன்னும்? அம்மா கூப்பிடறாங்க."

அவளைப் பார்க்காமல், "இதோ போறேன்" என்றேன். பீட்டர் இருக்கானா, ஊருக்குப் போயிட்டானா என்று எழுந்த கேள்வி மனசுக்குள் அமுங்கிப் போயிற்று.

"அம்மாவோடு பீட்டரும் உட்கார்ந்திருக்காங்க" நான் சடக்கென்று சாரதாவை நிமிர்ந்து பார்த்தேன். அவளது அதரங்களில் லேசாக, மிக லேசாகப் புன்னகை விரிந்தது.

"போங்கக்கா சீக்கிரம்... காத்திட்டிருக்காங்க!" என்று அவள் அங்கிருந்து விரைந்தாள்.

நான் அவசரமாக சாப்பாட்டுக் கூடத்துக்குச் சென்று, பவானியிடமிருந்து காப்பி மட்டும் வாங்கிப் பருகினேன்.

"எங்கேக்கா போயிட்டீங்க நேத்து, நீங்க சாப்பிடக்கூட வரலே?" என்றவளிடம், "அப்புறம் சொல்றேன்" என்றுவிட்டு அம்மாவின் அறையை நோக்கி நடக்கும்போது மார்பு மறுபடி படபடத்தது.

அறைக்கதவை எனது வழக்கப்படி விரலால் தட்டிவிட்டு உள்ளே நுழைந்தபோது பீட்டர் மட்டும் உட்கார்ந்திருந்தான். என்னைப் பார்த்த பார்வையில் ஆழ்ந்த யோசனை தெரிந்தது.

என்னைக் கண்டதும் எழுந்தான். பிறகு லேசாகப் புன்னகைத்து, 'ஹல்லோ' என்றான். நான் பதிலுக்கு 'ஹல்லோ' என்றுவிட்டு, "அம்மா எங்கே?" என்றேன். பாத்ரூமில் இருக்கிறார்கள் என்று அறைப்பக்கம் சைகை காட்டிச் சிரித்தான்.

அவன் சிரிப்பைக் கண்டதும், மறுபடி பிரவாகமாய் அடிவயிற்றிலிருந்து பொங்கிற்று.

"அப்ப நா பத்து நிமிஷம் கழிச்சு வர்றேன்" என்று கிளம்பினேன். தயங்கியபடி நிற்கப் பார்த்த மஞ்சுவை இழுத்துக்கொண்டு.

"என்னைக் கண்டு ஏன் பயப்படறே?" என்றான் பீட்டர்.

"பயப்படலியே?" என்றேன், கண்களை அகல விரித்து.

"லுக், உன்னை என்னால் புரிந்துகொள்ள முடியலே!" என்றான், லேசான எரிச்சலுடன். "உன் கடிதத்திலே நீ வெளிப்படுத்தினது என் வரையிலே தெளிவா இருந்ததாலே உடனே இங்கே வந்தேன். இப்பொழுது என்னைக் கண்டு பேசக்கூட விரும்பாம ஓடி ஒளியறே. எது நிஜம்? கடிதமா? இப்ப நீ இருக்கிறதா? அந்தக் கடிதத்துக்கு என்ன அர்த்தம்?"

அவனுடைய கோபம் நியாயமானது என்ற நினைப்பு என்னைப் பலவீனப்படுத்திற்று. கண்களில் நீர் நிறைந்துவிடும் போல் இருந்தது. பதில் சொல்ல வாயைத் திறக்கும்போது வார்த்தைகள் வெளியில் வராமல் தொண்டைக்குழியில் பதுங்கிக்கொண்டன.

அவன் முகம் சிவந்து போயிருந்தது. உணர்ச்சிவசப்பட்டிருந்தான். அது கோபமா, இல்லை அவமானமா என்று எனக்குத் திகைப்பாக இருந்தது. எதுவாக இருந்தாலும் அதற்கு என் நடத்தைதான் பொறுப்பு என்ற பிரக்ஞையில் நான் பலவீனத்துடன் தலையைக் குனிந்துகொண்டேன்.

"என்னை 'டீஸ்' செய்வதற்காக எழுதினாயா, நான் எப்படியும் வரமாட்டேன் என்ற எண்ணத்தில்?"

அடிபட்ட பாம்பின் சீற்றம்போலத் தொனித்தது. நான் திடுக்கிட்டு நிமிர்ந்து, 'இல்லை' என்று தலையாட்டினேன்.

"நீ வரமாட்டாய் என்று நினைத்தேன். ஆனால் நான் எழுதினது நிஜம்!" என்றேன், மெல்லிய குரலில்.

"பின்னே என்னைக் கண்டு ஏன் ஒளியறே? நான் வந்ததில் உனக்கு சந்தோஷம் ஏற்பட்ட மாதிரி தெரியலியே! நேத்து உன்னை எங்கெல்லாம் தேடினேன், தெரியுமா? பைத்தியக்காரன் போல!"

"ஸாரி" என்றேன் நான், தலையைக் குனிந்துகொண்டு. "உனக்கு நான் எப்படி விளக்கறதுன்னு புரியலே. நான் பெரிய குழப்பத்திலே இருக்கேன். எப்படிப்பட்ட முடிவா இருந்தாலும், அது யாருக்காவது மனக்கஷ்டம் கொடுக்கும் என்கிற குழப்பம்."

"அது சரியான அசட்டுத்தனம்" என்றான் அவன், கடுமையாக. "உனக்கு எது சந்தோஷத்தைக் கொடுக்குமோ அதுதான் முக்கியம். இது உன் வாழ்க்கைப் பிரச்சினை."

அம்மாவின் அறையில் அமர்ந்து இதையெல்லாம் விவாதிப்பது எனக்குச் சங்கடமாக இருந்தது. நான் ஒரு கோழை என்று இவன் பகிரங்கமாகச் சொல்வது என்னைக் குற்றவாளியாக்கியது. அம்மா இவனிடம் என்ன சொல்லியிருப்பார் என்று தெரியவில்லை. உனக்கு ஏதோ ஒரு மயக்கத்தில் அந்தக் கடிதத்தை எழுதியிருப்பாள் என்று சொல்லியிருக்கலாம்.

"உன் வாழ்க்கையைப் பற்றி முடிவு எடுக்க உனக்குத் தெளிவு இல்லையானால் நான் வந்தபடியே திரும்பிப் போகிறேன்."

நான் மௌனமாய் நிற்கையில் பாத்ரூம் கதவைத் திறந்துகொண்டு அம்மா வெளிப்பட்டார்.

***

22

“குட் மார்னிங்!” என்றார் அம்மா, உற்சாகமாக. வரவழைத்துக்கொண்ட உற்சாகம்போல் இருந்தது. “எப்படியிருக்கே?” என்றார், என்னைக் கூர்ந்து பார்த்தபடி. “ரொம்ப லேட்டா எழுந்திருச்சே போலிருக்கே?”

“ஆமாம்; லேட்டாயிட்டுது. அதான் அவசரமா காலேஜுக்குக் கிளம்பிட்டிருந்தேன். நீங்க கூப்பிட்டு அனுப்பிச்சதா சாரதா சொன்னாள்.”

அம்மா என்னைச் சற்றுநேரம் மௌனமாகப் பார்த்தார். பீட்டரின் பார்வையும் என்மேல் பதிந்திருந்ததை என்னால் உணர முடிந்தது.

“இன்னிக்கு ஒரு நாளைக்கு லீவு எடுக்க முடியுமா?” என்றார், அம்மா.

நான் வியப்புடன் அவரைப் பார்த்தேன்.

“காலையிலே இரண்டு கிளாசுதான். அதற்கப்புறம் இன்னிக்கு இல்லே - சாப்பாட்டு நேரத்துக்கு வந்துடலாம். லீவு எடுக்க வேண்டியது அவசியம்னா எடுக்கறேன்.”

“வேண்டாம், காரிலே போய் கிளாஸ் முடிஞ்சதும் காரிலேயே திரும்பு.”

என் வியப்பு அதிகரித்தது. இதுவரை எனக்கு இந்தச் சலுகை கிடைத்ததில்லை. காரும், மெட்டடார் வேனும் அம்மாவின் இல்லப் பணிகளின் உபயோகத்துக்கு மட்டுமே இருப்பவை. மிக முக்கியமான முடிவு எடுக்க இருப்பதால்தான் இந்தச் சலுகை என்று தோன்றிற்று.

“ப்ரேக்ஃபாஸ்ட் சாப்பிட்டியா?”

“இல்லே.”

“சாப்பிட்டுவிட்டுப் போ!” என்றார் கட்டளையிடும் குரலில், “பசியோடு இருந்தியானா தெளிவா சிந்திக்க முடியாது.”

எந்த அர்த்தத்தில் இது சொல்லப்படுகிறது என்று புரியவில்லை. நான் பதிலேதும் சொல்லாமல், பீட்டர் இருக்கும் பக்கமே திரும்பாமல் தலைகுனிந்தபடி கிளம்பும் சமயத்தில், அம்மா அதே கண்டிப்பான குரலில் சொன்னார்: ‘காலேஜிலிருந்து நேர இங்க வந்து சேரு, என்னையும் வந்து பார். எங்கேயாவது போய் ஒளிந்து கொள்ளாதே.’

நான் என்னையறியாமல் பீட்டரைப் பார்த்தேன். எனக்காக அனுதாபப்படுபவன் போல் மெல்லிய புன்னகையுடன் அமர்ந்திருந்தான்.

சுள்ளென்று கிளம்பிய ரோசத்தில், “ஆகட்டும்... ஆகட்டும்!” என்று அவசரமாகச் சொல்லிவிட்டு வெளியேறினேன்.

மூன்றாம் மனிதனின் முன்னிலையில் என்னைச் சிறுமியைப்போல் நடத்துவது எரிச்சலைத் தந்தது. எனக்குத் தெளிவான சிந்தனை கிடையாது என்று பீட்டருக்கு ஊர்ஜிதப்படுத்துகிறாரா?

நான் அவசரமாகச் சாப்பாட்டு அறைக்குச் சென்று, பவானியிடம் கேட்டு, தட்டில் இரண்டு இட்லியை வாங்கிச் சாப்பிட்டேன்.

“அம்மா திட்டினாங்கனா, சாப்பிடாம போகக் கூடாதுன்னு?” என்ற பவானிக்குப் பதில் சொல்லும் உற்சாகமில்லாமல், மௌனமாகச் சாப்பிட்டுவிட்டுக் கிளம்பினேன்.

டிரைவர் மாணிக்கம் எனக்காகக் காத்திருந்தார். எனக்கு நினைவு தெரிந்த நாளிலிருந்து அம்மாவுக்கு டிரைவராக இருப்பவர். எல்லாருக்கும் அண்ணாச்சி. முத்து உதிர்வதுபோல இரண்டு வார்த்தைதான் பேசுவார். இத்தனை வருஷ சர்வீஸில் ஒரு விபத்துகூட அவர் ஓட்டி ஏற்பட்டதில்லை என்பதை விட, அவர் அதிகம் பேசாததுதான் அவரிடம் அம்மாவுக்குப் பிடித்த அம்சம் என்று எனக்குத் தெரியும்.

தொண தொண என்று பேசுபவர்களை அம்மாவுக்குப் பிடிக்காது. தனியாக இருக்கும் சமயத்தில் அது பிரத்தியேகமான இந்திய பலவீனம் என்று சொல்வார். ‘பேச்சைக் குறைத்தால் எவ்வளவோ உருப்படலாம்!’ என்று அவர் அலுத்துக்கொள்ளும் போது எனக்குச் சிரிப்பு வரும்.

இப்பொழுது எந்தக் கேள்வியும் கேட்டு என்னைத் துளைக்காமல் மாணிக்கம் அண்ணாச்சி மௌனமாக ஓட்டுவது எனக்கு நிம்மதியாக இருந்தது. என்னுடைய உணர்வுகளை அவர் அந்த மௌனத்தாலேயே கௌரவித்தது போலிருந்தது.

நான் என்னுள் மூழ்கிய யோசனையுடன் வெளியில் பார்வையைப் பதித்தபடி அமர்ந்திருந்தேன். ‘காலேஜிலிருந்து நேர இங்கு வந்து சேரு’ என்று அம்மா சொன்ன வார்த்தைகள் நினைவுக்கு வந்தன. நான் அவருக்குத் தெரியாமல் பவுன்தாயியைப் போய் பார்த்துவிட்டு வந்தது அவருக்கு எப்படியோ தெரிந்திருக்கிறது. எப்படித் தெரிந்தது என்று எனக்கு ஆச்சரியமாக இருந்தது. என் நடவடிக்கைகளைக் கண்காணிக்கிறார் என்ற உணர்வு எனக்கு அதிக ஆத்திரத்தை ஏற்படுத்திற்று.

‘உனக்கு எது சந்தோஷத்தைக் கொடுக்குமோ அதுதான் முக்கியம்.’

எனக்குத் தெரியவில்லை. எது சந்தோஷம் என்று புரியவில்லை. பட்டரைப் பார்க்கும்போது பரவசம் போலத்தான் மனத்துள் ஏதோ பொங்கிற்று. இதுவரை அனுபவித்தறியாத பரவசம். அதை வெறும் கவர்ச்சி என்று என்னால் ஒப்புக்கொள்ள முடியவில்லை. ஆனால் அம்மாவிடம் ஏன் பிடிவாதமாக என் கருத்தைத் தெரிவிக்க இயலாமல் போகிறது? ஏன் பலவீனப்பட்டுத் தப்பு செய்த குழந்தை மன்னிப்புக் கேட்பதுபோல, உங்களைவிட்டுப் போகமாட்டேன் என்று மண்டியிடுகிறது?

'அது சரியான அசட்டுத்தனம்!' என்கிறான் பீட்டர். அவனுடைய கோபம் நியாயமானது. அவனை நான் ஏமாற்றுவதாக, சீண்டுவதாக அவன் நினைக்கலாம். இது இந்திய குணம் என்று நினைப்பானோ என்னவோ. அதனால்தான், 'உன்னை என்னால் புரிந்துகொள்ள முடியவில்லை' என்று எரிச்சல்படுகிறான். 'இது உன் வாழ்க்கைப் பிரச்சினை' அதாவது, "நீதான் முடிவெடுக்க வேண்டும்" என்கிறான். எடுக்கவில்லையென்றால் வந்தபடியே திரும்பிப் போய்விடுவான். அதோடு எல்லாம் முடிந்துபோகும், கனவாக.

மாணிக்கம் அண்ணாச்சியைக் காத்திருக்கச் சொல்லி, நான் வகுப்புக்குச் சென்றேன். அன்று நான் எடுத்த பாடம் எனக்கே ரசிக்கவில்லை. ஒரு வழியாக வகுப்பை முடித்து, காத்திருந்த வண்டியில் ஏறி இல்லத்தை நோக்கிச் செல்கையில், அம்மாவுடன் நடத்த வேண்டிய விவாதத்திற்கு ஆயத்தப்படுத்திக் கொண்டேன்.

நான் போய்ச் சேர்ந்தபோது, பீட்டரும் அம்மாவும் வெளியே சென்றிருந்தார்கள். குழந்தைத்தனமாக என்னுள் நிம்மதி ஏற்பட்டது. முகம் கழுவி, உடைமாற்றிச் சாப்பிடச் சென்றபோது, கலாவதியின் தாலாட்டுப் பாட்டு கேட்டது.

காணிக்கை கொண்டு நான்
கடைத் தெருவே போகையிலே
மாணிக்கம் போல - வேலவர்
மடிப்பிச்சை தந்தாரோ?

குழந்தையின் அழுகுரல் கேட்டது.

எதிரே வந்த பவானி என்னைப் பார்த்துச் சிரித்தாள்.

"குழந்தையை அம்மா அவகிட்ட ஒப்படைச்சாலும் ஒப்படைச்சாங்க, அவளே பெத்த குழந்தை மாதிரி உசிரை விடறா. பாட சான்ஸ் வேற கிடைக்குது. அந்த மீனாவும் லேசுப்பட்டது இல்லே, சங்கீதம்னா என்னன்னு தெரியுது. இவ பாட ஆரம்பிச்சா அழுது!"

"சும்மா இரு, பவானி. பாவம், அவளை மாதிரி யாரு அத்தனை அக்கறையா கவனிப்பாங்க, யாரோ பெத்துப்போட்ட குழந்தையை!"

"அது உண்மைதான்!" என்று பவானி சிரித்தாள். "காலாகாலத்திலே சாப்பிட வந்தாத்தானே என் வேலை முடியும்? தெனம் அஞ்சு மணிக்கு எழுந்திருக்கேன். மத்தியானம் கொஞ்சம் படுக்க வேண்டாம்?"

"நா அவளை அழைச்சிட்டு வரேன்" என்று நான் கலாவதி இருக்கும் அறைக்குச் சென்றேன். கலாவதி தொட்டிலை ஆட்டியபடி பாடிக்கொண்டிருந்தாள்.

முந்தித் தவமிருந்து
முந்நூறு நாள் சுமந்திருந்து
தவமிருந்து பெற்றெடுத்த
தவமணியே நித்திரை போ!

பாடலின் சொல்லுக்குக் கட்டுப்பட்டதுபோலக் குழந்தை கண்ணை மூடிக்கொண்டது. கலாவதியின் குரல் சன்னமாக இழைந்தது. என்னைக் கண்டதும் பாட்டை நிறுத்தாமல் லேசாகப் புன்னகைத்து, உதடுகளின் மேல் ஆள்காட்டி விரலை வைத்து சைகை காண்பித்தாள். இவளே தவமிருந்து பெற்றெடுத்த பாவனையுடன் இவள் நடந்துகொள்வது ஆச்சரியமாக இருந்தது.

'வேற வழியில்லாமத்தானே கல்யாணமே வேண்டாம்னு இருக்கேன்' என்று இவள் சொன்னது ஞாபகத்துக்கு வந்தது.

இந்தக் குழந்தைமேல் பாசம் வைப்பது அவளுக்கு அவசியமான வடிகால் என்று தோன்றிற்று.

குழந்தை தூங்கிவிட்டது. கொசுவலையை மேலே இழுத்துவிட்டுச் சத்தம் செய்யாமல் அவள் பையப் பைய நடந்து வெளியே வருவதைப் பார்க்கச் சிரிப்பு வந்தது. அறையைக் கடந்து சற்று தொலைவு வந்ததும், அவள், ‘அப்பாடா!’ என்று ஆசுவாசப் பெருமூச்சு விட்டாள்.

“ரொம்பப் பொல்லாதவளா போயிட்டா!” என்றாள், செல்லமாக. “எப்பப் பார்த்தாலும் விளையாடணும்ங்கறா. தூங்கச் செய்யறதுக்குள்ளே போதும்னு ஆயிடுது. தெரிஞ்ச பாட்டெல்லாம் பாடித் தீர்க்கறேன் தினமும்.”

“உனக்கெப்படி இத்தனை பாட்டு தெரியுது?”

“பழக்கம்தான்! அக்கா பெண் குழந்தையைப் பெத்ததுக்காக வீட்டோட வந்தாளே, அவ குழந்தைக்கெல்லாம் நாதான் பாடறது. அம்மாக்கிட்டேருந்து கத்துக்கிட்ட தாலாட்டு.”

“சொந்தச் சரக்கையும் சேர்த்துப் பாடற மாதிரி இருக்கு? கடைத் தெருவிலே போகையிலே யாரோ கொடுத்த மாதிரி பாடறே!”

கலாவதி சிரித்தாள்.

“அப்படி ஒரு தாலாட்டு இருக்குக்கா! என் சொந்தச் சரக்கில்லே அது. ஆனா, மீனாவுக்கு அது பொருந்தும். கடையிலேருந்து பொம்மை வாங்கிட்டு வராப்பலத்தானே பணங்கொடுத்து எடுத்தாந்திருக்காங்க!”

நான் திடுக்கிட்டு அவளைப் பார்த்தேன். “யார் சொன்னது உனக்கு?”

“அப்படித்தான் சொல்லிக்கிறாங்க” என்றாள், கலாவதி – பொதுவாக. “எத்தனை கேவலம் பாருங்கக்கா பெத்தவங்க கொல்லாம இருக்க, பணத்தை வெச்சு ஆசை காட்ட வேண்டியிருக்கு!”

சில வினாடிகள் என் மூளை செயலிழந்து நின்றது.

“இப்படி எடுத்திட்டு வர்ற குழந்தைங்க எல்லாத்தையுமா பணம் கொடுத்து வாங்கிட்டு வர்றாங்க?”

“இல்லேக்கா, அப்படிச் சொல்ல முடியாது. எதுவுமே வேண்டாம். குழந்தை எங்கேயோ வளரட்டும்னு கொடுக்கிறவங்களும் இருக்காங்க. கொடுக்க இஷ்டப்படாதவங்களைச் சிலசமயம் பணத்தைக் கொடுத்தும் சரிக்கட்டறது உண்டுன்னு கேள்விப்பட்டிருக்கேன். மீனா விஷயத்திலே அப்படித்தான்னு சொன்னாங்க. எனக்கு நிச்சயமாத் தெரியாது.”

கலாவதி சட்டென்று பின்வாங்கினாள். “நான் சொன்னேன்னு அம்மாகிட்டச் சொல்லாதீங்கக்கா.”

“மகளை ஒரு வழியாகத் தூங்கப் பண்ணினியா?” என்று பவானி எங்களை வரவேற்றாள். “உன் பாட்டுக்கு உன் மவ தூங்கறாளோ இல்லையோ, எனக்குத் தூக்கம் வந்துடுது!”

“எனக்குப் பசி எடுத்துடுது!” - அவர்களது சம்பாஷணையைக் கவனிக்காமல் நான் இயந்திரகதியில் சாப்பிட்டேன். ‘கடையிலே வாங்கற பொம்மை மாதிரி’ நானும் அப்படித்தான் வாங்கப்பட்டேனா? அதனால்தான் நான் இப்பொழுது ஒரு பண்டமாகிப் போனேனோ, அவருக்குக் கட்டுப்பட்டு நான் இருக்க வேண்டும் என்ற ஆளுமை உணர்வு அம்மாவுக்கு இருப்பதற்கு அதுவே காரணமாக இருக்கலாம். யாரோ இருவர் செய்த லௌகீக ஒப்பந்தத்தில் நான் ஒரு பகடைக்காயா? நிச்சயமாகப் பணம் கொடுத்து நான் வாங்கப்பட்டிருக்க வேண்டும் என்கிற எண்ணம் என்னுள் வேரூன்றித் திகுதிகுவென்று ஜுவாலையாய் எழும்பி என்னைத் தகித்தது.

சாப்பிட்டு முடித்துக் கை கழுவுவதற்குள் பிரளயமாய் மனசில் கோபமும், துக்கமும் பொங்கின. மூளை அதில் துகள் துகளாகிப் போனது போல் இருந்தது. பீட்டரை நான் திருமணம் செய்துகொள்ள முடியாமல் போனாலும் இனிமேல் இந்த இல்லத்தில் அதிக நாட்கள் தங்க முடியாது என்று தோன்றிற்று. மீனாட்சிக்குக் கொடுத்த உபதேசத்தை நானே கடைப்பிடிக்க வேண்டும் என்று

நினைத்துக்கொண்டேன். டெல்லிக்கோ, பம்பாய்க்கோ வேலை தேடிப் போய் விட வேண்டும். எங்கேயாவது கண்காணாத இடத்துக்கு – காஷ்மீருக்கானாலும் பரவாயில்லை. இங்கு இந்தப் பயங்கர அழுத்தங்களுடன் இருப்பதை விட காஷ்மீரிலும், அஸ்ஸாமிலும் இருக்கலாம். தினம் தினம் மனத்தில் மூன்றாம் பிரளயத்தில் செத்துச் செத்து மீள்வதை விட தீவிரவாதிகளின் குண்டுக்குப் பலியாகிப் போகலாம். எண்ணங்களைக் கட்டுப்படுத்த முடியாது போல் இருந்தது. காட்டாற்று வெள்ளமாய்ப் பாதை தெரிந்த வழியெல்லாம் ஓடிற்று. என்னை நிலைப்படுத்திக்கொள்ள நான் சாரதா அமர்ந்திருந்த அலுவலகப் பகுதிக்குச் சென்றேன். சாரதா ஜன்னல் வழியாக வெளியே பார்த்துக் கொண்டிருந்தாள். நான் வரும் அரவம் கேட்டுத் திரும்பி, என்னைக் கண்டு "வாங்கக்கா, எப்ப வந்தீங்க?" என்றாள். வழக்கமான உற்சாகம் இல்லாததுபோல் இருந்தது.

"கொஞ்ச நேரமாச்சு. என்ன பார்க்கறே வெளியிலே?" என்றேன்.

"ஒண்ணுமில்லே! அம்மா போய் நேரமாச்சே, இன்னும் காணுமேன்னு பார்த்தேன்."

இவள் பீட்டருக்காகத்தான் காத்திருக்கிறாள் என்று புரிந்துதான் லேசாகப் புன்னகைத்தேன்.

"எங்கே போயிருக்காங்க?"

"தெரியாது" என்றாள், வெளியில் மீண்டும் பார்வையைப் பதித்தபடி. பிறகு இயல்பாகக் கேட்பதுபோல் கேட்டாள்:

"அந்த ஆளு எதுக்காக மறுபடி வந்திருக்காங்கன்னு உங்களுக்குத் தெரியுமா?"

என்ன பதில் சொல்வது என்று புரியாத சங்கடத்துடன் ஒரு விநாடி தயங்கி,

"தெரியாது சாரதா" என்றேன்.

அவள் என்னை ஏறிட்டுப் பார்த்து, நம்பாமல் மீண்டும் வெளியே பார்த்தாள். "அம்மாவைக் கேட்டீங்களா, அந்தச் சண்டையைப் பத்தி?"

“இல்லே. சொல்லணும்னு இருந்தா அம்மாவா சொல்வாங்க. எனக்கும் அதுக்கும் சம்பந்தமில்லே.”

“அது சரி” என்று அவள் தலையைக் குனிந்து மேஜையில் எதையோ ஆராய்ந்தாள். குழந்தைக்குப் பணம் கொடுக்கப்பட்டதா என்று இவளைக் கேட்கலாமா என்று யோசித்து நான் பேசாமலிருந்தேன். இவள் ஏதோ சங்கடத்தில் இருப்பவள்போல் தோன்றினாள்.

“என்ன சாரதா, என்னவோ மாதிரி இருக்கிறே? உடம்பு சரியில்லையா?”

“இல்லையே! நல்லாருக்கேனே!”

“உற்சாகமாக இல்லே, வழக்கம்போல.”

“எப்போதும் ஒரே மாதிரி இருக்க முடியுமா? சிலசமயம் சோர்ந்துதான் போகுது. மாறுதலே இல்லாம ஒரு வாழ்க்கை, எப்படி இதிலே திருப்பம் வரும்னு காத்திருக்க வேண்டியதா இருக்கிற நிலையிலே உற்சாகம் எங்கேயிருந்து வரும்? எல்லாமே பொய்யா தோணுது.”

சாரதா திடீர் என்று பழையபடி பளிச்சென்று சிரித்தாள்.

“நான் வேணுமின்னே கனாக் காணுவேன். பகல் கனவுதான். இப்படி உட்கார்ந்திருக்கிற சமயத்திலே, இறக்கை கட்டிக்கிட்டு தேசம் தேசமாக போவேன்.”

“ஒரு வெள்ளைக்கார ராஜகுமாரனோட!”

அவள் சிரித்தாள்.

“மெய்யாலுமேக்கா, கனாதானே! ஒரு வெள்ளைக்காரன் கையைப் பிடிச்சிக்கிட்டுப்போனா அடிக்க யார் வரப் போறாங்க? இப்படிக் கனாக் காணறதிலேயும் ஒரு சுகம் இருக்கு.”

“ஏமாற்றம் ஏற்படாதா?”

“எப்படி? கனான்னுதான் நமக்குத் தெரியுமே.”

எனக்கு அவள் முகத்தைப் பார்க்கவே தெம்பில்லாமல் போயிற்று.

வாசலில் வண்டி வந்து நிற்கும் ஓசை கேட்டது. வெளியில் பதிந்திருந்த அவள் பார்வையில் தெரிந்த பிரகாசத்தைக் கண்டு பீட்டர் வருவதை நான் புரிந்துகொண்டேன். நான் அசையாமல் இருந்த இடத்திலேயே உட்கார்ந்திருந்தேன். அம்மாவும், பீட்டரும் ஏதோ பேசியபடி உள்ளே சென்றார்கள்.

நான் சற்று நேரத்துக்குப் பிறகு, சாரதாவைப் பார்த்து, "அம்மா என்னைப் பத்திக் கேட்டாங்கன்னா, என் ரூமிலே இருக்கேன்னு சொல்லு" என்று சொல்லிவிட்டு அறைக்குச் சென்றேன். அம்மாவாகக் கூப்பிட்டால்தான் போவது என்கிற பிடிவாதம் என்னுள் எழுந்தது. திரைச் சீலைகளால் ஜன்னல்களை மூடிக் கட்டிலில் படுத்தேன். மூடிய கண்களுக்குள் பீட்டரின் உருவம் தெரியவில்லை. மெல்ல மெல்ல என்னை ஆட்கொண்ட அந்தகாரத்தில் கலாவதியும், பாட்டைக் கேட்டபடி உறங்கும் மீனாவும், ஜன்னலுக்கு வெளியே பார்வையைப் பதித்த சாரதாவும் காட்சியளித்தார்கள்.

திடீரென்று கடைத்தெரு தெரிகிறது... வெள்ளைப் புடவை அணிந்து அம்மா தெரு முழுவதும் அலைந்து, கடை வாசலில் நின்று கடையில் இருக்கும் பொம்மைகளை உற்றுப் பார்க்கிறார். அவற்றில் ஒன்றை பொறுக்குகிறார். என்னிலிருந்து அழுகை பீறிட்டுக்கொண்டு கிளம்புகிறது.

மஞ்சு...! மஞ்சு...! மஞ்சு!

குரல் உலுக்குகிறது.

***

23

என்னைச் சூழ்ந்திருந்த அந்தகாரத்திலிருந்து என்னால் வெளியே வர முடியவில்லை. மெல்லிய ஒளிக்குழல் பட்ட இடம்போல் அம்மா கையில் பொம்மையை ஏந்தியபடி நிற்பது ஸ்பஷ்டமாகத் தெரிகிறது. இனி என் குழந்தை நீ, மஞ்சு என்று உன் பெயர். மஞ்சு... மஞ்சு... அம்மாவின் கைகளின் பிடி ஆவேசமாக இறுகுகிறது.

உனக்கு உயிர் கொடுத்தவள் நான். ஆகவே உன் ஜனனத்துக்கு நான்தான் காரணம். காசு கொடுத்தேனா...? ஸோ வாட்? விலை கொடுக்காமல் எதுவும் கிடைக்காது. நான் விலை கொடுத்ததிலே தப்பில்லே. விலை கொடுக்க வெச்ச உங்க ஆத்தாளைக் கேளு; ஆயாளைக் கேளு.

தான் விழி பிதுங்கப் பார்க்கையில், அம்மாவின் கரங்களில் இருந்த பொம்மை மீனாவாக மாறுகிறது. நான் பீதியுடன் ஓடுகிறேன். ஆத்தா பதில் சொல்லு, ஆயா பதில் சொல்லு. ஏன் பெத்தே? ஏன் பெத்தே? உன் உடம்பிலே ஓடறது மனுஷ ரத்தம்தானா? சொல்லு, சொல்லு, என்னை வித்தியா?

'மஞ்சு மஞ்சு!'

தான் உலுக்கப்பட்டதுபோல் விழித்துக்கொண்டேன். கண்களிலிருந்து நீர் வழிந்து கன்னமும், கழுத்துப்பட்டையும்

நனைந்திருந்தன. கதவு தட்டப்படும் ஓசையும் வெளியே பீட்டரின் குரலும் கேட்டது. நான் திடுக்கிட்டு எழுந்து கூச்சத்துடன், "இதோ ஒரு நிமிஷம்!" என்று குரல் கொடுத்து, அறையை ஒட்டியிருந்த குளியலறையில் முகத்தைக் கழுவிக்கொண்டு வந்து கதவைத் திறந்தேன்.

"ஸாரி, தூங்கிப் போயிட்டேன்!" என்று சிரித்தேன்.

"இந்த நேரத்திலேயா?" என்று கைக்கடிகாரத்தைப் பார்த்தான். "உன்னிடமிருந்து பதிலே வராமல் நான் பயந்து போய்விட்டேன்."

"எதுக்குப் பயப்படணும்?"

அவன் என்னை ஆழமாகப் பார்த்தான்.

"என்னை வெளியே நிற்க வைத்துதான் பேசுவாயா?"

அவனை அறைக்குள் அழைக்க எனக்கு யோசனையாக இருந்தது. இல்லத்துவாசிகள் யார் கண்ணிலாவது பட்டால் வேண்டாத பேச்சு கிளம்புவதைத் தடுக்க முடியாது.

"நாம் தோட்டத்துக்குப் போகலாம். அறைக்குள் ரொம்பப் புழுங்குகிறது!" என்ற என்னை அவன் கேலியாகப் பார்த்துச் சிரித்து, "ஓ.கே." என்று தலை அசைத்தான்.

'பாவம், ஆசையா வந்திருக்கான். உள்ளே உக்காத்தி வெச்சுப் பேசினா என்னவாம்?' என்று மஞ்சு கிசுகிசுத்தாள். அவள் சொன்னது காதில் விழாததுபோல் நான் அறைக் கதவைச் சாத்திவிட்டு அவனுடன் நடந்தேன். அவன் என்னை உற்றுப் பார்த்து - "உன் முகத்தைப் பார்த்தால் தூங்கி எழுந்த மாதிரி இல்லை, அழுத மாதிரி சோர்வு தெரிகிறது."

"இரண்டும் நிஜம்தான்" என்று நான் சிரித்தேன். "தூக்கத்திலே கனாக் கண்டு கனவிலேயே அழுதிருக்கேன்."

அவன் புருவத்தை உயர்த்தி என்னைப் பார்த்துப் பரிகாசமாகச் சிரித்தான்.

“குழந்தைகள்தான் கனவிலே அழும். நீ இன்னும் குழந்தைப் பருவத்திலேதான் இருக்கிறாயா என்ன?”

“அப்படித்தான் போலிருக்கு” என்று நானும் சிரித்தேன். “கனவிலே நான் குழந்தையாகத்தான் இருக்கேன். கடையிலே இருக்கிற பொம்மைபோல யாரோ என்னைக் காசு கொடுத்து வாங்கற மாதிரி இருந்தது. அதைப் பார்த்து எனக்குத் துக்கம் தாங்கமுடியாம அழறேன், கனவிலேயே.”

அவன் சற்று நின்று என் முகத்தைக் கூர்மையாகப் பார்த்து, மிக லேசான பெருமூச்சு விட்டு, நேராக நடந்தான். குறுகிய கொல்லை வாசல் வழியாகத் தோட்டத்திற்குள் நுழைந்தபோது, அவனது அண்மையும் அவனிடமிருந்து வெளிப்பட்ட வெளிநாட்டு டியோடரன்ட் மணமும் என்னுள் போதையை எழுப்பின. கொல்லை விளக்கின் மங்கிய நிழலில் மரங்கள் பதுங்கிய ராட்சதர்கள் போல் தெரிந்தன.

“இங்கேதான் நேற்று நீ காணாமல் போனாயா?” என்றான், இவன்.

“ஆமாம்” என்று சிரித்தேன்.

“இன்றைக்கு நாம ரெண்டு பேரும் காணாமப் போயிடலாம்.”

“மெல்லிய குரலில் சொன்னபடி எனது கரத்தைப் பற்றி உள்ளங்கையை அவன் அழுத்தியபோது மூளை கிறங்கிப்போயிற்று. அடிவயிறு துவண்டு, கால்கள் பலவீனத்துடன் மேலே நடக்கமுடியாமல் பின்னிக்கொண்டன.”

“ஓ! கமான்!” என்று அவன் என் இடையைப் பிடித்து நடத்தினான். “இந்தியப் பெண்கள் காதலிக்கவே பயப்படுவார்கள் என்று எனக்குத் தெரியாது...”

நான் கட்டுண்டவள் போல் அவனுடன் நடந்தேன். பாஷை மறந்துபோனது போல் வார்த்தைகளைக் கோர்க்க வராமல் நாக்கு மடிந்துகொண்டது.

"உனக்குப் பிடித்த இடத்திலே உட்கார்ந்து கொள்ளலாம்" என்று அவன் மாமரத்து அடியில் இருக்கும் பெஞ்சைச் சுட்டிக்காட்டினான். நான் சரி என்று மண்டையாட்டி அமர்ந்து கொண்டேன். அவன் என்னைப் பார்த்தபடி நின்று, "உன் அம்மா கல்யாணத்துக்குச் சம்மதம் கொடுத்துவிட்டார்!" என்றான் சாதாரணமாக.

நான் திடுக்கிட்டுப் போனவளாய் அவனைப் பார்த்தேன். செய்தி எனக்கு சந்தோஷத்தைக் கொடுப்பதற்குப் பதில் அதிர்ச்சியைக் கொடுத்தது. ஏன் என்று புரியாமல்.

"எப்படி?" என்றேன்.

அவன் சிரித்தான். "அது என்னுடைய தனிப்பட்ட சாதனை. ரொம்ப சிரமப்பட்டுச் சம்மதிக்க வைக்க வேண்டியிருந்தது. ஓ! ஒரு இந்தியப் பெண்ணைக் கல்யாணம் செய்துகொள்வது இத்தனை சிரமம் என்று எனக்குத் தெரியாது!"

நான் ஒன்றும் பேசாமல் அவனைத் திகைப்புடன் பார்த்தேன். அவன் சிரித்தபடி என் தோளின் மேல் இரண்டு கைகளையும் வைத்தான். "அத்தனை சிரமத்துக்கும் தகுதியானவள் நீ!"

அவன் இப்படி நிற்பதும், கனவுபோல் இருந்தது. அவன் குனிந்து என் அதரங்களில் தனது அதரங்களைப் பதித்தபோது என் கண்களில் நீர் நிறைந்தது. ஜுரவேகம் கொண்டவனைப்போல அவன் என் முகம், கழுத்து, கை எல்லாவற்றிலும் சூடாகப் பதித்துக்கொண்டு போகையில், இந்த உடலுக்கும், எனக்கும் சம்பந்தமில்லை என்று வினோதமாகத் தோன்றிற்று. இந்த உடம்பின் மேல் எனக்கு உரிமைகூட இல்லை என்கிற தத்துவ வைராக்கியத்தில் சுகம் ஏற்பட்டது.

காதல் விளையாட்டில் அவன் கைதேர்ந்தவனாக இருந்தான். முதுகிலும், மார்பிலும் அவனது கைகளின் ஸ்பரிசம் பட்டதும் உடம்பு முழுவதும் உஷ்ணம் பரவித் தன்னை அர்ப்பணித்துக்கொள்ளத் தயாராயிற்று. மஞ்சு எங்கோ மூலையில்

ஒதுங்கிக்கொண்டு பேசாமல் ரசித்தாள். இருளோடு இருளாய்ச் சங்கமித்த எனது நிர்வாண நிறத்தைக் கண்டு அவன் மெல்லிய உணர்ச்சிவசப்பட்ட குரலில் சொன்னான்: "உனக்காக நான் என்ன விலை கொடுக்கவும் தயாராக இருக்கிறேன்."

உருகிப் பாகாய்ப் போயிருந்த உடம்பு சரேலென்று இறுகிற்று. எனது தொடையில் இருந்த அவன் கையை விலக்கி, சுருக்கென்று எழுந்து உடையைச் சரிசெய்து கொண்டேன்.

"என்ன ஆயிற்று?" என்றான், அவன் - ஏமாற்றத்துடன்.

"ஸாரி, என்னால் முடியாது" என்றேன், தடுமாற்றத்துடன்.

"என்ன முடியாது" என்றான் அவன் கவலையுடன். "உன்னைக் கலவரப்படுத்திவிட்டேன் என்றால், மன்னித்துக்கொள். நான் உணர்ச்சிவசப்பட்டுப் போனேன். நான் உன்னைக் காதலிக்கிறேன், மஞ்சு."

நான் சோர்வுடன் எழுந்தேன். 'நானும் உன்னைக் காதலிக்கிறேன்!' என்று சொல்லத் தயக்கமாக இருந்தது. அவன் அதைத்தான் எதிர்பார்த்தான் என்று எனக்குத் தெரியும்.

"அம்மா எப்படிச் சம்மதித்தார் என்று சொல்லு!"

"எப்படி என்றால் என்ன சொல்வது? என்னைப் பற்றி நம்பிக்கை ஏற்பட்டிருக்கும்; உன்னை உண்மையாகக் காதலிக்கிறேன் என்று புரிந்திருக்கும்!"

"எப்படி?"

அவன் அழகாகச் சிரித்தான்.

"ஓ! நிறைய சாகசம் பண்ண வேண்டியிருந்தது. உன்னை அடைஞ்சே தீரணும் என்கிற தீவிரத்தில் நான் எதற்கும் தயாராக இருந்தேன்."

'எதற்கும்' என்பதற்கு என்ன அர்த்தம் என்று புரியவில்லை. நான் மௌனமாக இருந்தேன். அவன் என் கையைப் பற்றி அழுத்தினான்.

"நீ எந்தக் குழப்பத்திலும் இனிமேல் இருக்கக்கூடாது. என்னுடைய வாழ்க்கை, உன் சந்தோஷம் தனியானது. மற்றவர்கள் மனசு நோகும் என்று தியாக வேஷம் போடுவது அபத்தம். அதனால் அவர்களுக்கும் லாபமில்லை; உனக்கும் லாபமில்லை."

அவன் குரலில் ஒரு கரிசனமும், நெருக்கமும் தொனித்தன. அவன் இயல்பாகப் பிரயோகித்த ஆங்கிலச் சொற்றொடருக்கு நானாக விபரீதமான அர்த்தம் கற்பித்துக்கொண்டேனோ என்று தோன்றிற்று.

"நீ சொல்வது உண்மைதான்" என்றேன், நான் - மெல்லிய குரலில். "ஆனால் இந்தத் திருப்பம் எல்லாம் ரொம்ப திடீர் திருப்பமாக வந்துவிட்டதாலே கொஞ்சம் தடுமாற்றமாக இருந்தது."

"ஜஸ்ட் ரிலாக்ஸ்!" என்றான் அவன், என் இடையை மீண்டும் இறுக்கமாக அணைத்து. "நான் நாளைக்குக் கிளம்புகிறேன். ஆறு மாதம் கழித்து மீண்டும் வருவேன் - உன்னைத் திருமணம் செய்துகொண்டு போக. எனக்கும் இந்த அவகாசம் வேணும். உன் அம்மாவுக்கும் வேணும் என்கிறார்."

அதிசயமாக இந்தச் செய்தி எனக்கு நிம்மதியைத் தந்தது. இவன் உடனடியாகக் கல்யாணத்தை முடித்துக் கையுடன் அழைத்துச் சென்றிருந்தால் நான் குற்ற உணர்வினாலேயே செத்திருப்பேன். ஆறு மாதம் என்பது நீண்ட இடைவெளி. ஆனால் எனக்கு அவசியமான இடைவெளி.

அம்மாவைச் சமாதானப்படுத்த எனக்கு நேரம் வேண்டும். எனது நன்றிக்கடனைச் செய்கையால் ஆற்ற வேண்டும். இத்தனை நாட்கள் அவரிடம் தான் காட்டி வந்த மறைமுக விரோதத்துக்குப் பிராயச்சித்தம் தேட வேண்டும்.

"மஞ்சு அக்கா! மஞ்சு அக்கா...!"

நான் திடுக்கிட்டுச் சுய நினைவுக்கு வந்து, அவனுடைய கையை விலக்கினேன். இரண்டு பேர் சேர்ந்து அழைப்பது போலிருந்தது.

“மஞ்சு அக்கா, உங்களை அம்மா கூப்பிடறாங்க!”

நான் பதிலே சொல்லாமல் நின்றேன். இன்னும் ஒருமுறை குரல் கொடுத்துவிட்டு, அவர்கள் திரும்பிச் சென்றார்கள்.

“ஏன் அவர்களுக்கு நீ பதில் சொல்லவில்லை?” என்றான் பீட்டர்.

“நீயும், நானும் சேர்ந்து நிற்கிறதைச் சாரதா பார்க்காம இருக்கிறது நல்லது.”

“ஏன்?”

நான் அதற்குப் பதில் சொல்லாமல், “நான் போறேன், நீ அப்புறமா வா” என்று விரைந்தேன் – ‘இந்தியர்கள் விசித்திரமானவர்கள் என்று அவன் நினைத்துக் கொள்வான்’ என்று யோசித்தபடி.

அம்மா என்னை எதிர்பார்த்து அமர்ந்திருந்தார். நான் அவர் அருகில் சென்று நின்றேன். அவரது சுபாவப்படி சுற்றி வளைக்காமல் நேரிடையாகக் கேட்டார்.

“நீ பீட்டரை விரும்புகிறாயா, மஞ்சு?”

“ஆமாம்” என்றேன் தயக்கமில்லாமல். “ஆனால் நீங்கள் சரி என்றால்தான் கல்யாணம் செய்துகொள்வேன்.”

“நான் சரி என்று பீட்டரிடம் சொல்லிவிட்டேன்.” அம்மாவின் குரல் உடைந்து போனதுபோல் இருந்தது. நான் அருகில் சென்று மண்டியிட்டு, சின்ன வயசுப் பழக்கத்தில் அவருடைய கையைப் பற்றி முத்தமிட்டேன்.

“கடவுள் உன்னை ரட்சிக்கட்டும்!” என்று அவர் முணுமுணுத்தார். சட்டென்று என்னுள் துயரமேற்பட்டது. தனக்கு ஏற்படவிருக்கும் தனிமையைக் கண்டு இவருக்குப் பயமாக இருக்க வேண்டும் என்ற எண்ணம் ஏற்பட்டது. நான் அவர் தொடையில் முகத்தைப் புதைத்துக் கொண்டேன்.

“உங்களுக்கு இஷ்டமில்லாமலேயே சரின்னு சொல்லிட்டீங்கன்னு தோணுது” என்றேன், மெல்ல.

“என் இஷ்டமும் இஷ்டமில்லாததும் முக்கியமில்லே, கண்ணு!” என்றார் தனக்குள் பேசுபவர் போல. “உன் சந்தோஷம்தான் முக்கியம்.”

“நான் சந்தோஷமா இருப்பேன். அந்த சந்தோஷத்திலே உங்களை மறந்துட மாட்டேன். இந்த இடத்தை வெறுத்து ஓடறதா நீங்க நினைக்கக் கூடாது. பீட்டர் வெளிநாட்டுக்காரன் என்கிறது எதேச்சையான விஷயம்.”

இந்த விளக்கமெல்லாம் எனக்குத் தேவையில்லை என்பதுபோல் அம்மா மௌனமாக இருண்ட வானத்தைப் பார்த்தபடி அமர்ந்திருந்தார். வழக்கமாக என் முதுகைத் தடவிக்கொடுக்கும் கைகூடப் பேசாமல் இருந்தது.

திடீரென்று நினைவு வந்தவராய், “இந்தக் கல்யாண விஷயத்தைப் பற்றி வெளியிலே சொல்லாம இருக்கிறது நல்லது, மஞ்சு!” என்றார். “ஆறு மாசம் அவகாசம் கேட்டிருக்கேன். அதற்குள் அவன் மனசும், உன் மனசும் மாறாமல் இருந்தா கல்யாணம் நடக்கும்.”

‘சரி’ என்று சம்மதத்துடன் தலையசைத்தேன். ‘நானாக யார்கிட்டயும் போய்ச் சொல்லப் போறதில்லே, என் மனசு மாறாது!’ என்று எனக்குள் முணுமுணுத்துக் கொண்டேன். ஆனால் எனக்கு அவகாசம் வேணும். திருமணம் என்கிற எண்ணத்துக்கு என்னைத் தயார்ப்படுத்திக் கொள்ள.

அன்று இரவு அம்மாவின் அறையிலேயே படுத்தேன். காலையில் நான் கண் விழித்தபோது பீட்டர் கிளம்பிச் சென்றிருந்தான். என்னிடம் சொல்லிக்கொள்ளாமல் அவன் கிளம்பிச் சென்றது வினோதமாக இருந்தது. ஏமாற்றப்பட்டது போல் இருந்தது.

சென்னையிலிருந்து காலை ஃப்ளைட்டைப் பிடித்து டில்லி போக வேண்டியிருந்ததால், நடு இரவில் டாக்ஸியில் சென்னைக்குக் கிளம்புவதாக ஒரு குறிப்பு அம்மாவின் மேஜை மேல் இருந்தது. திடீரென்று ஏன் இந்த மாற்றம் என்று நான் சற்று நேரம் குழம்பிப் பிறகு சமாதானமாகிப் போனேன். "மாற்றம் ஏதுமில்லே" என்றார் அம்மா, "மெட்ராஸ் ஃப்ளைட் நாளைக்குன்னு நினைச்சதாலே ஏற்பட்ட தடுமாற்றம். டிக்கெட்டுப்படி இன்னிக்குக் கிளம்பணும் என்கிறதை முதலிலேயே கவனிக்கலே."

எனக்குச் சிரிப்பு வந்தது. தேதிகூட நினைவில்லாத நிலையில் அவன் இருந்திருக்க வேண்டும். அந்த நிலைக்கு நான்தான் பொறுப்பு என்று நினைத்துப் பெருமையாக இருந்தது. இன்று குளிக்கும்போது இயல்பாகப் பாட்டு வந்தது. முகத்தில் நிரந்தரமாகப் புன்னகை தோன்றிற்று.

"என்னக்கா, இன்னிக்கு ரொம்பக் குஷியா இருக்கீங்க!" என்று பவானி அதிசயித்தாள். என்னுள் இருந்த ரகசியத்தைப் பறைசாற்றத் துடித்த நாவை நான் வலுக்கட்டாயமாக அடக்கிக்கொண்டேன். நடையில் புதிதாகத் துள்ளல் புகுந்திருந்ததை என்னால் உணர முடிந்தது. முகத்தில் ஒருநாளிலேயே புதிய மெருகு ஏறியிருந்தது. நான் டிபன் சாப்பிடும்போதும் பவானி கிசுகிசுத்தாள்.

"அந்த பீட்டர் போயிட்டான் என்கிற துக்கம் தாங்கலே சாரதாவுக்கு. முகம் வாடியிருக்கு. டிபன் வேண்டாம்னு எழுந்திருச்சிப் போயிட்டா."

"அவளைப் பத்திப் பேசலேன்னா உனக்கு மண்டை வெடிச்சிடும் போல இருக்குமா பவானி?" என்றேன் நான், திடீர் எரிச்சலுடன். "இனிமே பீட்டரையும், அவளையும் சம்பந்தப்படுத்திப் பேசாதே."

பவானி சட்டென்று அடங்கிப்போனாள். "வம்பு பேசணும்னு பேசலேக்கா, ஒரு மனுஷிக்குக் கனவு காணும் தராதரம் தெரிய வேணாம்? அப்புறம் வீணாத் துக்கப்பட்டு என்ன லாபம்?"

நான் பதில் சொல்லாமல் எழுந்து கல்லூரிக்குக் கிளம்பினேன். காலையிலிருந்து மனத்தில் பொங்கியிருந்த உற்சாகம் கிடுகிடுவென்று வடிந்து, விவரம் புரியாத குற்ற உணர்வு ஏற்பட்டது.

வாசலை நோக்கி நடக்கும்போது இரும்புக் கிராதிகள் கொண்ட கதவுக்கப்பால் ஒரு சிறுமி வாட்ச்மேனிடம் எதையோ விசாரித்துக் கொண்டிருந்தாள். நிற்பது கருப்பாயி என்று சற்று அருகில் சென்றதும் புரிந்தது.

***

24

இந்தப் பெண் எதற்கு வந்து நிற்கிறது என்று எனக்குத் திகைப்பு ஏற்பட்டது. 'அங்கெல்லாம் ஆத்தா என்னை அனுப்பாது' என்று அன்று இவள் சொன்னது ஞாபகத்திற்கு வந்தது. அம்மாவுக்குத் தெரியாமல் வந்திருக்கிறதா?

நான் சற்று அருகில் சென்றதும், லேசாக முகம் மலர்ந்து, "இந்த அக்காவைத்தான் பார்க்கணும்னு சொன்னேன்" என்றது வாட்ச்மேனிடம்.

"உங்க பேர் சொல்லத் தெரியாம வெள்ளைக்கார ஐயாவோட வந்த அக்காங்குது. நா சாரதா அம்மாவைச் சொல்லுதாக்கும்னு நினைச்சேன்" என்றான் வாட்ச்மேன்.

"ஏன் கருப்பாயி, என் பேரு ஞாபகமில்லையா?" என்று நான் புன்னகைத்தேன்.

அது சங்கடத்துடன் சிரித்து, 'இல்லை' என்று மண்டையாட்டிற்று.

என்னுடைய பஸ் இன்னும் ஐந்து நிமிஷங்களில் வந்துவிடும் என்கிற உணர்வுடன், "என்ன விஷயம் கருப்பாயி, காலங்கார்த்தாலே ஓடி வந்திருக்கே? உங்கம்மாவுக்குத் தெரியுமா நீ வந்திருக்கிறது?" என்றேன்.

கருப்பாயி தலையைக் குனிந்துகொண்டாள்.

"ஆத்தாவுக்கு உடம்பு சரியாயில்லே. நினைவில்லாம படுத்திருக்கு. ஆஸ்பத்திரிக்கு இட்டுட்டுப் போகணும்ங்கறாங்க வைத்தியரு. எனக்கு ஒண்ணும் தெரியலே. நீங்க உங்க ஆஸ்பத்திரியிலே சேர்த்துப்பீங்களா?"

அந்தச் சின்ன முகத்தில் தெரிந்த இயலாமையும், கவலையும் என் வயிற்றை கலக்கிற்று.

"நாங்க ஆஸ்பத்திரி ஏதும் நடத்தறதில்லையே, கருப்பாயி" என்ற உடனேயே அவள் கண்களில் படரும் ஏமாற்றத்தைக் கண்டு, இரு, கவலைப்படாதே. யாரையாவது அனுப்புறேன். ஆஸ்பத்திரியிலே சேர்க்கணும்னா அழைச்சிட்டுப் போய் சேர்ப்பாங்க" என்றேன்.

"உங்களாலே வர முடியாதாக்கா?" - இந்தக் கேள்வியிலோ, த்வனியிலோ ஏதோ மாயசக்தி இருந்ததுபோல் நாடி நரம்பெல்லாம் எனக்குச் சிலிர்த்துப் போயிற்று. தொலைவில் நான் கல்லூரிக்குச் செல்லவேண்டிய பஸ் வருவது தெரிந்தது. மரத்துப்போன கால்களுடன் நான் அசையாமல் நின்றேன். "எனக்கு வேலைக்குப் போகணுமே" என்றேன் பலவீனமாக. "என்ன உடம்பு திடீர்னு?"

'எனக்குத் தெரியலியே' என்று கையை விரித்து என்னை நோக்கி நிமிர்ந்த கரிய முகத்தில் கவலையை விட பீதி அதிகமாகத் தெரிந்தது. "நெஞ்சு வலிக்குதுன்னாங்க நேத்து. சுக்குத் தண்ணி வெச்சுக் கொடுத்தேன். ராத்திரி பூராத் தூங்கலே! நாலு வூடு தள்ளி இருந்த வைத்தியரைக் காலையிலே கூட்டியாந்தேன். இது சாதாரண நெஞ்சு வலி மாதிரி தெரியலே. பெரிய ஆஸ்பத்திரிக்கு இட்டுட்டுப் போ புள்ளேங்கறாங்க. நா என்ன செய்ய?"

நான் வியப்புடன் அவளைப் பார்த்தேன். இவள் வயதுக்கும், செய்கைக்கும் சம்பந்தமிருப்பதாகத் தெரியவில்லை. இவள் வயதில் எனக்கு ஸ்கிப்பிங் ஆடத் தெரியும். சின்ன விஷயத்துக்கெல்லாம் தோழிகளுடன் சண்டைபிடித்து ஸ்கிப்பிங் கயிற்றைக் கக்கத்தில் சுருட்டித் திரும்பிப் பார்க்காமல் வம்பு செய்யத் தெரியும்.

தெருமுனையில் பஸ் சற்றுநேரம் நின்றது. என்னை எதிர்பார்த்து நின்றது போல.

நான் திரும்பிக் கருப்பாயியைப் பார்த்தேன். இத்தனைக் கவலையிலும் அவள் கண்களில் நீர் இல்லை. தான் வந்த நோக்கத்தை எப்படி நிறைவேற்றுவது என்பதுதான் அவளது கவலை என்று தோன்றிற்று.

நான் சட்டென்று அவள் கையைப் பற்றி, "சரி, உள்ள வா, வண்டி ஏதானும் கிடைக்குமான்னு பார்க்கறேன்" என்றேன். அவளுடைய கை என் கைக்குள் மிக மெலிதாக - சின்னதாக அனாதரவாகத் தோன்றிற்று. ஒரு இனம்புரியாத நெருக்கம் என்னை ஆட்கொண்டது. அவளது துக்கமும், கவலையும் எனக்கும் சொந்தமானவை என்பது போல.

"உங்கம்மாவுக்கு ஒண்ணும் இருக்காது. கவலைப்படாதே" என்றேன் அவளது உள்ளங்கையை அழுத்தி, "அன்னிக்கு நா பார்த்தபோது நல்லா இருந்தாங்களே!" என்றேன்.

'இன்னிக்குப் பாடமுடியாது கண்ணு!' என்று சோர்ந்த முகத்துடன் ஈரப்புடவையில் அன்று அவள் நின்ற காட்சி நினைவுக்கு வந்தது. அந்தச் சோர்வு அன்று ஏற்பட்டது துக்கத்தினால் என்று நான் நினைத்திருந்தேன். உடல் சோர்வாகவும் இருந்திருக்கும் என்று இப்பொழுது தோன்றிற்று. அடிவயிறு துவண்டு நடுக்கமேற்பட்டது. அவளுக்கும், எனக்கும் என்ன சம்பந்தம்? இந்தப் பெண் வந்து நின்றதும் எனக்கு ஏன் ஆடிப்போகிறது?

'உங்களை இனிமே இங்கே வரவேண்டாம்குது ஆத்தா.'

நெஞ்சில் ஏதோ அழுத்தியது. இதற்கு உள்ளார்ந்த அர்த்தம் இல்லாமல் இருக்குமா? 'உன்னைப் பெத்தவ இறந்து போயிட்டா' அது உண்மை என்றால் பொன்னுத்தாயியின் வார்த்தைகளுக்கு என்ன அர்த்தம்?

மெல்லிய மூங்கில் குருத்து போன்ற கருப்பாயியின் விரல்கள் என் கையில் வினோதமான உணர்வலைகளை எழுப்பின.

இவள் என்னை விட அதிர்ஷ்டசாலி. நான் அனுபவிக்கும் சங்கடங்கள் இவளுக்கு இல்லை. 'நான் யார்?' என்ற கேள்வி இவளைப் பைத்தியமாக்கிக் கண் காணாத தேசத்துக்கு விரட்டாது. வெதுவெதுப்பான மண்ணைவிட, பனி போர்த்திய அன்னியம் தேவலை என்று ஓடாது. வா என்றவுடன் ஒரு வெள்ளைத் தோலைக் கண்டு கிறங்காது.

நான் திடுக்கிட்டேன். இந்த விமரிசனம் எல்லாம் மஞ்சு செய்கிறாள். பீட்டர் எதிரில் நிற்கும்போது வாயைப் பொத்திக்கொண்டு என்னுடன் சேர்ந்துகொள்ளும் இவள், இடை இடையில், இசகுபிசகான நேரத்தில் மேதாவித்தனமாக என்னைச் சாடுவது எனக்கு எரிச்சலூட்டுகிறது. பீட்டரிடம் உள்ள நேசத்தை - (மஞ்சுவுக்குக் காதல் என்ற வார்த்தை பிடிக்காது. சினிமாத்தனமானது. கொச்சையானது என்பது அவள் அபிப்பிராயம். பாரதிக்குப் பிடித்தமான வார்த்தை அது – இத்தனைக்கும்) அவன் கிட்டத்தட்ட அம்மாவின் கோணத்தில் எடை போடுகிறான் என்று தோன்றுகிறது. அவளுடைய அவநம்பிக்கையைத் தகர்க்கும் வழிபுரியாமல் எனக்கே சில சமயங்களில் தடுமாற்றம் ஏற்படுகிறது. என்னால் ஒரே கேள்வியால்தான் அவளை அடக்க முடியும். 'பீட்டர் எதிர்லே நிக்கும்போது ஏன் வாயடைச்சுப் போறே?'

"யாருக்கா இந்தப் பொண்ணு?" என்ற கேள்வியில் நான் எதிரில் நின்ற சாரதாவைக் கவனித்தேன். கருப்பாயி வந்திருக்கும் விஷயத்தைச் சுருக்கமாகச் சொல்லி, வண்டி ஏதானும் வெளியில் செல்லக் கிடைக்குமா என்று கேட்டேன். "இருக்கு, அம்மாகிட்ட ஒரு வார்த்தை கேட்டுடுங்க" என்றாள்.

அம்மாவைப் பார்க்கக் கிளம்பும்போது புதிதாகத் தயக்கம் ஏற்பட்டது. மார்பு படபடப்பது ஏன் என்று புரியவில்லை. எல்லாத்துக்கும் உன் மனசு காரணம் என்று மஞ்சு கோபித்தாள். பொன்னுத்தாயிக்கும், உனக்கும் சம்பந்தமிருக்குங்கிற கற்பனை ஒரு சாத்தானாட்டம் உன்னை விரட்டுது. அந்த சாத்தானை விரட்ட உனக்குத் தெரியலே.

அம்மா வெகு மும்முரமாக ஏதோ கோப்புகளைப் பார்த்துக் கொண்டிருந்தார்.

"என்ன, காலேஜுக்குப் போகலே?" என்றார், கருப்பாயியைக் கேள்விக்குறியுடன் பார்த்தார். நான் தட்டுத் தடுமாறிக்கொண்டு சொன்னேன்:

"இந்தப் பெண்ணுடைய அம்மா ஆபத்தான நிலையிலே இருக்காங்களாம், ஆஸ்பத்திரிக்கு இட்டுட்டுப் போணுமாம். உதவ யாருமில்லே, நா வண்டியை எடுத்திட்டுப் போகட்டுமா?"

அம்மா என்னைக் கூர்மையாகப் பார்த்தார். பிறகு கருப்பாயியைப் பார்த்தார். அந்த வெள்ளை முகத்திற்குப் பின்னால், அந்த நீலக் கண்களுக்கு அடி ஆழத்தில், என்ன விதமான எண்ண ஓட்டங்கள் இருக்கும் என்று புரியாமல் நான் தவித்தேன்.

"யார் இந்தப் பெண்? இவளை உனக்குத் தெரியுமா?" என்றார்.

இது என்ன அநாவசியக் கேள்வி என்று எனக்குக் கோபம் வந்தது.

"லேசாகப் பழக்கம். அவங்க வீட்டுக்கு இரண்டுமுறை போயிருக்கேன். அம்மா, இந்த விவரம் முக்கியமா? இவளுக்கு உடனடியாக உதவி தேவை."

"எந்த இடத்துக்குப் போகணும்?"

இடத்தைச் சொன்னேன்.

"சரி கிளம்பு" என்றார் அம்மா - சலனமில்லாமல். "நேரா கவர்மெண்ட் ஆஸ்பத்திரிக்கு அழைச்சிட்டுப் போய் அட்மிட் பண்ணு."

எதிர்பாராத விதமாக அம்மா எழுந்தார். கருப்பாயியின் தோளைத் தொட்டு, "கவலைப்படாதே, அக்கா உங்கம்மாவுக்கு வேண்டியதைச் செய்வா" என்றார். என்னுள் ஏற்பட்ட நெகிழ்ச்சியில், அம்மாவின் முன் நான் அற்பமாகி நின்றேன். என்னைப் பார்த்து ஆங்கிலத்தில், "பணம் இருக்கா?" என்றார்.

இருக்கு என்று நான் மண்டையாட்டி, "அம்மா, தாங்க்யூ!" என்றேன். எதற்கு இந்த நன்றி என்று எனக்கே புரியாத குழப்பத்துடன், அம்மா மறுபடி என்னைக் கூர்ந்து பார்த்து, "கிளம்பு" என்றார்.

புதிய பலம் கிடைத்ததுபோல் நான் கருப்பாயியின் கையைப் பற்றி ஓட்டமும் நடையுமாக வண்டிக்குச் சென்று டிரைவரிடம் போக வேண்டிய இடத்தைப் பற்றிச் சொன்னேன்.

வண்டியில் கருப்பாயி என்னை ஒட்டிக்கொண்டு உட்கார்ந்தாள். சற்றுமுன் இருந்த பீதி இப்பொழுது இல்லை. இது எப்படி தனியாக பஸ்ஸைப் பிடித்து என்னைத் தேடிக்கொண்டு வந்தது என்று இன்னும் எனக்கு ஆச்சரியமாக இருந்தது.

"பத்து நிமிஷத்திலே போயிறலாம் - கவலைப்படாதே!" என்று நான் புன்னகைத்ததும், "அந்த வெள்ளைக்கார அம்மாதான் உங்க அம்மாவா?" என்றது.

"ஆமாம்" என்று நான் தலையசைத்து, பார்வையை வெளியில் பதித்தேன்.

வெளிப்புறக் காட்சிகள் ஏதும் பதியாமல் மனசு தட்டா மாலை ஆடிற்று. வண்டியின் ஓட்டம் நிதானப்பட்டதும், சுய நினைவு வந்து நிமிர்ந்து பார்த்தேன். கல்யாண ஊர்வலம் போலக் கொட்டு மேள சகிதமாய் ஒரு சின்னக் கூட்டம் சென்றது. கூட்டத்திற்கு முன்னால் இரண்டு வண்டிகள் நிறைய மூட்டைகளும், வாழைத்தார்களுமாய்ச் சென்றன. டிரைவர் ஆவேசத்துடன் ஹார்ன் அடித்து அவர்களை ஒதுங்க வைத்து முன்னேறிப் போனார்.

"மாப்பிள்ளைக்கு ஆடிச் சீர் போகுது!" என்றார்.

நான் ஒரு சம்பாஷணைக்கும் தயாராக இருக்கவில்லை. டிரைவர் தானாகப் பேசிக்கொண்டு போனார்.

"மாப்பிள்ளைச் சீருக்கு இத்தனை இத்தனை கொடுக்கணும்னு கணக்கு இருக்கு. இத்தனை வாழைக்குலை, இத்தனை

நெல்லு, இத்தனை தானியம், புத்துருக்கு நெய்யிலே பண்ண பணியாரம் - நொடிச்சிருந்தாலும் வக்கணையாச் செய்யணும் - இல்லேன்னா சொந்தக்காரங்களே இடிச்சுப் பேசுவாங்க. பேசினா பேசிட்டுப் போகட்டும்னு பேசாம இருக்க முடியாது. அதையே காரணம் காட்டிப் பெண்ணைப் பிறந்த வீட்டுக்கு அனுப்பிச்சுடுவான் மாப்பிள்ளை."

நான் கருப்பாயியைப் பார்த்தேன். டிரைவர் சொல்வதை உன்னிப்பாகக் கேட்டுக் கொண்டிருந்தவள் என்னை நிமிர்ந்து பார்த்தாள். நான் லேசாகப் புன்னகைத்ததற்கு அவள் பதிலுக்குப் புன்னகைக்கவில்லை.

"ஆடிச் சீர் பத்தலேன்னு என் மகளை வீட்டுக்கு அனுப்பிச்சிட்டாங்க!" என்றார் டிரைவர். தொடர்ந்து, "நான் கெஞ்சிக் கூத்தாடி எப்படியோ சரிக்கட்டிக் கொண்டுவிட்டேன். இப்ப சம்பந்தி சாகக்கிடக்கறாளாம். அவ செத்தா எனக்குத்தான் செலவு குறைஞ்சது ஆறாயிரம் செலவாகும்."

"எதுக்குச் செய்யறீங்க? முடியாதுன்னு பேசாம இருக்க வேண்டியதுதானே?" என்றேன், பட்டுக்கொள்ளாமல்.

"அது எப்படிங்க? சொந்த ஜனங்களே சும்மாவுட மாட்டாங்க, மறுபடி பொண்ணு திரும்பி வந்து நிக்கும்."

"பெண்ணைப் படிக்க வெச்சிருக்கீங்களா?"

"எட்டு கிளாஸ் படிச்சிருக்கு."

"திருப்பி அனுப்பினா இல்லத்திலே கொண்டு விடுங்க. மேற்கொண்டு படிச்சு உத்தியோகம் பார்க்கட்டும்."

"எப்படியோ இப்போதைக்கு வண்டி ஓடுது!" என்றார் டிரைவர். "இரண்டாவது மக படிக்கிறா, கல்யாணமே வாணாங்கறா, வெறுத்துப்போயிதான்."

"அந்தக்காவை போலீசுலே சேர்த்துடுங்க" என்றது கருப்பாயி.

"போலீசா? எதுக்கும்மா போலீசு?" என்று டிரைவர் சிரித்தார்.

"நா சேரப் போறேன்" என்றது கருப்பாயி, என்னைப் பார்த்து முதல்முறையாகப் புன்னகைத்து.

"பேஷ்! நல்ல யோசனை!" என்றார் டிரைவர். "போலீஸ் பொம்பளையை எவனும் தைரியமா வரதட்சணை கேட்க மாட்டான்."

"கேட்டா, கைத்துப்பாக்கியாலே சுட்டுறலாம், என்னக்கா?" என்ற கருப்பாயியை நான் அணைத்துச் சிரித்தேன். அதனுடைய குச்சி விரல்களையும், வற்றிய உடம்பையும் பார்க்கையில் போலீஸ் உடையில் அவளைக் கற்பனை செய்வதுகூடக் கஷ்டமாக இருந்தது.

"ஊர் வந்திட்டது" என்றாள், கருப்பாயி – நிமிர்ந்து. வீட்டுக்கு எதிரில் வண்டி நின்றதும், விசுக்கென்று தானாகவே கதவைத் திறந்து குதித்து ஓடினாள். நான் அவசரமாக அவளைத் தொடர்ந்தேன். வீட்டின் ஒரே அறையில் ஒரு ஓரமாகப் பாயில் பொன்னுத்தாயி படுத்திருந்தாள். கண்மூடிய நிலையில் இருக்கும் அவளைப் பார்க்கையில், 'திக்'கென்றது. இரண்டு பெண்கள் மௌனமாக அமர்ந்திருந்தார்கள். என்னைப் பார்த்து, "அம்மா உனக்குப் புண்ணியமாப் போகும், சித்த ஆஸ்பத்திரிக்கு இட்டுட்டுப் போ!" என்றாள் ஒருத்தி.

"பின்னே அவுக எதுக்கு வந்திருக்காக?" என்றாள் கருப்பாயி எரிச்சலுடன். பொன்னுத்தாயியின் அருகில் சென்று, "ஆத்தா! ஆத்தா!" என்றாள். பொன்னுத்தாயி லேசாகக் கண் திறந்தாள்.

"உன்னை ஆஸ்பத்திரிக்குக் கூட்டிட்டுப் போறோம்" என்றாள் கருப்பாயி உரத்த குரலில், ஏதோ மற்றவளுக்குக் காது செவிடானதுபோல.

பொன்னுத்தாயி பலவீனமாய் மண்டையாட்டினாள். "வேண்டாம், நா இங்கனயே இருக்கேன். பஸ்ஸிலே போக முடியாது" என்றாள் மெல்லிய குரலில்.

"பஸ்ஸிலே போக வேணாம். இந்த அக்கா வந்திருக்காங்க. காரிலே கூட்டிட்டுப் போவாங்க."

நான் அருகில் சென்று மண்டியிட்டு அமர்ந்தேன். பொன்னுத்தாயியின் கையைப் பற்றினேன். கருப்பாயியின் கையைப்போல் இல்லாமல் அவளுடைய கை அந்த நிலையிலும் அழுத்தமாக, திடகாத்திரமாக இருந்தது. பொன்னுத்தாயி என்னைச் சற்றுநேரம் வெறித்துப் பார்த்தாள்.

“கவலைப்படாதே. நல்லா ஆயிடுவே. நா ஆஸ்பத்திரிக்கு அழைச்சிட்டுப் போறேன்!” என்றேன். மிக லேசான புன்னகையின் அடையாளம் போல் உதடு சுழித்தது. மீண்டும் தலையை அசைத்தாள், வேண்டாம் என்று.

“பிடிவாதம் பிடிக்காதே, ஆத்தா!” என்றாள் கருப்பாயி. “அக்காவைப் போய் அழைத்துட்டு வந்திருக்கேன். நீ கூட்டியாரச் சொல்லலே?”

***

25

நான் திகைப்புடன் பொன்னுத்தாயியைப் பார்த்தேன். அவள் என்னையே வெறித்துப் பார்த்தபடி படுத்திருந்தாள். ஒரு கையால் நான் கருப்பாயியை அணைத்திருந்தேன். கருப்பாயியின் கேள்விக்குப் பொன்னுத்தாயி பதில் சொல்லவில்லை. பார்வை வெறித்தபடியே நின்றது.

சுற்றிலும் இருந்த விக்கித்த மௌனத்தில், இமை கொட்டாத பொன்னுத்தாயியின் நிலைத்த பார்வை என்னுள் அலை அலையாகப் பீதியைக் கிளப்பிற்று. பேச முடியாமல் குரல் செத்திருந்தது.

“ஆத்தா வரமாட்டேன்னுதான் சொல்லும். எல்லாரும் சித்தப் புடிங்க, தூக்கிக் காரிலே படுக்க வெச்சுரலாம்” என்று பெரிய மனுஷிபோல் மளமளவென்று உத்தரவு பிறப்பித்த கருப்பாயியை நான் இயலாமையுடன் பார்த்தேன். நான்தான் தவறிழைத்து விட்ட மாதிரி பரிதவிப்பும், குற்ற உணர்வும் ஏற்பட்டன.

“அக்கா, எழுந்திருங்க!”

எனக்கு அவளுடைய முகத்தைப் பார்க்கத் தெம்பிருக்கவில்லை.

“சித்த இரு, கருப்பாயி” என்று பொன்னுத்தாயியின் நாடியைப் பிடித்துப் பார்த்தேன். என் இதயம் ஏன் இப்படிப் படபடக்கிறது என்று புரியவில்லை. நெற்றி வியர்த்து, மூளை இயங்காமல்

ஸ்தம்பித்து நின்றிருந்தது. பொன்னுத்தாயியின் கண்கள் என்னையே பார்த்துக் கொண்டிருந்தன.

இவள் என்ன சொல்ல விரும்பினாள்? அல்லது அவள் சொல்ல விரும்பியதாக நான் நினைப்பதும் எனது பிரமையா? இல்லாததை இருப்பதாக நானாகக் கற்பித்துக் கொள்கிறேனா?

“நீ கூட்டியாரச் சொல்லல்லே?”

ஏன் என்னைக் கூட்டி வரச் சொன்னாள். வேலை மெனக்கெட்டு, சாகும் தருவாயில் அந்த வெறித்த பார்வையில் என்னால் எதையும் கண்டுகொள்ள முடியவில்லை. என்னையறியாமல் என் கண்களில் நீர் நிறைந்தது. நாபியிலிருந்து துக்கம் சுருண்டு எழுந்தது. மீண்டும் மீண்டும் நான் ஏமாற்றப்படுவது போல் இருந்தது. இவளுக்கும், எனக்கும் ஏதேனும் இரத்த சம்பந்தம் உண்டா என்னும் கேள்விக்கு இனிமேல் எனக்குப் பதில் கிடைக்கப் போவதில்லை.

அந்த ஜீவனற்ற தோள்களைப் பற்றி, ‘ஏன் வரச் சொன்னே? ஏன் வரச் சொன்னே?’ என்று உலுக்க வேண்டும் என்ற வெறி என்னை ஆட்கொண்டது. பொங்கிப் பொங்கி எழுந்த உணர்வலைகளை விழுங்கிக்கொண்டு அடங்கிப்போன நாடியைப் பிடித்திருந்த எனது விரல்களை அவளது கையை நான் மெல்லக் கீழே வைத்தேன்.

“ஏன்க்கா ஆத்தா அப்படிப் பாக்குது?” என்றாள், கருப்பாயி பீதியுடன்.

நான் அவளை இறுக்கமாக அணைத்துக்கொண்டேன். நான் பேசியபோது எனது குரல் எனக்கே பரிச்சயமில்லாததுபோலத் தொனித்தது.

“இனிமே ஆஸ்பத்திரிக்கு இட்டுட்டுப்போய் ஒண்ணும் செய்ய முடியாது, கருப்பாயி!”

விசுக்கென்று கருப்பாயி எழுந்தாள். “ஏன்க்கா, ஏன்?”

அவளுடைய ஆவேசத்தையும், வேகத்தையும் கண்டு, என்னுள் திகிலெடுத்தது. நான்தான் பொன்னுத்தாயியின் மரணத்துக்குக் காரணம் என்று அவள் குற்றம் சாட்டியதுபோல் அறையில் அமர்ந்திருந்த பெண்கள் திடுமென்று எழுந்து அருகில் வந்தார்கள். குனிந்து பொன்னுத்தாயியின் முகத்தை உற்றுப்பார்த்துத் திகைத்து ஒருத்தி வாயைத் தலைப்பால் பொத்திக்கொண்டாள். இன்னொருத்தி 'அடிப்பாவி!' என்று மார்பில் அடித்துக்கொண்டாள்.

நான் பிரமை பிடித்தவளாய், பேசாமல் ஒருவித பலவீனத்துடன் அமர்ந்திருக்கையில், 'அடிப்பாவி இந்தப் பெண்ணுக்கு ஒரு வழி செய்யாம நடுச் சந்தியிலே நிக்கவெச்சுட்டுப் போறியே, உனக்கென்னடி அவசரம்?' என்று அவள் மார்பில் அடித்துக்கொண்டு 'ஓ'வென்று அழ ஆரம்பித்ததும், எனக்குக் கதிகலங்கிப் போயிற்று.

"தெ, சும்மா இருங்க!" என்று கருப்பாயி ஒரு அதட்டல் போட்டாள்.

"ஆத்தாவுக்கு ஒண்ணும் ஆயிடல்லே, கண்ணை முளிச்சுப் படுத்திருக்கு, பாருங்க. ஆஸ்பத்திரிக்குப் போனா சரியாயிடும், என்னக்கா?"

நான் வாயைத் திறக்காமல் குனிந்தபடி, 'இல்லை' என்னும் பாவனையில் தலையை அசைத்தேன். மெல்லப் பொன்னுத்தாயியின் இமைகள் கீழே இறங்கியதும் கண் மூடிய அந்த முகத்தைக் கருப்பாயி கலவரத்துடன் பார்த்தாள். மெல்ல மெல்ல நிலைமையின் விபரீதம் புரிபட்டதுபோல் கண்கள் விரிந்து குத்திட்டு நின்றன. பிறகு நிதானமாக என்னைப் பார்த்துக் கேட்டாள்:

"ஆத்தா செத்திடுச்சாக்கா?"

அலறாமல், ஓலமிடாமல், கண்ணீர்விடாமல் திடீர்த் துறவு பூண்டவள்போல் அப்படிக் கேட்டது அடி வயிற்றைக் கலக்கிற்று.

எனக்குத் துக்கம் தொண்டையை அடைத்தது. கண்களில் நீர் நிறைந்தது. அவளை அணைத்துக்கொண்டு, 'ஆமாம்' என்று தலையசைத்தேன். கருப்பாயியின் உடல் விரைத்துப்போயிற்று. அங்கிருந்தவர்களில் ஒரு பெண் தாவி வந்து அவளை அணைத்துக் கொண்டாள். பெரிய குரலில் ஓலமிட்டாள்.

தலைவலிக்கு என்றாரே - என்னைப் பெற்ற அம்மா
தலைசாய்த்துப் படுத்தாரே நீல வளையல் போட்டு - என்னைப் பெற்ற அம்மா
நெடுநாளு வாழலையே! ஆறாத்துயரம் இப்போ - என்னைப் பெற்ற அம்மா
ஆறு போல் வருகுதம்மா! தீராத் துயரம் இப்போ - என்னைப் பெற்ற அம்மா
திரண்டோடி வருகுதம்மா!

சரேலென்று கருப்பாயி அவளுடைய பிடியிலிருந்து தன்னை விடுவித்துக் கொண்டு என்னருகில் வந்தாள். சரம்சரமாய்க் கண்களில் இருந்து நீர் வடிய வெறிபிடித்தவள் போல் கத்தினாள்.

"பாடாதீங்க!"

அந்தக் கத்தலில் தாக்குண்டவளாய்ப் பாடியவள் சற்று நின்றாள். பிறகு சமாளித்துக்கொண்டு,

"உனக்கு பதிலாத்தாண்டி நா பாடுறேன். பாடினாத்தான் துக்கம் குறையும்!"

"வேண்டாம்" என்றாள் கருப்பாயி தீர்மானமாக, "எங்க ஆத்தாவையும், என்னையும் சித்த நேரம் சும்மா இருக்க விடுங்க, பாட்டுப்பாடி தமாஷு பண்ண வேணாம்."

"ஒப்பாரி பாடறது தமாஷாடி?"

அவளுக்குப் பதில் சொல்ல விருப்பமில்லாதவளாய், கருப்பாயி என் கையை விடுத்துத் தரையில் முழங்காலிட்டு அதற்குள் முகத்தைப் புதைத்துக் கொண்டாள். நான் செய்வதறியாமல்

அவளருகில் சென்று தரையில் அமர்ந்தபோது, திமுதிமுவென்று அக்கம்பக்கத்துப் பெண்கள் ஓடி வந்தார்கள்.

இங்கிருந்து கிளம்பிய ஒப்பாரி ஒலியே அவர்களுக்குச் செய்தி அறிவித்திருக்கும் என்று தோன்றிற்று. ஒவ்வொருத்தியும் என்னென்னவோ சொல்லி அரற்றினார்கள். முகத்தை முழங்காலில் கவித்து அமர்ந்திருந்த கருப்பாயியைப் பார்த்து, நயன பாஷையில் தங்களுக்குள் சந்தேகம் பரிமாறிக்கொள்வது எனக்குப் புரிந்தது.

"பெத்த பொட்டைக் குழந்தையெல்லாம் கொன்னாளே பாவி, இதையும் கொன்னிருக்கக் கூடாதா?" என்று ஒருத்தி ரகசியக்குரலில் சொன்னது என் செவியில் தெளிவாய் விழுந்தும் நான் பிரமை நீங்காதவளாய்க் குத்துக்கல்லைப்போல் அமர்ந்திருந்தேன்.

கூடம் நிறைந்துவிட்டது. வாசலில் நாலைந்து ஆண்கள்கூட நின்றிருந்தார்கள். ஒருத்தி கூட்டத்தில் திடீரென்று உரத்த குரலில் சொன்னாள்:

"புள்ளையெப் பெறாத பாவிக்கு எத்தைச் சொல்லி அழ? புள்ளையப் பெத்திருந்தா இப்ப இப்படி நாதியத்த பொணமா கிடக்குமா?" யாரும் பதில் சொல்வதற்கு முன் ராகத்தோடு தொடர்ந்தாள்:

பொன்னுக்கிண்ணம் கொண்டு
பூங்கிண்ணம் ரெண்டும் கொண்டு
புண்ணியங்கள் செய்திருந்தா
புள்ளை இருந்து கொள்ளி வைக்கும்!
தங்கக் கிண்ணம் கொண்டு
தனிக்கிண்ணம் ரெண்டுங் கொண்டு
தருமங்கள் செய்திருந்தா
தம்பி இருந்து கொள்ளி வைக்கும்!

இதற்குமேல் என்னால் தாங்கமுடியாது போலிருந்தது. எழுந்து அவர்களைப் பார்த்து, "தயவுசெய்து கொஞ்சம் பேசாம இருங்க!"

என்றேன். சற்றுப் பலத்த குரலில். கருப்பாயியிடம், "உங்களுக்கு உறவுக்காரங்க யாராவது இருக்காங்களா?" என்றேன்.

"இல்லே!" என்று அவள் தலை நிமிராமல் மண்டையாட்டினாள்.

"அவளைப் போய்க் கேட்டா அவளுக்கென்ன தெரியும்?" என்றாள் ஒருத்தி. "நாலு கிராமம் தள்ளி சொந்த அப்பன் இருக்கான். இரண்டாவது கல்யாணம் கட்டிக்கிட்டு ஒரு மவன் இருக்கான். சேதி சொல்லி அனுப்பினா வாராக. அப்பனோ, புள்ளையோ வந்து கொள்ளிவெக்கட்டும்! அதுதானே முறை?"

கருப்பாயி விசுக்கென்று நிமிர்ந்தது.

"வேணாம். அவுக யாரும் வர வேணாம்."

அவளுடைய முகத்தில் தென்பட்ட தீவிரம் நம்ப முடியாததாக இருந்தது. "பின்னே கொள்ளி யாரு வெப்பாக? நீ வைப்பியா, பொட்டைப்புள்ளே?"

அங்கிருந்த பெரியவர் கூட்டம் முழுவதும் அந்தச் சிறுமிக்குச் சவால் விடுவதைப்போல ஏளனத்துடன் பார்த்தது.

"வைப்பேன்!" என்றாள் கருப்பாயி, தீர்க்கமாக. "வெச்சா என்ன தப்பு? ஆத்தாவுக்கு நெஞ்சு வலின்னதும் சுக்குத் தண்ணி யார் கொடுத்தாக? கஞ்சி வெச்சு யார் கொடுத்தாக? கொள்ளியையும் நானே வெச்சிட்டுப்போறேன்!"

நான் திகைப்புடன் அவளைப் பார்த்தேன். பாவாடை சட்டை அணிந்த அந்த வெற்றிய உடம்புக்குள் இருப்பவளுக்கு எத்தனை வயது? என்னை வெடுக்கென்று திரும்பிப் பார்த்து, 'நான் சொல்வது சரிதானே?' என்பதுபோல "ஏன்க்கா?" என்றாள்.

நான் உணர்ச்சிவசப்பட்டுப் போனேன். குனிந்து அவளை அணைத்து, "நீ சொல்றது சரிதான், கருப்பாயி" என்றேன், நெகிழ்ந்த குரலில்.

"இது யார்ரீ இவ?" என்றாள் ஒரு முதியவள், "இந்தப் பட்டணத்துப் பொம்பளைக்கு என்ன தெரியும்? உன்கூடப்

பொறந்தவ கணக்கா அக்கா அக்கான்னு அவளை யோசனை கேட்டுக்கறே?"

தாக்கப்பட்டது போல் நான் கூசிப்போனேன். கருப்பாயியின் உடன்பிறப்பாக இருக்கலாம் என்கிற அனுமானமே என்னை இங்கே இழுத்து வந்தது என்று இவர்களிடம் சொன்னால் இவர்கள் நம்பினாலும் நம்புவார்கள். ஆனால் அதை நிரூபிக்க என்னிடம் ருசு இல்லாததால் எதுவும் பேசுவது அதிகப்பிரசங்கித்தனம் என்று தோன்றிற்று.

"அட எதுக்கு வளவளன்னு பேசிக்கிட்டிருக்கீங்க? கருப்பாயிக்குந்தான் என்ன வயசாச்சு?" என்றார் வெளியில் நின்றிருந்த ஒரு பெரியவர். "அதைப்போய் யோசனை கேட்பானேன்? பொம்பளைங்க கொள்ளி வெக்கற வழக்கமில்லேன்னு பட்டுனு சொல்லிட வேண்டியதுதானே? பொன்னுத்தாயியோட புருஷனுக்குச் சொல்லி அனுப்பணும். அவன் வரல்லேன்னா நாங்க யாராவது வெக்கணும். ஏதோ ஒரு வகையிலே எல்லாரும் சம்பந்தம் உள்ளவங்க தானே."

கருப்பாயி விசுக்கென்று எழுந்தாள். "அந்த ஆளுக்குச் சொல்லி அனுப்ப வேணாம்" என்றாள், ஆவேசத்துடன். "எங்களுக்கும், அவருக்கும் சம்பந்தமில்லே."

அவளுக்கு மூச்சு வாங்கிற்று. மார்பு விம்மி விம்மித் தணிந்தது. அழுகை வெடித்துவிடும் போல உதடுகள் துடித்தன.

"நீ சொன்னாப்பலே, சம்பந்தம் விட்டுப் போயிடுமா புள்ளே?" என்றவரைப் பார்த்து, அவள் கண்ணீரை விழுங்கிக்கொண்டு சொன்னாள்:

"விட்டுப் போயிட்டது என்னிக்கோ. பொட்டப் புள்ளய ஏன் பெத்தே? நீயும் வேணாம்; புள்ளையும் வேணாம்னு விரட்டி அனுப்பலே, அன்னிக்கே போச்சு. இன்னிக்கு எதுக்குப் புதுசா கொள்ளிவெக்கக் கூப்பிடணும்? அன்னிக்கே அவுக கொள்ளி வெச்சாச்சு."

“இதப் பாரு புள்ளே, அதெல்லாம் எல்லார் வீட்டிலேயும் நடக்கறதுதான், அதுக்காக சடங்கையெல்லாம் மாத்திப்போட முடியாது. பெரியவங்க சொல்றாங்கன்னு மரியாதையா நடந்துக்க.”

குமுறிக்கொண்டு வந்த ஆத்திரத்தையும், துக்கத்தையும் உள்ளுக்குள் அமுக்க முயன்றவள்போல் கருப்பாயி மூச்சிரைக்க நின்றாள். ஒரு இயலாமையுடன் கூட்டத்தைப் பார்த்தாள்.

“என்னாலதானே ஆத்தாவை விரட்டினாக? ஆத்தா என்னைக் கொல்லாம விட்டதுக்கு நாதான் கொள்ளி வைக்கணும்!”

என் கண்களிலிருந்து சரசரவென்று நீர் வழிந்தது. நானே அவளாய் - அவளே நானாய்ச் சங்கமித்துப் போனதுபோல இருந்தது.

“அடி ஆத்தே! இந்தச் சிறுக்கி என்ன பேச்சுப் பேசறா?” என்றாள் ஒரு முதியவள், ஆங்காரத்துடன். “ஏண்டி, என்ன வக்கிருக்கின்னு இம்புட்டுப் பேச்சுப் பேசறே? ஒரு நல்லது பொல்லாதுக்கு எடுத்துப்போட்டுச் செய்ய யாரு இருக்கா? நாளைக்குச் சமைஞ்சு நிப்பே; கல்யாணம் கார்த்திகை யாரு பண்ணுவா? அப்பன் வேண்டாம்னு எதிர்த்து நிக்கறே?”

சட்டென்று கருப்பாயி கலவரத்துடன் பின்வாங்கிச் சுவர் ஓரமாய் நகர்ந்து தரையில் அமர்ந்தாள். கைகளில் முகத்தைப் புதைத்துக்கொண்டு, இதயம் விண்டு போனதைப்போல் விசித்து விசித்து அழ ஆரம்பித்தாள். என் நாடி நரம்பெல்லாம் தீப்பற்றிக்கொண்டது போல இருந்தது. மூளையின் கட்டளைக்குக் காத்திராமல் உறுப்புகள் தாமாக இயங்கி அவளிடம் விரைந்து அவளை அணைத்துக்கொண்டேன்.

“அழாதே கருப்பாயி, அழாதே! நான் இருக்கேன் இல்லே? பயப்படாதே! நா உன் அக்காதான் உன்னைக் கவனிச்சுக்க நா இருக்கேன்.”

நான் பேசவில்லை மஞ்சு பேசினாள். உணர்ச்சிவசப்பட்டுக் கண்ணீர் விட்டபடி, இன்னும் என்னவெல்லாமோ பேசியிருப்பாள்.

'நிசம்மாவே நா உன் அக்காதான். என்னைக் கொல்ல மனசில்லாமே வெள்ளைக்கார அம்மாகிட்ட ஆத்தா பிறந்த அன்னிக்கே கொடுத்துட்டா!' என்றுகூட உளறியிருப்பாள்.

நான் சட்டென்று அவளைக் கட்டுப்படுத்தினேன். கருப்பாயியை மீண்டும் அணைத்து, "இனிமே நா உன் அக்கான்னு நினைச்சுக்க!" என்றேன் மெல்ல. கருப்பாயி குழந்தையாக மாறிப்போனாள். எனது இடையைப் பற்றிக்கொண்டு தேம்பினாள். நான் அவளது முதுகை வருடியபடி சுற்றிலும் பார்த்தேன்.

எல்லாரும் என்னை அளப்பதுபோலப் பார்த்தார்கள். தங்கள் எல்லைக்குள் நுழைந்துவிட்ட வேற்று மனுஷி என்கிற சந்தேகம் நிழலாடிற்று. நான் அவர்களைப் பார்த்து நிதானமாகக் கேட்டேன்:

"இவளுடைய அப்பாவைக் கூட்டிட்டு வர்றதாச் சொல்றீங்க, இத்தனை நாள் உறவே இல்லாதவர் இப்ப வருவார்னு என்ன நிச்சயம்?"

"வர்றாங்களோ இல்லையோ, முறைக்குக் கூப்பிட்டாகணுமில்லே?"

"சரி, கூப்பிடுங்கள். நிச்சயமா வரமாட்டாங்க. வந்தாலும், மகளை அழைச்சுக்கிட்டுப் போவார்ன்னு நீங்க நினைக்கிறீங்களா? புதுசா பொறுப்பெடுத்துக்குவாரா, பொட்டைப் புள்ளையே வேணாம்னு சொன்னவரு?"

"அதெல்லாம் மாட்டான்!" என்று சில ஆண்கள் பலமாகத் தலையசைத்தார்கள்.

"அவங்க எடுக்கல்லேன்னா நீங்க யாராவது எடுத்துப்பீங்களா?"

கப்பென்று மௌனம் சூழ்ந்தது. "நாங்க யார் எடுக்கறது? நாங்களே எல்லாரும் அன்னாடங்காய்ச்சிங்க..."

எல்லாருடைய வீர்யப் பேச்சும் பிசுபிசுத்து மெல்லிய குரல்களாய் ஒலிக்க ஆரம்பித்தது.

“நீங்கள்ளாம் பெரியவங்க. யோசிச்சு முடிவு செய்யுங்க. யாருக்கும் சொல்லி அனுப்பறதிலே ஏதும் லாபமிருக்கிறதாத் தெரியலே. நீங்கள்ளாம்தான் பொன்னுத்தாயி உயிரோட இருந்த வரைக்கும் வேண்டியவங்களா இருந்தீங்க. தகன காரியத்துக்கு ஏற்பாடு செய்யுங்க. செலவுக்கு நான் பணம் தர்றேன். அது முடிஞ்சதும் கருப்பாயியை நா இல்லத்துக்குக் கூட்டிக்கிட்டுப் போயிடறேன். அவளைப் படிக்கவெச்சு ஆளாக்கற பொறுப்பு எங்களுடையது!” என்றேன் திடீர் தீர்மானத்துடன்.

‘அம்மாவைக் கேட்க வேண்டிய அவசியமில்லை!’ என்று மஞ்சு தைரியம் சொன்னாள். விவரிக்க இயலாத ஆயாசம் என்னை ஆட்கொண்டது. அவர்கள் எல்லாரும் கூடி முடிவுக்கு வரட்டும் என்று நான் கருப்பாயியின் அருகில் சென்று அமர்ந்துகொண்டேன். தனது வாழ்வில் அன்று எற்பட்டுவிட்ட திருப்புமுனையின் பரிணாமத்தைக் கருப்பாயி உணர்ந்திருக்க முடியாது என்று நினைத்துப் பரிவு ஏற்பட்டது.

அவள் வளர்ந்த சூழ்நிலையாலும், பெற்றவள் அனுபவித்த அழுத்தங்களாலும், அவள் பிஞ்சில் பழுத்தவளாய்ப் பேசினாலும், இவள் இன்னும் குழந்தை என்கிற பச்சாதாபம் என்னை ஆட்கொண்டது. கண் மூடிய நிலையில் இப்போது சவமாய்க்கிடக்கும் பொன்னுத்தாயியைப் பார்க்கும்போது, மனசு பொங்காமல் நிச்சலனமாய் நின்றது எனக்கே வியப்பை அளித்தது. கருப்பாயியை என் கையில் ஒப்படைக்கத்தான் இவள் என்னை வரவழைத்திருக்க வேண்டும் என்று தோன்றிற்று. இரத்த சம்பந்தம் என்ற உள்ளார்ந்த காரணம் ஏதும் இல்லாமல், மகளைக் கவனிக்க வேறு எந்த நாதியும் இல்லை என்கிற யதார்த்தமான காரணமாகவே இருக்கலாம்.

திடீரென்று நான் மோன நிலையை எட்டிவிட்டதைப்போல இருந்தது. இவள்தான் என்னைப் பெற்றவளா என்று என்னை அலைக்கழித்த கேள்விக்கு அர்த்தமே இல்லை என்று தோன்றிற்று. ஜனனம் - மரணம் எல்லாம் ஒரு விபத்து. நான்

இவளை அகஸ்மாத்தாகச் சந்தித்ததும், இவள் பெயரைக் கேட்டதும், கலக்கமுற்றதும் விபத்து. 'உன்னைப் போலீசுக்குப் படிக்க வைக்கிறேன்' என்று கருப்பாயிடம் விளையாட்டாகச் சொன்னதும், இப்போது அவள் கையைப் பிடித்து, 'நான் இருக்கேன், உன்னைக் காப்பாத்த!' என்று அபய ஹஸ்தம் காட்டுவதும் - எல்லாமே விபத்து. இதற்கெல்லாம் காரண - காரியங்களை ஆராய்வது மனித யத்தனத்துக்கு அப்பாற்பட்ட விஷயங்கள்.

எல்லா பிறவிக்கும் ஒரு அர்த்தம் உண்டு என்பார், அம்மா. அதாவது அர்த்தமுடையதாக்கிக்கொள்ள வேண்டும் என்பது அவருடைய சித்தாந்தம். இப்படிப்பட்ட சித்தாந்தங்களில் எனக்கு நம்பிக்கையில்லை. கருப்பாயியின் எதிர்காலப் பொறுப்பை நான் ஏற்றுக்கொண்டது ஏதோ ஒரு இயல்பான உந்துதலால். அதற்கு அம்மா தனது சித்தாந்தப்படி விளக்கம் தந்தாலும் தருவார். எனக்கு அக்கறையில்லை

"ஏம்புள்ளே, உனக்குக் கண்ணாலம் ஆயிட்டதா?" என்ற குரலைக் கேட்டு நான் திடுக்கிட்டு நிமிர்ந்தேன். ஒரு கணம் உலுக்கப்பட்டு நிலைகுலைந்து 'இல்லை' என்று தலையாட்டினேன், என்னைக் கேள்வி கேட்டவளைப் பார்த்து.

"ஆகப் போவுதா?" என்றாள், அவள் தொடர்ந்து...

என் பதிலுக்காகக் கருப்பாயி காத்திருப்பதுபோல் தோன்றிற்று.

***

26

“ஆகப் போவுதா?”

சவாலைப் போலக் கேள்வி நின்றது. என் பதிலைக் கேட்கும் ஆவலுடன் எல்லாப் பெண்களும் என்னையே பார்த்தது விசித்திரமான கலவரத்தை ஏற்படுத்திற்று. ‘இவங்களுக்கென்ன அக்கறை, உன் கல்யாணத்தைப் பத்தி?’ என்று மஞ்சு என்னை உசுப்பினாள்.

“எனக்குத் தெரியாது!” என்றேன், மெல்லிய எரிச்சலுடன். “அது தெரிஞ்சு இப்ப என்ன ஆகணும்?”

அந்தப் பெண்களுக்கு என் பேச்சு ரசிக்கவில்லை என்று அவர்கள் முகம் போன போக்கில் தெரிந்தது.

“நீ ஒரு வேலை மெனக்கெட்டவ!” என்றாள் ஒருத்தி, கேள்வி கேட்டவளைப் பார்த்து. “இல்லம் இல்லம்ங்கறது என்னான்னு தெரியுமில்லே? ஏதோ தருமத்துக்கு அந்தப் பொம்பளை இங்கே, அங்கேன்னு காசு வாங்கி அநாதைங்களைப் பார்த்துக்கிறது. அதுக்குமேல கல்யாணம் கார்த்தின்னு செய்ய யாரால முடியும்?”

“காசு பணம் வாங்காம எவன் கட்டிக்குவான்? எங்க அக்கா மகாலக்ஷ்மி பீத்திக்குவா. தன் மவ இருக்கிற சிவப்புக்கும், அழகுக்கும் சீரும் வேணாம், செனத்தியும் வேணாம்னு மாப்பிள்ளை கொத்திகிட்டுப் போயிடுவான்னு. இன்னும் நிக்குது

பொண்ணு - பிள்ளை வீட்டுக்காரங்க கேட்கற பத்து சவரனைப் போட வக்கில்லாததாலே!"

இவர்களுடைய வாயையெல்லாம் சேர்த்துத் தைத்துவிட முடிந்தால் எத்தனை நன்றாயிருக்கும் என்று நான் ஆத்திரத்துடன் தலையைக் குனிந்துகொண்டேன்.

"அக்கா சும்மா ஒண்ணும் இருக்கலே; வேலை பார்க்கறாங்க!" என்றாள், கருப்பாயி – ரோசத்துடன்.

"பார்க்கத்தான் வேணும்; வேற வழியில்லே" என்று ஒருத்தி அனுதாபப்படுவது போலச் சொன்னதற்கு, அதை ஆமோதிக்கும் பாவனையில் மற்றவர்கள் என்னை அளவெடுப்பதுபோலப் பார்த்துத் தலை அசைத்தார்கள்.

"இந்தப் பொண்ணை உன்னோட இல்லத்துக்கு இட்டுட்டுப் போறது நல்ல காரியம்தான்" என்றாள், முதலில் பேசியவள்.

"படிக்கவெச்சு வேலைக்குத்தான் அனுப்பணும் இதை. பொன்னுத்தாயி உசிரோட இருந்தா அவளும் அதைத்தான் செஞ்சிருப்பா. 'கரிக்கட்டையா வேற இருக்காளே, என்னக்கா செய்ய?'ன்னு சொல்லி வருத்தப்படுவா."

இப்படியெல்லாம் பேசுவதில் இவர்களுக்கு ஒரு மூர்க்க திருப்தி இருப்பதுபோல் தோன்றிற்று. அல்லது உண்மையான கவலை இருந்ததாலேயே வெகுளித்தனமாகப் பேசுகிறார்களா என்று நினைத்துக் கொண்டேன்.

"பொட்டப் புள்ளையைப் பெத்தவளுக்குத்தான் தெரியும், அத வளர்க்கப்படற கஷ்டம்... பொறந்ததிலேருந்து பாடையைத் தூக்கற வரைக்கும் பொறுப்பைச் சுமந்தாகணும்னு ஏற்பட்டுப்போச்சு. அந்த ஏற்பாட்டை உதைச்சு எறிய நமக்கு தைரியம் இருக்கா? போகட்டும், இந்த மாதிரி ரெண்டு பேர் படிச்சு தனியா நிக்கட்டும். அப்பத்தான் ஏதாச்சும் மாறுதல் வரும்."

இரண்டொருவர் அவள் பேச்சைக் கேட்டு, நமுட்டுச் சிரிப்பு சிரித்தார்கள். "ஆமாம், மாறுதல் வருது!" என்றாள் ஒருத்தி

நையாண்டியுடன். "உன்னைத்தான் ஊர் ஒதுக்கி வைக்கும் - மகளுக்கு கட்டிவெக்கத் துப்பில்லேன்னு ஏசும். உத்தியோகம் பார்க்கற பெண்ணை நடத்தை சரியில்லேன்னு சொல்லும்."

"சொல்லட்டும், சொல்லட்டும்!" என்றாள், முதியவள் - ஆவேசத்துடன். "எத்தனை நாள் சொல்லும்? நாமதான் கூறுகெட்டுப்போய் அது சொல்றதுக்கெல்லாம் பயந்து சாகறோம். கருப்பாயி சொல்றது நிசம்தான். பொன்னுத்தாயி புருஷனுக்கு என்னடி யோக்யதை இருக்கு, அவளுக்குக் கொள்ளிபோட. மகராசி, அவனுக்குப் பயந்துதானே பெத்த மூணு கொழந்தையைக் கொன்னா. சந்தோஷமாவா செஞ்சிருப்பா? பொட்டப்பிள்ளையைக் கொன்னுடுன்னு சொல்ற ஆம்பளையெல்லாம் ஒரு மனுஷனாடி?"

கருப்பாயி இப்பொழுது தலைநிமிர்ந்து அவர்கள் பேச்சைக் கேட்டாள். பொன்னுத்தாயி சவமாகப் படுத்திருப்பது யாருக்கும் நினைவே இல்லாததுபோலத் தோன்றிற்று. அந்த ஜீவனற்ற முகத்தில் இப்போது ஒரு சாந்தம் நிலவியதுபோல் எனக்குப் பிரமையேற்பட்டது.

'சந்தோஷமாவா செஞ்சிருப்பா?' அன்று அவள் பாடியது எனக்கு நினைவுக்கு வந்தது.

'நெருஞ்சிப்பூ சல்லடையாம் -
நெஞ்சுக்குள்ளே வேதனையாம்...'

இவளுக்கு என்ன வேதனை என்று பீட்டர் கேட்ட கேள்விக்கு, அவள் வெள்ளையாகச் சிரித்தது கண்ணில் நின்றது. 'வேதனைன்னா என்னத்தைச் சொல்லறது கண்ணு, ஒண்ணா ரெண்டா...?' புருஷனால் கைவிடப்பட்டு, ஊரார் ஏச்சைக் கேட்டு, இந்தப் பெண்ணை வளர்க்க எத்தனை கஷ்டப்பட்டாளோ என்று எனக்குள் புதிய உத்வேகத்துடன் பரிதவிப்பு ஏற்பட்டது.

"ஆத்தா என்னைக் கொல்லாம விட்டதுக்கு நாதான் கொள்ளி வைக்கணும்!"

கருப்பாயியைப் பற்றி நினைக்க நினைக்க எனக்கே விளங்காத ஒரு பெருமிதம் நெஞ்சை விம்மச் செய்து, கண்களில் நீரை வரவழைத்தது.

பெண்கள் இன்னும் தங்கள் பேச்சில் ஆழ்ந்திருந்தார்கள். "புருஷன் சொல்றது இருக்கட்டும். நமக்கே பயமாப் போகுதில்லே, ஆண்பிள்ளை பெக்க வக்கில்லேன்னு மத்தவங்க ஏசுறாங்க."

இவர்களது பேச்சுக்கு முடிவே இல்லை என்று தோன்றிற்று. சவமாகக் கிடக்காவிட்டால் பொன்னுத்தாயியும் இந்த சம்பாஷணையில் கலந்து கொண்டிருப்பாள். உணர்ச்சிவசப்பட்டிருப்பாள். 'சமாளிக்க முடியல்லே, கண்ணு!' என்று நியாயம் சொல்லி இருப்பாள். "உன்னை வெள்ளைக்காரப் பொம்பளைக்குக் கொடுத்ததும் அதுக்காகத்தான்!"

நான் திடுக்கிட்டுச் சுய நினைவுக்கு வந்தேன். திருப்பித் திருப்பி இந்தப் பொன்னுத்தாயிக்கும், எனக்கும் சம்பந்தமிருப்பதாக ஏன் நினைத்துக்கொள்கிறேன் என்று எனக்கு விளங்கவில்லை. இங்கிருக்கும் பெண்கள் சூசகமாகக்கூட அதைப்பற்றிச் சொல்லவில்லை. இந்த விஷயங்கள் எல்லாம் காதும் காதும் வைத்தாற்போல் நடப்பது என்று எனக்குத் தெரியும். அக்கம்பக்கத்தில் இருப்பவர்களுக்குக்கூடத் தெரிய வராது.

பிறந்ததும் செத்துப்போச்சு என்றால் அது பெண் குழந்தை என்று எல்லாருக்கும் தெரியும். செத்த குழந்தை எங்கே என்ற ஏடாகூடமான கேள்விகூட எழும்பாது. அவர்களது ஒட்டுமொத்தமான ரகசியம் அது. காக்கப்பட வேண்டியது. பகிர்ந்துகொள்ளப்பட வேண்டியது. அதற்குத்தான் ஒப்பாரி. செத்த குழந்தைக்காக இல்லை, தங்களுடைய துர்பாக்கிய நிலைக்கான ஒப்பாரி. தங்களது கையாலாகாத் தனத்துக்கான ஒப்பாரி.

பொன்னுத்தாயி குழந்தையை என்ன பண்ணினாள் என்று யாரும் தூண்டித் துருவிக் கேட்டிருக்கமாட்டார்கள் - அவளுடைய அம்மாவைத் தவிர!

இந்தப் பெண்கள் பேச்சைக் கேட்கையில், ஆரம்பத்தில் ஏற்பட்ட எரிச்சல் எல்லாம் மெல்ல மெல்ல வடிந்து போயிற்று. இவர்கள் எல்லோர் உள்ளேயும் ஒரு பொன்னுத்தாயி இருப்பது போலிருந்தது. 'சமாளிக்க முடியல்லே, கண்ணு!' என்பது போலிருந்தது. 'இந்தக் கூட்டுக்குள்ளேருந்து வெளியிலே வரமுடியலே. எந்தப் பக்கம் திரும்பினாலும் அடி எங்க மேலதான் விழுது. என்ன செய்ய? சமாளிக்கத் தெரிஞ்ச வழி இது ஒண்ணுதான் எங்களுக்கு.'

எல்லோரையும் தரதரவென்று வெளியே இழுக்க வேண்டும்போல் எனக்கு ஆவேசம் ஏற்பட்டது. 'கூட்டை உடையுங்கள்! வெளியே வாருங்கள்!'

இரண்டு மூன்று ஆண்கள் என் எதிரில் வந்து நின்றார்கள்.

"இடுகாட்டுக்குப் போறதெல்லாம் ஆண்கள் வேலை. நாங்க செய்யறோம். காரியம் முடிஞ்சதும் கருப்பாயியை உங்க இல்லத்துக்குக் கூட்டிக்கிட்டுப் போகலாம்" என்றார் ஒரு பெரியவர்.

கருப்பாயி ஊமையாகிப் போனவள்போல் அமர்ந்திருந்தாள். மற்றப் பெண்கள்தான் சவத்தைக் குளிப்பாட்டித் தயார் செய்தார்கள். தனக்கும், அந்த சவத்துக்கும் ஏதும் சம்பந்தமில்லாததுபோல் கருப்பாயி நடந்துகொண்டது எனக்கு வியப்பை அளித்தது.

உடல் இடுகாட்டிற்குக் கிளம்பியபோது மற்றப் பெண்கள் மார்பில் அடித்துக்கொண்டு அழுதார்கள். இவள் என் கையைக் கெட்டியாகப் பிடித்தபடி இறுகிய முகத்துடன் நின்றிருந்தாள். சவம் கண் பார்வையிலிருந்து மறைந்ததும், பெண்கள் அழுகை நின்றது. நிகழ்காலம் நினைவுக்கு வந்தவர்களாய், "ஏண்டி கருப்பாயி, இன்னிக்கே இந்த அக்காகூடப் போகப்போறியா?" என்றார்கள்.

"அக்கா கூட்டிட்டுப் போனாங்கன்னா போவேன்" என்றாள் கருப்பாயி - தயக்கத்துடன்.

"கூட்டிட்டுப் போறேன்" என்று நான் அவள் தோளைப் பற்றினேன். அவள் கிடுகிடுவென்று உள்ளே சென்று, ஒரு சின்னப்

பையைத் தூக்கிக்கொண்டு வந்தாள். மாடத்திலிருந்த பழைய பூட்டை எடுத்து, வீட்டின் கதவைப் பூட்டினாள். சாவியைப் பையில் போட்டுக்கொண்டு, “வாங்க போகலாம்” என்றபோது என்னைவிட அவளுடைய வயது அதிகம் என்று தோன்றிற்று.

காரில் உட்கார்ந்த பிறகு அவள் அந்த வீட்டையோ, தெருவில் நின்றிருந்த பெண்களையோ திரும்பிப் பார்க்கவில்லை. லேசாக இருட்ட ஆரம்பித்திருந்த அந்த வேளையில் கார் சென்ற பாதையில் நிலைகுத்தியிருந்த அவளது கண்களில் ஒரு அசாதாரணப் பளபளப்பு தெரிந்தது.

இல்லத்தை அடைந்ததும், கருப்பாயியை நேராகச் சாப்பாட்டுக் கூட்டத்துக்கு அழைத்துச் சென்றேன். கொல்லையில் கோனாருடன் பேசிக்கொண்டிருந்த பவானியை அழைத்து வந்து, “இந்தப் பெண்ணுக்குச் சாப்பிட ஏதாச்சும் கொடு” என்றேன்.

கருப்பாயியை லேசான அனுதாபத்துடன் பார்த்து, “யாருக்கா இது?” என்றாள் பவானி.

“அப்புறம் சொல்றேன், பவானி. நீ மொதல்ல அவளைக் கவனி. நா அம்மாவைப் பார்த்துட்டு வர்றேன்” என்று நான் விரைந்தேன்.

அம்மாவின் அறையை அடைந்தபோது நான் திடுக்கிட்டேன். ஜன்னலுக்கருகில் இருந்த நாற்காலியில் அமர்ந்து, அம்மா ஆகாசத்தைப் பார்த்தபடி சிகரெட் புகைத்துக் கொண்டிருந்தார். நான் வழக்கம்போல் கதவை விரல்களால் லேசாகத் தட்டிவிட்டு, “அம்மா!” என்று அழைத்தபடி அவரருகில் சென்றேன்.

என் குரலைக் கேட்டதும், அவர் சரேலென்று திரும்பினார். அவர் முகத்திலிருந்த சோர்வைக் கண்டு நான் திகைத்தேன். “உடம்பு சரியாயில்லையாம்மா உங்களுக்கு?” என்றேன், பதைப்புடன். “டாக்டர் ஸ்மோக் செய்யக் கூடாதுன்னு சொல்லியிருக்காங்க இல்லே, ஏன் பண்ணறீங்க?”

“ஒண்ணு புகைச்சதினாலே எதுவும் ஆயிடாது. போன காரியம் என்ன ஆச்சு? அந்தப் பொம்பளை எப்படியிருக்கா?”

அம்மாவின் முகத்தில் கவலையா, ஆர்வமா என்று புரியாத ஒரு பாவம் இருந்தது.

“இறந்துட்டா!” என்று மெல்லிய குரலில் சொல்கையில் துக்கம் என்னை ஆட்கொண்டது. அம்மாவின் விழிகள் வியப்புடன் அகன்றன.

“எப்போ?”

“நாங்க அங்கபோய்ச் சேர்ந்த உடனேயே, ஆஸ்பத்திரிக்கு அழைச்சுண்டு போகவேயில்லே” விவரமாகப் பேசமுடியாமல் எனக்குத் தொண்டையை அடைத்துக்கொண்டு வந்தது.

“எப்படி?”

“ஆஸ்பத்திரிக்கு வரல்லே, இங்கேயே இருக்கேன்னு சொல்லிக்கிட்டே இருந்தா. அவ கையைப் பிடிச்சுகிட்டேன். நல்லா ஆயிடுவே. கவலைப்படாதேன்னேன். என்னையே வெறிச்சுப் பார்த்தா, மூச்சு நின்னுபோச்சு.”

நான் மேலே பேசமுடியாமல் லேசான திணறலுடன் நிறுத்தினேன். பிறகு சமாளித்துக்கொண்டு, “நேத்தே ரொம்ப நெஞ்சு வலின்னாளாம். அப்பவே ஆஸ்பத்திரிக்கு அழைச்சிக்கிட்டுப் போயிருந்தா பிழைச்சிருப்பா. சிவியர் ஹார்ட் அட்டாக்ன்னு நினைக்கிறேன் அம்மா. அந்த ஜனங்க என்ன பண்ணுவாங்க? படிப்பறிவில்லே. அக்கம்பக்கத்திலே ஆஸ்பத்திரியில்லே. அந்தப் பத்து வயசுப்பொண்ணு இத்தனை விவரமா இருக்கிறதே ரொம்ப அதிசயமா இருக்கு. நான்தான் கொள்ளி வைப்பேன்னுது. ஊர்க்காரங்க ஆண்கள்தான் வைக்கணும்னாங்க.”

“காரியம் எல்லாம் முடிஞ்சுபோச்சா?” என்றார், அம்மா - வியப்புடன்.

“நீயா ஒண்ணும் பொறுப்பெடுத்துக்கலியே?”

"இல்லே" என்றேன், தயக்கத்துடன். "அந்த ஊர் ஆண்கள்தான் முடிவு பண்ணாங்க. ஆனா, நா அந்தப் பெண்ணை இங்கே கூட்டிட்டு வந்துட்டேன்மா."

அம்மா திடுக்கிட்டவர்போல் என்னைப் பார்த்தார்.

"ஏன்?"

'அந்தப் பெண்ணுக்கு யாருமே இல்லே, என்னைத் தவிர!' என்று சொல்ல நினைத்து வார்த்தைகளை விழுங்கிக்கொண்டேன். என்னை முந்திக்கொண்டு மஞ்சு சொன்னாள்: "எங்கிட்ட அவளை ஒப்படைக்கணும் என்கிற எண்ணம் அவ அம்மாவுக்கு இருந்ததுன்னு நினைக்கிறேன், என்னை அவதான் கூட்டிட்டு வரச்சொன்னாளாம்."

"நீயா ஏதாவது நினைக்காதே. உனக்கும், அவளுக்கும் என்ன சம்பந்தம்?" என்றார், அம்மா - சரேலென்று திரும்பி, மறுபடி ஜன்னல் வழியாக ஆகாசத்தைப் பார்த்துப் புகைத்தார்.

"அதான் எனக்குப் புரியலே."

"உங்கிட்டே ஏதாவது சொன்னாளா?"

"இல்லே. சொல்றதுக்குள்ளே உயிர் போயிட்டது. ஏதோ சொல்லணும்னு ஆசைப்பட்ட மாதிரி இருந்தது."

அம்மா சற்றுநேரம் பேசாமல் இருந்தார். "நீ இந்த இல்லத்திலே இருக்கேன்னு அந்தப் பொம்பளைக்குத் தெரியுமா?" என்றார், நிதானமாக.

"தெரியும்!"

சற்றுப் பொறுத்து வார்த்தைகளை ஒவ்வொன்றாகக் கோர்த்துச் சொல்பவர் போல், "தான் செத்துப்போயிடப் போறோம்னு அவளுக்குத் தெரிஞ்சிருக்கும். பெண்ணைப் பார்த்துக்க யாருமில்லையேன்னு உன்னைக் கூப்பிட்டு அனுப்பிச்சிருப்பா" என்றார்.

"இருக்கலாம்" என்றேன் நான் மெல்ல. "ஆனா அவளேதான், நா இல்லத்திலே இருக்கேன்னு கேள்விப்பட்ட அன்னிக்கு, இனிமே என் வீட்டுப்பக்கம் வராதேன்னு சொன்னா ஏன்?"

அம்மா பதில் சொல்லவில்லை.

"ஏம்மா?" என்றேன், நான் - விடாப்பிடியுடன்.

அம்மா சுழன்று திரும்பி என்னைக் கடுமையாகப் பார்த்தார்.

"என்னைக் கேட்டா எனக்கெப்படித் தெரியும்?"

நான் தலையைக் குனிந்துகொண்டேன். பிறகு சட்டென்று நிமிர்ந்து கேட்டேன்:

"அவ என்னுடைய அம்மாவா?"

"நோ!"

அம்மா கிட்டத்தட்ட கத்தினார்.

"உனக்கு எத்தனை தடவை சொல்றது, உங்க அம்மா உயிரோட இல்லே, எப்பவோ இறந்துட்டாள்னு!"

அம்மாவுடைய ஆக்ரோஷத்தைக் கண்டு, நான் வாயடைத்துப் போனேன். அம்மாவுக்கு அபூர்வமாக இப்படி ஒரு கோபம் வரும். வெறும் கோபம் இல்லை இது. இன்னும் என்னவோ இருந்தது அதில்.

"லுக்! மஞ்சு, ஒரு விஷயம் எங்கிட்ட தெளிவாச் சொல்லு. அவ உன் அம்மாவா இருந்தான்னு வெச்சுக்க, வில் யூ டிஸ் ஓன் மீ? நா உனக்கு ஒண்ணுமேயில்லையா? என்னை உதறிட்டு ஓடிடுவியா?"

அவருடைய முகம் சிவந்து பளபளத்தது. நீல விழிகள் ஆழமாகத் தெரிந்தன. கண்களில் நீர் நிறைந்துவிடும் போல் இருந்தது. நான் சட்டென்று நெகிழ்ந்து அவர் அருகில் சென்று அவரை அணைத்துக்கொண்டேன்.

"இல்லே. அப்படின்னு அர்த்தமில்லே. உங்க மேல அன்பு இல்லேன்னு அர்த்தமில்லே. ஆனா இந்தப் பொன்னுத்தாயைப் பார்த்த அன்னிலேருந்து மனசு குரங்காட்டம் ஆடுது. கட்டுப்படுத்திக்க முடியலே. அந்தப் பெண்ணைப் பார்த்தா என் தங்கச்சியைப் பார்க்கிறமாதிரி இருக்கு, கருணை பொங்குது.

எனக்குக் குழப்பமா இருக்கும்மா!" என் கண்ணீரை என்னால் அடக்க முடியவில்லை.

அம்மா என் தலையைக் கோதிவிட்டார். முதுகைத் தடவிவிட்டார். மெதுவான உபதேசம் செய்யும் குரலில் சொன்னார்: "எல்லாப் பொம்பளைகளையும் பொன்னுத்தாயின்னு நினைச்சுக்கோ, எல்லா சின்னப் பெண்களையும் கருப்பாயின்னு நினைச்சுக்க. எல்லாரும் உன் தாயாக, எல்லாரும் உன் தங்கையாக, அப்பத்தான் அவங்களுடைய துக்கம் உனக்குப் புரியும்."

என் கண்களிலிருந்து பெருகிய நீர் மெல்ல அடங்கிற்று. "பீட்டர்கிட்டேர்ந்து உனக்குக் கடிதம் வந்திருக்கு" என்றார் அம்மா, கடைசியில்...

***

27

அம்மா நிதானமாக எழுந்து தனது மேஜைமேல் இருந்த அந்தக் கடிதத்தைக் கொடுத்தார். அந்த வெளிர் நீல உறையைப் பார்த்து, நான் லேசாக விழித்தேன். இத்தனை சீக்கிரம் கடிதம் வரும் என்று நான் நினைக்கவில்லை. அது வந்த நேரம் அசம்பாவிதமானதாகத் தோன்றிற்று. நான் நினைக்க விரும்பாத என்னுடைய பலவீனங்களைச் சுட்டிக்காட்டுவது போல் ஒரு சங்கடம் ஏற்பட்டது.

அம்மா மீண்டும் நாற்காலியில் அமர்ந்துகொண்டார். ஜன்னலைப் பார்த்தபடி தலையைத் திருப்பாமலே கனிவுடன் சொன்னார்:

"ரொம்ப நேரம் விழிச்சுக்கிட்டிருக்காதே. சீக்கிரம் படுக்கப் போ, உனக்கு இன்னிக்கு ஓய்வு தேவை. அந்தப் பொண்ணு எங்கே இருப்பா?"

"என்கூட என் அறையிலே படுக்க வைக்கலாம்னு நினைச்சேன்."

"வேண்டாம். கலாவதிகிட்டப் பொறுப்பை விடு, அவ வயசுப் பெண்களோட இருக்கட்டும். தனியான சலுகை யாருக்கும் காட்டறது நல்லதில்லே."

'சரி' என்று நான் கிளம்பினேன். அம்மாவின் கூரிய பார்வையோ, நிர்வாகத் திறமையோ எனக்கு இல்லை என்று வெட்கமேற்பட்டது. கையிலிருந்த கடிதத்தை ஒரு வினாடி வெறித்துப் பார்த்து ப்ளவுசுக்குள் செருகிக்கொண்டு சாப்பாட்டுக் கூடத்தை நோக்கி நடந்தேன்.

நேற்று மாலை இந்தக் கடிதம் வந்திருந்தால் அதன் தாக்கம் வேறாக இருந்திருக்கும். தேன் குடித்த நரியாய் உற்சாகம் கரைபுரண்டு போதையேறியிருக்கும். சமய சந்தர்ப்பம் பாராமல் வந்த விருந்தாளியைப் போல் இன்று வந்து நின்றதில் அதைப் பிரிக்கும் உற்சாகம் இல்லாமல் போனது எனக்கே வினோதமாக இருந்தது. இன்றைய ஒரு நாள் போதில் இருபது வயது கூடிவிட்டது போல, மனசில் ஒரு மூப்பு புகுந்திருந்தது.

நிதானமாக மடித்து உள்ளே சொருகிவிட்டதற்கு அதுதான் காரணம் என்றாள், மஞ்சு சோர்வுடன். 'ரொம்ப தூரம் நடந்தாப்லே களைப்பா இருக்கு. ஆனா முன்னால் இருக்கிற பாதை நீண்டுகிட்டே போறாப்பலேயும் இருக்கு - விசித்திரமாக இல்லே?'

நான் மஞ்சுவை வலுக்கட்டாயமாக ஒதுக்கியபடி நடந்தேன். அவளது பேச்சு என்னைக் குழப்பும், சலனப்படுத்தும். அவளது தனிப்பட்ட சாமர்த்தியம் அது.

சாப்பாட்டு அறையில் கருப்பாயி தண்ணீர் தம்ளரைக் கையில் பிடித்தபடி பவானியுடன் ஏதோ பேசிக் கொண்டிருந்தாள்.

"சாப்பிட ஏதாவது கிடைக்குமா, பவானி?" என்றபடி நான் அவளருகில் அமர்ந்தேன்.

"ஓ, இதோ கொண்டாரேன்" என்று பவானி நகர்ந்தாள். நான் கருப்பாயியைப் பார்த்து லேசாகச் சிரித்தேன்.

"சாப்பிட்டியா?"

"ஓ, நல்லா சாப்பிட்டேன்!" என்றாள், அவள் இயல்பாக. "காலையிலேருந்து ஒண்ணும் சாப்பிடாததாலே வயிறு கொண்டா கொண்டான்னு உள்ளே தள்ளிவிட்டது."

அந்த வயிற்றுக்கும், தனக்கும் சம்பந்தமில்லாததுபோல அவள் பேசினாள். நான் கனிவுடன் அவள் தோளைப் பற்றினேன்.

"இனிமே இதுதான் உன் வீடுன்னு நினைக்கப் பழகிக்கணும் கருப்பாயி. இங்கே இருக்கிறவங்க எல்லோரும் ஏதாவது ஒரு வகையிலே கஷ்டப்பட்டு வந்து சேர்ந்தவங்க தான்."

"நீங்களுமாக்கா?"

என் சிந்தனை தடைப்பட்டு நிற்க, பிறகு சமாளித்துக்கொண்டு புன்னகைத்தேன்.

"பொதுவாச் சொல்றேன். உன் வயசுப் பெண்கள் நாலுபேர் இருக்காங்க. அவங்ககூட சேர்ந்து நீயும் ஸ்கூலுக்குப் போகலாம். இனிமே 'புதுசா வாழ்க்கையைத் துவக்கப்போறோம்'னு நினைச்சுக்க, பழசெல்லாம் மறந்து."

அவள் தலையைக் குனிந்துகொண்டாள். பிறகு தலையை நிமிர்த்தி என்னைப் பார்த்துத் தெளிவாகக் கேட்டாள்:

"பழசையெல்லாம் ஏன் மறக்கணும்?"

அவளுடைய கேள்வி என்னைத் தடுமாறச் செய்தது. என்னைக் குற்றம் சாட்டுவதுபோல் இருந்தது.

"மறக்கணும்னா மறந்துடுமா எல்லாம்?" என்றாள் அவள் தீர்க்கமாக.

நான் சங்கடத்துடன் புன்னகைத்தேன். "மறக்கறது கஷ்டம்தான். ஆனா, அதப்பத்தியே நினைச்சுக்கிட்டிருக்கக் கூடாது என்கிறதுக்காகச் சொன்னேன். படிப்பிலே புத்தி செலுத்தினாத்தான் மேல்படிப்பு படிக்க முடியும். நீ சொல்ற மாதிரி போலீசு உத்தியோகம் பார்க்க முடியும்."

"படிப்பேன்க்கா" என்றாள் சுருக்கமாக. அதாவது, என் படிப்புக்கும், பழைய நினைவுகளுக்கும் சம்பந்தமில்லை என்கிறாளா அல்லது அந்த நினைவுகளினாலேயே படிப்பேன் என்கிறாளா?

சாப்பாட்டுத் தட்டை என் முன் வைத்து, "சாப்பிடுங்கக்கா" என்றாள், பவானி - பரிவுடன்.

"கருப்பாயி விவரமெல்லாம் சொன்னா. இவளைப் பாத்தா என் கதையே ஞாபகத்துக்கு வருது. எங்க ஆத்தா போகும்போது எனக்கும் இவ வயசுதான் இருக்கும். ஆனா கருப்பாயி இந்த வயசுக்கு ரொம்ப விவரம் தெரிஞ்சவளா இருக்கா. நா மகா மக்கா இருந்தேன்."

"நீயா, பவானி? நா நம்பமாட்டேன்!" என்றேன், மெலிதாகப் புன்னகைத்து.

"மெய்யாத்தான் சொல்றேன்" என்றாள் பவானி, லேசாக உணர்ச்சிவசப்பட்டு. "அதனாலேதான் உறவுக்காரங்ககிட்ட லோல்பட்டு, பிறகு ஒரு உதவாக்கரைக்கு வாக்கப்பட்டு கடைசியிலே இங்கே ஆப்பக்கரண்டியோட நிக்கறேன். இவ சொல்றா பாருங்க - நா படிக்கப்போறேன். என் கால்லே நிக்கப்போறேன். அதுக்காகத்தான் இந்த அக்காகிட்ட வந்தேங்கறா. அடி ஆத்தே! இப்படி எல்லாம் யோசிக்கக்கூட எனக்கு அப்பத் தெரியாது."

கருப்பாயி ஏதும் பேசாமல் தலையைக் குனிந்தபடி உட்கார்ந்திருந்தாள். இவள் ஒரு அசாதாரணமான சூட்டிகையான பெண்தான் என்கிற பெருமிதத்துடன் நான் சாப்பிட்டு எழுந்தேன்.

"வா கருப்பாயி, உன்னை ஒரு அக்காகிட்ட கொண்டு விடறேன், அந்த அக்காவுடைய பொறுப்பிலே நீ இருப்பே, நானும் உன்னை அப்பப்ப வந்து கவனிச்சுக்குவேன்" என்றேன்.

கருப்பாயி மௌனமாக என்னோடு எழுந்தாள். தன்னுடைய சின்னத் துணி மூட்டையைக் கையில் பிடித்தபடி அடுத்த மாதச் சம்பளம் வந்ததும் இவளுக்கு இரண்டு பாவாடை சட்டை வாங்கிக் கொடுக்க வேண்டும் என்ற எண்ணம் ஏற்பட்ட உடனேயே, 'அம்மா சொன்னது மறந்து போச்சா?' என்று மஞ்சு அடக்கினாள். தனியான சலுகை யாருக்கும் காட்டறது

நல்லதில்லே - எல்லா சின்னப் பெண்களையும் கருப்பாயின்னு நினைச்சுக்கோ - எல்லோரும் தங்கையாக.'

அப்படிச் சொல்வதற்கும், நினைப்பதற்கும் மிகப் பெரிய மனசு வேணும். எனக்கு அந்தப் பக்குவம் வருவதற்கு எத்தனையோ முறை புடம்போட வேணும். இன்று என் மனசு மிக நுட்பமான நிலையில் இருந்ததுபோலத் தோன்றிற்று. தொட்டால் உருகிவிடும்போல், கலாவதி ஏதோ பாட்டை முணுமுணுத்துக் கொண்டிருந்தாள். ஒரு சின்னச் சட்டையில் பூ வேலை செய்தபடி மீனா சற்று தள்ளி தொட்டிலில் தூங்கிக் கொண்டிருந்தது.

என்னைக் கண்டதும் புன்னகையுடன், "வாங்கக்கா!" என்றாள்.

"என்ன ராத்திரி வேளையிலே தைச்சுக்கிட்டிருக்கே?" என்றேன்.

"இப்பத்தான் நேரம் கிடைக்குது!" என்று அவள் சிரித்தாள். "நாள் முழுக்கக் கொட்டம் அடிக்கிறாளே அவ!" என்று தொட்டிலைச் சுட்டிக்காட்டினாள்.

நான் கருப்பாயியின் தோளைப் பற்றிய நிலையில், "கலாவதி, உனக்கு இன்னொரு பொறுப்பை அம்மா கொடுத்திருக்காங்க!" என்றேன். "இந்தப் பொண்ணு இனிமே உன் பார்வையிலே இருப்பா. பேரு கருப்பாயி. இல்லத்துடைய விதிமுறைகள்ளாம் கொஞ்சம் பழக்கிவிடு. ரொம்ப கெட்டிக்காரப் பொண்ணு. படிக்கணும்னு கொள்ளை ஆசையா இருக்கா."

கலாவதி சினேகிதத்துடன் கருப்பாயியின் கையைப் பிடித்தாள்.

"படிக்கட்டும். சுயமா ஆசையிருந்தா பிரச்சினையில்லே. படிச்சாத்தாம் புள்ளே நமக்கு விடிவு காலம்!" என்றாள், கருப்பாயியைப் பார்த்து. "ஆனா, இல்லத்திலே யாரும் ஒதுங்கி இருக்க முடியாது. ஒருத்தருக்கொருத்தர் இணக்கமா, உதவியா இருந்துக்கணும்."

"இருப்பேன்" என்றது கருப்பாயி.

"முதல்லே அவளுக்குப் படுக்கறதுக்கு ஏற்பாடு பண்ணு, கலாவதி. இன்னிக்கு, பாவம் அவ ரொம்ப களைச்சுப் போயிருக்கா."

கலாவதி எந்த விளக்கமும் கேட்கவில்லை. “நா பாத்துக்கறேன், நீங்க போங்க” என்றது ரொம்ப நாகரீகமாகத் தோன்றிற்று.

“காலையிலே உன்னைப் பார்க்கறேன் கருப்பாயி, நீ இப்பத் தூங்கு” என்றேன்.

கவலைப்படாதே, வருத்தப்படாதே, பயப்படாதே என்றெல்லாம் இந்தப் பெண்ணிடம் சொல்வது அநாவசியம் என்று தோன்றிற்று. ‘ஏதோ பில்ட் இன் ஸ்டெபிலைஸர் இருக்கு, இந்தப் பொண்ணுகிட்டே!’ என்று மஞ்சு கிசுகிசுப்பது வேடிக்கைப் பேச்சு இல்லை என்று பட்டது. இடிந்து போகும் வர்க்கமில்லை இது. பிறவிப் போலீஸ் இது.

அறைக்குத் திரும்பும்போது மனசிலிருந்த பாரம் வெகுவாகக் குறைந்து போயிருந்தது. வியர்வையில் கசகசத்துப் போயிருந்த உடம்போடு படுக்க முடியாது என்று நான் குளியலறைக்குச் சென்று பரபரவென்று உடையைக் களைய முற்படுகையில், ப்ளவுசுக்குள் இருந்த பீட்டரின் கடிதம் கீழே விழுந்தது.

அதை எடுத்து ஜன்னல் விளிம்பின் மேல் வைத்து நான் ஷவரைத் திருப்பிவிட்டு நின்றேன். ஜில்லென்ற நீர் வேகத்துடன் மேலே விழுந்து, மண்டையின் உஷ்ணத்தைத் தனித்தது. ‘பொன்னுத்தாயிக்கான முழுக்கு இது!’ என்று நான் எனக்குள் சலனமில்லாமல் சொல்லிக்கொண்டேன். கொஞ்ச நாள் என்னைப் பைசாசமாக ஆட்டிப்படைத்த கேள்விக்கு முழுக்கு, ‘அவள் என்னைப் பெற்றவளாகவே இருந்தாலும் எனக்கு அதனால் இப்போது ஏதும் வித்தியாசமேற்படப் போவதில்லை!’ என்கிற புதிய ஞானோதயம் எப்போது ஏற்பட்டது என்று புரியவில்லை.

‘அவ உன்னைப் பெத்தவள்னே வெச்சுக்குவோம். அப்ப வில் யூ டிஸ் ஓன் மீ?’

சம்மட்டியால் அடித்தது ஒவ்வொரு வார்த்தையும்! வெறும் கோபமில்லை அது. விசனம், ஏமாற்றம், பரிதவிப்பு எல்லாம் கலந்த உணர்வு அது. ‘நா உனக்கு ஒண்ணுமில்லையா?’

அந்த நீலக் கண்களின் ஆழத்தில் பதுங்கியிருந்த பரிதவிப்பு பீறிட்டுக்கொண்டு வெளிப்பட்ட அந்தத் தருணத்தில்தான் எனக்கு ஞானோதயம் ஏற்பட்டிருக்க வேண்டும். ஏதோ குருட்டு நிழலைத் தேடிக்கொண்டு வாழ்நாள் முழுவதும் ஓடியது புரிந்திருக்க வேண்டும்.

நிராகரிப்பு என்கிற நிலையைப் பற்றின பயம் எல்லோருக்கும் உண்டு. அம்மாவுக்கும்! 'நன்றி கெட்டவள் நீ!' என்று அவர் சொல்லவில்லை. ஆனால் அவர் பார்வையில் இருந்த ஆற்றாமை இப்பொழுது நினைவுக்கு வரும்போது நான் கூசிப் போனேன்.

பெற்றவளிடமே இருந்திருந்தேனானால் இன்னொரு கலாவதியாக, அல்லது பவானியாக இருந்திருப்பேன், லோல்பட்டு, யாருக்காவது வாக்கப்பட்டு, 'பொட்டை புள்ளையெப் பெத்தியா?' என்று விரட்டப்பட்டு, கருப்பாயியை மீட்கும் நிலையில் இல்லாதவளாய்...

ஷவரினின்று வழிந்த குளிர்ந்த நீருடன் என்னுடைய கண்ணீர் சூடாகக் கலந்தது. ஷவரை நிறுத்தித் துண்டினால் உடம்பைத் துடைத்துக் கொள்ளும்போது பீட்டரின் கடிதம் ஈரத்தரையில் கிடந்தது. நான் அவசரமாக அதை எடுத்துத் துண்டில் துடைத்து வைத்தேன். நைட்டியை மாட்டிக்கொண்டு கடிதத்துடன் அறைக்குச் சென்று கட்டிலில் அமர்ந்து கடிதத்தை ஜாக்கிரதையாகப் பிரித்தேன். உறையின் மேல் வார்த்தைகள் கலங்கிப்போயிருந்தன. நல்ல வேளையாகக் கடிதத்தின் கீழ்ப்பகுதி மட்டும்தான் ஈரமாகிக் கலங்கியிருந்தது.

'அன்புள்ள மஞ்சுவுக்கு' என்று ஆரம்பிக்காமல், 'மை டியரெஸ்ட்' என்று முதல் வரியில் உடம்பு லேசாக நடுங்கிற்று. மனசு சிறகடித்தது. என்னிடம் சொல்லிக் கொள்ளாமல் ஊருக்குக் கிளம்பியதற்காக ஆயிரம் மன்னிப்புக் கேட்டிருந்தான்.

'நடு இரவில் உன் அறைக்கு வரவேண்டும் என்று நினைத்தேன். உன்னை அணைக்க வேண்டும்; உன்னோடு உறவுகொள்ள வேண்டும் என்ற எனது ஆசையை

நான் ரொம்பவும் கஷ்டப்பட்டு அடக்கிக்கொள்ள வேண்டியிருந்தது. இது இந்தியா என்ற காரணத்தால், தவிர, நான் உன் அறைக்குச் செல்வதை யாராவது பார்த்தால் உனக்குச் சங்கடமாகிப்போகும் என்று நினைத்தேன். நமது திருமண விஷயத்தை விளம்பரப்படுத்த வேண்டாம் என்று அம்மா சொன்னார். இருந்தும் காதலியிடம் நெருங்க முடியாமல் போனது அபத்தமாகத் தோன்றுகிறது. என் நண்பர்கள் என்னை நம்பக்கூட மாட்டார்கள். அந்த மாந்தோப்பு இருளில் உன் உருவம் என் நினைவில் நிற்கிறது. என் உடம்பில் சூடேற்றுகிறது. நிர்வாணக் கோவில் சிற்பம்போல், கறுப்பு அம்மன்போல் இருந்தாய்...'

கடிதத்தை மேலே படிக்காமல் குப்புறத் திருப்பி வைத்தேன். கன்னம், நெற்றியும் ஜுரம் வந்ததுபோல் நெருப்பாகச் சுட்டன. நெஞ்சு படபடவென்று குற்றம் புரிந்ததுபோல் அடித்துக்கொண்டது. நிர்வாணமாக நடுத்தெருவில் இப்போது நிற்கிற மாதிரிக் கூசி கண்களில் நீர் நிறைந்தது.

'இன்றைக்கு நிகழ்ந்த சம்பவங்களுக்கெல்லாம் இந்தக்கடிதம் ஒரு ஆண்ட்டி க்ளைமாக்ஸ்!' என்றாள், மஞ்சு. 'ஆனா கல்யாணம் செஞ்சுக்கப்போற ஒரு வெள்ளைக்காரக் காதலன் வேற என்ன எழுதுவான் வேதாந்தமா எழுதுவான்?' என்று சமாதானப்படுத்தினாள்.

வெள்ளைக்காரக் காதலன்! உலுக்கப்பட்டது போல் இருந்தது. மிக அபத்தமான சொற்றொடராக இன்று தொனித்தது. தேவதூதன் போன்ற பீட்டரின் உருவமும், சிரிக்கும் நீலக் கண்களும் நினைவுக்கு வந்தன. காதல் விளையாட்டில் கைதேர்ந்த அவனது சாகஸ விரல்கள் என் அடிவயிற்றில், மார்பில் பட்டதன் ஸ்பரிச சுகம் நினைவுக்கு வந்தது.

வேடிக்கை! பீட்டரின் ஞாபகம் வரும்போது இவையெல்லாம்தான் மனத்தில் நிற்கின்றன. என் கரிய நிர்வாணம் மட்டும் அவன்

நினைவில் நிற்பதுபோல், எங்கள் பரஸ்பர நிற ஆகர்ஷணத்தைத் தவிர வேறு எதுவும் ஒருத்தரைப் பற்றி மற்றவருக்குத் தெரியாது என்று தோன்றிற்று.

நான் குழப்பத்துடன் படுத்தேன். மனசு துறவுகொண்டது போல் இருந்தது. அவன் கடிதத்தில் எழுதியிருந்த மாதிரி என் அறைக்கு அன்று அவன் வந்திருந்தால் அவனது அணைப்புக்கு நான் இணங்கியிருப்பேன். அன்று அது ஒரு மிக இயல்பான நிகழ்வாக இருந்திருக்கும். என்னுடன் கிளம்பு என்றிருந்தால் கிளம்பிப்போகத் தயாராயிருந்திருப்பேன். நேற்றும், இன்றும் இத்தனை வித்தியாசப்பட்டுப் போகும் என்று நினைத்துக்கூடப் பார்க்க முடியவில்லை. இடையே ஒரு யுகாந்திர காலம் நழுவியதுபோல் தோன்றிற்று.

நான் படுக்கை கொள்ளாமல் எழுந்தேன். மீண்டும் அந்தக் கடிதத்தைப் பிரித்துப் பார்த்தேன். சென்னையில் விமானம் ஏறுவதற்கு முன் எழுதித் தபாலில் சேர்த்திருப்பது தெரிந்தது. உண்மையிலேயே ஆசையுள்ளவன் என்று சிரிப்பு வந்தது. கடிதத்தின் கடைசி வரிகளை நான் படித்திருக்கவில்லை.

> 'ஆறு மாதங்கள் என்பது இப்போது மிக நீண்டதாகத் தோன்றினாலும் விரைவில் ஓடிவிடும் என்று நம்புகிறேன். பிறகு நீ விரும்பியது போல இந்தியாவிலிருந்து தொலைதூரம் வந்து விடுவாய். என்னுடன் வாழ்வைத் தொடங்க. நீ உன் பழைய துக்கங்களையெல்லாம் மறந்து வாழும்படியான சூழலை நான் ஏற்படுத்துவேன்.'

நான் கடிதத்தை மடித்து மேஜையில் வைத்து வெளியில் வந்தேன். 'எதுக்கு மறக்கணும்?' என்ற கருப்பாயியின் கேள்வி நினைவுக்கு வந்தது.

"மஞ்சு அக்கா!" என்ற கப்புவின் குரல் கேட்டுத் திரும்பினேன். கப்புவுடன் ப்ரைமரி ஹெல்த் சென்டர் பத்மா நின்றிருந்தாள்.

***

28

பத்மாவைப் பார்த்ததும் பகபகவென்று பழைய நினைவுகள் பிரவாகமாக வந்தன. பூ மாதிரி கண்மூடிக்கிடந்த உயிரற்ற குழந்தையும், பெண்களின் ஒப்பாரியும் நினைவுக்கு வந்தன. உடம்பு மெல்லச் சிலிர்த்தது.

'மறுபடியும் திருச்சிக்கே மாற்றல் வாங்கிட்டுப் போயிடலாம் போல இருக்கு!' என்று இவள் அன்று அலுத்துக்கொண்டது ஞாபகத்துக்கு வர, "வா பத்மா, என்ன விஷயம், ராத்திரி வேளையிலே?" என்றேன்.

"உங்க உதவி வேணும்க்கா!" என்றாள், பத்மா.

"போன தடவை மாதிரியா?" என்றேன், நம்பிக்கையில்லாமல்.

"இல்லே, அந்த மாதிரியெல்லாம் ஏமாறமாட்டோம். இந்தமுறை இனிமேதான் பிரசவம் ஆகணும். நோவு கண்டிருக்கு. நாதான் பிரசவம் பார்க்கப்போறேன். பெண் குழந்தை பிறந்தா அனாதாசிரமத்துக்குக் கொடுத்திடறேன்னு அந்தப் பொம்பளை எங்கிட்ட உறுதியாச் சொல்லியிருக்கு. குழந்தை பிறக்கிற சமயத்திலே அங்க நாம இருந்தோம்னா அவங்க நம்மை ஏமாத்தாம பார்த்துக்கிடலாம்."

நான் பத்மாவின் கைக்கடிகாரத்தைப் பார்த்து, "பத்து மணி ஆயிட்டது. அம்மா படுக்கப் போயிருப்பாங்க..." என்று முணுமுணுத்தேன்.

"வண்டிக்குப் பிரச்சினையில்லே. எங்கிட்ட இருக்கு. சென்டருடைய வண்டி" என்றாள் பத்மா.

"சரி, அப்ப நான் டிரஸ் மாத்திக்கிட்டு வந்துடறேன்" என்று அறைக்கு விரைந்தேன். அம்மாவிடம் காலையில் விவரம் சொல்லிக்கொள்ளலாம் என்று தீர்மானித்து, புடவையணிந்து கைப்பர்ஸையும் எடுத்துக்கொண்டு கிளம்பியபோது கப்பு என் எதிரில் நின்றாள்.

"அக்கா, நானும் வரேன் உங்ககூட" என்றாள்.

நான் திடுக்கிட்டேன்.

"நீ எதுக்குக் கப்பு? வேண்டாம். நீ போய்ப் படு!" என்றேன்.

"நானும் வர்றேன்..." என்றவள் பிடிவாதமாக, "கூட்டிட்டுப் போங்க. நான் வெளியிலே போய் எத்தனை நாளாச்சு? இங்கேயே அடைஞ்சுகிடந்து மூச்சை முட்டுது."

"இப்ப ராவேளையிலே என்ன கப்பு, ஒருநாள் பகல் நேரத்திலே அழைச்சிட்டுப் போறேன். இப்ப முக்கியமான வேலையாப் போறோம்."

"பரவாயில்லே, நா வரேன். உங்களைத் தொந்தரவு செய்யமாட்டேன்" என்றாள் நகராமல்.

"சரி, வா..." என்றேன், அலுப்புடன். "அப்புறம் அங்கே வந்து தூக்கம் வருது, இல்லத்துக்குப் போணும்னு சொல்லக்கூடாது."

"சீச்சி... நா என்ன குழந்தையா - அப்படிச் சொல்ல?" என்றாள், கப்பு.

பத்மா ஏற்கெனவே ஜீப்பில் அமர்ந்திருந்தாள். கப்புவை அவளுக்கு அறிமுகப்படுத்தி ஜீப்பில் ஏறிக்கொண்டேன்.

இருளைக் கிழித்துக்கொண்டு வண்டி கொஞ்ச தூரம் சென்ற பிறகு நான் பத்மாவைக் கேட்டேன்:

"திருச்சிக்கு மாற்றல் வாங்கிக்கிட்டு நீ போயிருப்பேன்னு நினைச்சேன், பத்மா."

"மாத்தல் எங்கே, அத்தனை சுலபமா கிடைச்சுடுதா?" என்றாள் அவள் சாதாரணமாக, "நானும் மும்முரமாக முயற்சி பண்ணலே. மாற்றல் கேட்கிறது. தோல்வியை ஒப்புத்துக்கற மாதிரின்னு தோணுது. இந்த மாதிரி வேலையிலே தோல்வி ஏற்படும்தான். ஆனா அதைக் கண்டு எல்லாரும் ஓடிட்டம்னா நம்ம ஜனங்களுக்கு விடிவு இல்லேக்கா."

இவள் பேச்சு எனக்கு வியப்பை அளிக்கவில்லை. அன்று அந்த இறந்த குழந்தையைக் கண்டு இவள் பதறியது இன்னும் நினைவில் பசுமையாக இருந்தது.

"எத்தனையோ கஷ்டங்களுக்கு இடையிலேதான் வேலை செய்ய வேண்டியிருக்கு" என்று அவள் தொடர்ந்தாள். "பாதி நேரம் வண்டி கிடைக்காது. சில கிராமங்களுக்கு பஸ்கூட இல்லே, நாம் நடந்து போறதுக்குள்ளே பேஷண்டு செத்துரும். மருந்து சப்ளை, வாக்ஸின் சப்ளை ஒழுங்கா கிடைக்காது. எப்படியோ சமாளிக்க வேண்டியதா இருக்கு. இதுக்கு இடையிலே, பெத்தவங்ககிட்டேர்ந்தே குழந்தைகளைக் காப்பாத்த வேண்டி ஓடற தமாஷு வேற!"

அவள் சாதாரணமாகப் பேசும் பேச்சுகூட உணர்ச்சிவசப்பட்ட பேச்சாக இருக்கும்போல் இருந்தது.

"அதுக்குப் பிறகு ஏதாவது குழந்தையைக் காப்பாத்த முடிஞ்சுதா?" என்றேன்.

"இரண்டு குழந்தைகளை அதனுடைய பாட்டிகளே கொண்டுவந்து கொடுத்தாங்க, கொடுத்திட்டு என்னமா அழுதாங்க என்கிறீங்க?"

"அன்னிக்கும்தான் அழுதாங்க, கொன்னுபிட்டு!" என்றேன், நான்.

பத்மா சற்றுநேரம் ஏதும் பேசவில்லை. இருண்ட பாதையை வெறித்தபடி கப்பு உட்கார்ந்திருந்தாள். எங்கள் பேச்சு காதில் விழாமல்.

நான் படபடப்புடன் தொடர்ந்தேன்:

"இரண்டுக்கும் வித்தியாசமில்லே, அவங்களைப் பொறுத்தவரை. நீ வற்புறுத்தறதுக்காகக் கொல்லாம விடறாங்க. அடிப்படை விஷயம் - நிராகரிப்பு! அந்தக் குழந்தை அவங்களுக்குத் தேவையில்லே. தான் ஒரு நிராகரிக்கப்பட்ட குழந்தை என்கிற நினைப்போடு வளர்ற பெண் எப்படிப்பட்டவளா வளருவா, பத்மா?"

எதிர்பாராமல் துக்கம் பந்தாகச் சுருண்டு தொண்டையை அடைத்தது.

"அது வேற பிரச்சினை" என்றாள், பத்மா - லேசாக. "அதுக்காக நாம சும்மா இருக்க முடியாது. குழந்தை உயிர் வாழறது அதனுடைய பிறப்புரிமை. அதைப் பறிச்சா அது கொலை."

"எத்தனை நாளைக்கு இப்படி ஓடப்போறே?"

"அபத்தமாத்தான் படுது!" என்றாள், பத்மா - சோர்வுடன். "நான் சிலசமயம் கனவு காணுவேன். எல்லாப் பெண்களும் படிச்சவங்களா, பொருளாதார சுதந்திரம் உள்ளவங்களா, எந்த நிர்பந்தத்துக்கும் பயப்படாதவங்களா இருக்கிற மாதிரி. ஆனா கனாதான்!"

பத்மாவின் பேச்சு என்னை உலுக்கிற்று. இவளுடைய உலகம் பெரிது. மனசு பெரிது. இவள் முன் நான் அற்பமாய் நின்றேன்.

"உசிருக்கு மதிப்பு இல்லாம போகிற நிலையைவிட, பயங்கரம் ஏதேனும் உண்டாக்கா?" அவள் தனக்குத்தானே பேசிக்கொள்வது போல் தோன்றிற்று. "அதுவும் தாங்க சுமந்து பெத்த தங்க இனத்தையே கொல்றது!"

அவளது பேச்சில் என் மயிர்க் கால்கள் குத்திட்டு நின்றன.

"எனக்குப் பயமாயிருக்கு!" என்றாள் கப்பு, மெல்ல. "யார் யாரைக் கொல்றாங்க?"

நாங்கள் அவளுக்குப் பதில் சொல்லவில்லை. கப்பு ஏற்கெனவே கொல்லப்பட்ட ஜீவன் என்று நான் மூர்க்கமாக நினைத்துக்கொண்டேன்.

நாங்கள் போய் சேர்ந்தபோது கர்ப்பிணிப் பெண் பெரிய வேதனையில் இருந்தாள். அங்கிருந்த பெண்களில் ஒருத்தி, பத்மாவைப் பார்த்து, "வந்தியா?" என்றாள். "வலி வலின்னு துடிக்கிறா, உன்னை ஆளைக் காணும்!"

அவளுக்குப் பதில் சொல்லாமல், பத்மா சுறுசுறுப்பாக இயங்கினாள். கர்ப்பிணியின் நெற்றியைத் துடைத்து ஆறுதல் சொன்னாள்.

"வேப்பிலையைப் போட்டு வெந்நீர் காய்ச்சுங்க!" என்று உத்தரவிட்டாள்.

நேரம் செல்லச் செல்ல கர்ப்பிணியின் வேதனை அதிகரித்தது. 'நர்சம்மா! என்னாலே முடியலே... முடியலே!' என்று அவள் அலற ஆரம்பித்தபோது, எனக்குக் கையும் காலும் உதறலெடுத்தன.

"முக்கு பொன்னுத்தாயி, முக்கு!" என்றாள் பத்மா.

எனக்குத் தூக்கிவாரிப் போட்டது. நான் கர்ப்பிணியின் முகத்தைப் பார்த்தேன். வேதனையில் தலையை அசைத்து அசைத்துப் பரிதவிக்கும் அந்த முகத்தைக்கொண்டு வயதைக் கணிக்க முடியவில்லை. நிச்சயம் முப்பத்தைந்து வயதுக்குள்தான் இருக்கும். நான் பிரமை பிடித்து உட்கார்ந்திருந்தேன்.

'எல்லாப் பெண்களும் பொன்னுத்தாயாக!' அதென்ன அசரீரி வாக்கா?

கப்பு நடந்துகொண்ட விதம் ஆச்சரியமாக இருந்தது. ஜீப்பில் சற்றுமுன் பயமாயிருக்கு என்றவள், இங்கு பத்மாவின் அஸிஸ்டெண்டாக மாறியிருந்தாள். பத்மாவின் கட்டளைகளுக்கெல்லாம் சுறுசுறுப்பாக இயங்கினாள். பயத்தில் புலம்பிக்கொண்டிருந்த மற்றப் பெண்களைப் பார்த்து, "கொஞ்சம் பேசாம இருங்க!" என்று அதட்டினாள். "பிரசவ வலி இல்லாம

குழந்தை பிறந்திடுமா?” என்று அவர்களை அடக்கியது அந்த சந்தர்ப்பத்தில் வெகு இயல்பாகத் தெரிந்தது. அவளுக்கிருந்த தன்னம்பிக்கையும், தைரியமும் பத்மாவிடம் காணவில்லை. கவலை தெரிந்தது முகத்தில்.

“முக்கு, பொன்னுத்தாயி... முக்கு! குழந்தை வெளியே வரப்பாக்குது. அதுக்கு நீதான் உதவணும்!”

“ஆத்தா, முடியலே... நா சாவறேன்!” என்ற ஓலம் நெஞ்சைப் பிழிந்தது.

பத்மா என்னைப் பார்த்த பார்வையில் பீதி தெரிந்தது. “நார்மல் கேஸுன்னு நினைச்சேன். ஆஸ்பத்திரிக்குக் கூட்டிட்டுப் போயிருக்கணும். ஃபார்ஸெப்ஸ் போட்டு எடுக்கணும் போல இருக்கு” என்று முணுமுணுத்தாள். “நீங்க வந்து கொஞ்சம் இவ காலைப் பிடிச்சுக்குங்க.”

முன்பின் பிரசவ வேதனையைப் பார்த்திராத நான் நடுங்கிப்போனேன். சற்று நேரத்திற்கு என்ன ஏது என்று ஒன்றும் புரியவில்லை. வேதனைக் கூக்குரலும், சமாதானங்களும், பீதி நிறைந்த பொன்னுத்தாயியின் முகமும், கடைசியாக அடிபட்ட மிருகம்போல் ஓலமும் - எனக்கு மயக்கம் வந்துவிடும் போல் இருந்தது.

“ஐய்யே... பொட்டைப் பிள்ளை!”

பூமியில் விழுந்ததுமே கேட்ட ஏச்சுக்காகக் குழந்தை வீறிட்டு அழுதது.

நான் கண்கள் அகலத் தரையில் கிடக்கும் அந்தச் சிசுவைப் பார்த்தேன். தாயின் உதிரம் தோய்ந்த அந்த ஜீவனும், அதன் அழகும் என்னைச் செயலிழக்கச் செய்தன. நஞ்சுக்கொடியை அறுத்து வெந்நீரில் குழந்தையைக் கழுவி பத்மா என் கையில் கொடுத்தபோது பாதாதி கேசம் சிலிர்த்துப் போயிற்று. குழந்தை கொட்டக்கொட்ட விழித்தது. விரலைச் சப்புக்கொட்டிற்று. இது மிகப்பெரிய செப்பிடு வித்தைபோல் எனக்குப் பிரமிப்பு ஏற்பட்டது.

“மீனா மாதிரி கொட்டக்கொட்ட விழிக்கிறா, இவளும்!” என்று கப்பு சிரித்தாள்.

ஒரு அற்புத தரிசனம் கிடைத்த நிலையில் நான் வெறும் தூசாகிப் போயிருந்தேன்.

“என்ன கொளந்தை?” என்றாள், பொன்னுத்தாயி ஈனஸ்வரத்தில்.

“பெண் குழந்தை!” என்றாள் பத்மா, “வெச்சுக்கறியா?”

பொன்னுத்தாயியின் கண்களில் நீர் நிறைந்தது. கன்னத்தில் வழிந்து பாயில் இறங்கிற்று.

“வெச்சுக்க விடமாட்டாங்க, நர்சம்மா. கொண்டுட்டுப் போயிருங்க, சீக்கிரம். அது எங்கேயாவது பிழைச்சுக்கட்டும்.”

நான் இவளை முன்பே பார்த்திருப்பதுபோல் இருந்தது, இந்தக் காட்சி எனக்கு ஜனனத்திலிருந்து பழக்கமானது என்று தோன்றிற்று. இருபத்து ஆறு வருஷங்களுக்கு முன் நடந்ததானாலும் ஞாபகம் இருக்கிறது. இவள் என் தாய். என் கையில் இருக்கும் சிசு நானேதான். பொன்னுத்தாயி கண்களை மூடிக்கொண்டாள். தனக்கும், அந்த சிசுவுக்கும் இனி சம்பந்தமில்லை என்கிற வைராக்கியத்துடன். ஆனால், கண்களிலிருந்து நீர் வழிந்த வண்ணம் இருந்தது.

குழந்தையும் கையுமாக அந்த நள்ளிரவில் இல்லத்தை நோக்கிப் பயணிக்கும்போது மோன நிலையை எட்டிவிட்டது போல் இருந்தது. கருப்பாயியின் ஞாபகம் வந்தது. அவளாக இருந்தால் இன்று அந்தப் பெண்ணைக் கேட்டிருப்பாள்: ‘பெண் குழந்தையா இருந்தா என்ன? வளர்க்க ஏன் பயப்படறே? பயப்படறவ ஏன் பெத்தே?’

எப்படிப் பெறுகிறார்கள்! ஒவ்வொரு முறையும் சாவின் வாசலை மிதித்துவிட்டு வருகிறார்கள். பிறப்பு இறப்பு இரண்டும் விளங்காமல், கப்புவும் பத்மாவும் களைப்பு மேலீட்டினால் தூங்கிப்போனார்கள். எனக்கு இனிமேல் தூக்கமே வராதுபோல இருந்தது. குண்டலினி உசுப்பப்பட்டது போல் சுறுசுறுவென்று

ஏதோ ஒரு உணர்வு உள்ளத்துப் பல வாசல்களை ஒரே சமயத்தில் திறந்து வைத்திருந்தது. அந்த வெளிச்சத்தில் இமைகள் மூட மறுத்தன.

வண்டி இல்லத்தை அடைந்தபோது இரவின் கருமை சாம்பலாய் வெளுத்து பட்சிகள் சப்திக்கத் தொடங்கியிருந்தன. தோட்டத்தில் உலாவிக்கொண்டிருந்த அம்மா ஜீப்பிலிருந்து நான் இறங்குவதைக் கேள்விக்குறியுடன் பார்த்தார். சுருக்கமாக நான் அவரிடம் விவரம் சொல்லிக் குழந்தையைக் காண்பித்தேன்.

முகத்தைக் கனிவு மென்மையாக்க, அவர் யோசனையுடன் குழந்தையைப் பார்த்துச் சொன்னார்:

“நம்ம இல்லத்திலே இடம் இல்லே, மஞ்சு. இதை வேற எங்கேயாவதுதான் விடணும்.”

“இங்கேயே இருக்கட்டும்” என்றேன் கெஞ்சும் குரலில். “இதுவும் என் தங்கச்சின்னு தோணுது!” என்று சிரித்தேன். “நா பொறுப்பெடுத்துக்கறேன். இதை உதயான்னு கூப்பிடுவோம்.”

அம்மா என்னைக் கூர்ந்து பார்த்து, “நீயா?” என்று மெல்ல நகைத்தார்.

“சரி, உள்ளே எடுத்திட்டுப் போ, சாரதாவை ரெஜிஸ்டர்லே எண்ட்ரி போடச் சொல்லு.”

குழந்தையை நான் நர்ஸரியில் விட்டுவிட்டு அறையை நோக்கிச் செல்லும்போது ‘நீயா’ என்ற கேள்வி கூடவே வந்து என்னைப் பலவீனப்படுத்திற்று. என் உடலே பாரமாகிப் போயிற்று. ‘கல்யாணம் செய்துகொண்டு ஓடப் போகிறவளுக்கு இந்தச் சிசுவைப்பத்தி என்ன கவலை?’ என்று அம்மா கேட்கவில்லை. அப்படிப்பட்ட கேள்விகளை அவர் என்றைக்கும் நையாண்டிக்குக்கூடக் கேட்டதில்லை.

அறையை அடைந்ததும் மேஜைமேல் தென்பட்ட கடிதம் என்னை மீண்டும் சங்கடப்படுத்திற்று. நான் சோர்வுடன் படுத்துக் கண்களை மூடிக்கொண்டேன். பொன்னுத்தாயியின் பிரசவ

வேதனையும், இரத்தம் தோய்ந்த அந்தச் சிசுவும், "எடுத்திட்டுப் போயிருங்க" என்று கண்ணீர் வடித்த முகமும் இமைகளுக்குள் அகலாமல் நின்றன.

இன்னொரு பொன்னுத்தாயி. இன்னுமொரு கருப்பாயி. இதுபோல் எத்தனை பேர்கள் இருப்பார்கள்! 'எல்லாரும் உன் தாயாக - எல்லாரும் உன் தங்கையாக!' நான் ஒரு ஆஹுதியின் மையத்தில் இருப்பதுபோல் இருந்தது. என்னைச் சுற்றி இவர்கள் - என்னைச் சேர்ந்தவர்கள். எனக்கென்று தனிப்பட்ட துக்கம் இருக்க முடியாது. அவர்களுடைய துக்கமெல்லாம் என் துக்கங்கள் - அவர்களுடைய கனவுகள் எல்லாம் என் கனவுகள் – 'எல்லாரும் படிச்சவங்களா, பொருளாதாரச் சுதந்திரம் உள்ளவங்களா, நிர்பந்தங்களுக்குப் பயப்படாதவங்களா இருக்கிறதா கனாக் காணறேன்.'

'வேண்டாம் - எனக்கு இந்தப் பாரங்களைச் சுமக்கத் தெம்பில்லை - அதனாலேயே ஓடுகிறேன். கண்காணாத தேசத்துக்கு - எல்லாவற்றையும் மறந்துபோன நிலையில் சுகமாக இருக்க. ஒரு வெள்ளையனின் அணைப்பில் இந்த உடம்பு நிறமற்றுப்போகும் - ஜடமாகிப் போகும். பொன்னுத்தாயிகள் எக்கேடும் கெட்டுப்போகட்டும் - கருப்பாயிகள் எக்கேடும் கெட்டு' அடிபட்ட மிருகத்தின் குரல்போல் ஒரு வேதனைக்குரல் ஒலித்தது. பீதி மிகுந்த குழந்தையின் அழுகை வெடித்தது.

நான் அலறிப் புடைத்துக்கொண்டு எழுந்தேன். நன்றாக விடிந்திருந்தது. பீட்டரின் கடிதம் மேஜைமேல் அதே நிலையில் இருந்தது. நான் அமைதியாக எழுந்து பல் விளக்கிவிட்டு பீட்டருக்கு ஒரு கடிதம் எழுதினேன்...

இன்று, ஆறு மாதங்களுக்குப் பிறகு அதைப்பற்றி யோசிக்கும்போது பீட்டரின் நினைவிலிருந்து நான் மிகச் சுலபமாகக் கழண்டுகொண்டதாகத் தோன்றுகிறது. அவனும் எந்த அதிர்ச்சியும் காண்பிக்காமல் பதில் போட்டான்.

‘உன்னுடைய பிரமைகள், சஞ்சலங்கள் தெளிந்துவிட்டன என்று எழுதியிருக்கிறாய். உனக்காக நான் சந்தோஷப்படுகிறேன். நாம் எப்பவும் நண்பர்களாக இருப்போம். நான் ஆறு மாதங்களில் மீண்டும் இந்தியா வருகிறேன்.’

ஏன் வருகிறான் என்று நான் கேட்கவில்லை.

ஆறு மாதங்களில் இல்லத்தில் பெரிய மாறுதல் ஏற்பட்டுப் போயிருந்தது. அம்மா திடும்மென்று ஒருநாள் நெஞ்சு நோவு என்றவர், ஆஸ்பத்திரிக்கு அழைத்துச் செல்வதற்குள் கண்ணை மூடிவிட்டார். சடலத்தைத் தரிசிக்க அக்கம்பக்கத்து ஜனங்கள் பிரளயம்போல் வந்து நின்றது இன்னும் நம்ப முடியாததாக இருக்கிறது.

இல்லத்தில் எதுவும் மாறவில்லை, அம்மாவின் நாற்காலியில் இப்போது நான் அமர்ந்திருக்கிறேன் என்பதைத் தவிர. கருப்பாயி சந்தோஷமாகப் பள்ளிக்குப் போய் வருகிறாள். வகுப்பில் மிக வேகமாக முன்னேறிவிட்டாள். மீனா இப்போது இல்லம் பூராவும் தவழ்கிறாள். அவளைத் துரத்திப்பிடிப்பதே கலாவதிக்குச் சரியாக இருக்கிறது. கப்புதான் அதிசயமாக மாறிவிட்டாள். பயமாயிருக்கு, பசிக்கிறது என்ற வார்த்தைகளை மறந்துவிட்டாள். இப்போது பத்மாவின் சுறுசுறுப்பான அஸிஸ்டெண்ட். காலையில் சென்டருக்குப் போய் மாலையில்தான் வருகிறாள். தினம் ஒரு கண்ணீர்க் கதையைப் பத்மாவின் பாஷையில் சொல்கிறாள். அண்ணாவைப் பற்றி, அண்ணியைப் பற்றி நினைக்கக்கூட நேரமில்லை.

“உங்க குழந்தையைப் பார்க்க இன்னிக்கு வரலியா?” என்ற கலாவதியின் குரலைக் கேட்டு, நான் திரும்பினேன். அவள்

இடுப்பிலிருந்த உதயா என்னைப் பார்த்துச் சிரித்துத் தாவிற்று. நான் ஆவலுடன் அதை வாங்கிக்கொண்டு அதன் மிருதுவான கன்னத்தில் முத்தமிட்டேன்.

“நீ உன் வேலையைப் பாரு. நான் கொஞ்ச நேரம் இவளை வெச்சுக்கறேன்” என்றபடி வாசல் வராந்தாவுக்கு வந்தேன். இந்த உதயாவைப் போலத்தான் நானும் அம்மாவின் இடுப்பில் இருந்திருப்பேன் என்ற நினைவு என்னை நெகிழ வைத்தது. அநாதைகளின் எண்ணிக்கை பெருகுவது சந்தோஷ விஷயமில்லை. இன்னும் நிறைய வேலை இருந்தது. முடிவற்ற வேலை என்று தோன்றிற்று. இப்போது சாரதாவும் இல்லை. ஹிமாச்சலப்பிரதேசிலிருந்து வந்த ஒரு டூரிஸ்ட் அவள் சிரிப்பில் சொக்கி, திருமணம் செய்துகொண்டு அழைத்துப் போய்விட்டான்.

சாரதாவுக்காக நான் சந்தோஷப்பட்டேன். ஹிமாச்சலத்துக்கும், ஐரோப்பாவுக்கும் அவள் வரையில் வித்தியாசமில்லை. இங்கேயும் பனி உண்டு, காதலன் கையைப் பிடித்தபடி நடக்க.

வாசலில் ஒரு டாக்ஸி வந்து நின்றது. அதிலிருந்து ஒரு வெள்ளைக்கார இளைஞன் என்னை நோக்கி வந்தான். பீட்டர் இல்லை. பீட்டரிடமிருந்து நேற்றுத்தான் கடிதம் வந்தது

‘இந்தியாவுக்கு வரவேண்டிய பயணம் ரத்தாகி விட்டது. என் புதிய கேர்ள் ஃபிரெண்டுடன் ஸ்பெயினுக்குப் போகிறேன்’

என்ற தகவலுடன்.

“என் பெயர் ஜான்!” என்றான், இளைஞன். “பீட்டருடைய சிநேகிதன். ஊர் பார்க்க வந்தேன். ஒரு நாள் தங்க இடம் வேணும்” என்றான்.

“தங்கலாம்” என்றேன், புன்னகையுடன்.

‘தாங்க்யூ!’ என்றவன், உதயாவின் கன்னத்தைத் தட்டி, “ஷி இஸ் எ டால்” (பொம்மை) என்று கொஞ்சினான்.

“இங்கே எந்தப் பெண்ணையும் பொம்மை என்று சொல்லக்கூடாது. இவள் ஒரு ப்ரக்ருதி!” என்றேன், அவசரமாக.

“நீ ரொம்ப அழகாயிருக்கிறாய் என்று சொல்லலாமா?”

‘கூடாது!’ என்று தலையசைத்தேன். “அது இன்னும் ஆபத்து.”

“இங்கு இருக்கும் வரை நான் பாஷையை மாற்றிக்கொள்கிறேன்!” என்று அவன் சிரித்தான்.

•—— முற்றும் ——•

www.ingramcontent.com/pod-product-compliance
Lightning Source LLC
LaVergne TN
LVHW060223051026
849517LV00005B/1491
* 9 7 8 9 3 9 5 5 9 8 4 0 8 *